വിജ്ഞാനവർഷം

പുസ്തകം 123

വെടിക്കെട്ടിന്റെ മാസ്മരികതകൾ

vedikkettinte masmarikathakal

•

dr. b premlet

•

first edition
july 2016

•

typesetting & published
chintha publishers, thiruvananthapuram

•

printed
manipal technologies limited

•

cover
midas

വിതരണം

ദേശാഭിമാനി ബുക്ക് ഹൗസ്

H O തിരുവനന്തപുരം-695 035
phone: 0471-2303026, 6063026
www.chinthapublishers.com
chinthapublishers@gmail.com

ബ്രാഞ്ചുകൾ

ഹെഡ്ഡാഫീസ് ബ്രാഞ്ച് കുന്നുകുഴി • സ്റ്റാച്യു തിരുവനന്തപുരം • കെ എസ് ആർ ടി സി ബസ് സ്റ്റേഷൻ ആലപ്പുഴ • കെ എസ് ആർ ടി സി ബസ് സ്റ്റേഷൻ എറണാകുളം • മച്ചിങ്ങൽ ലെയിൻ തൃശൂർ • ഐ ജി റോഡ് കോഴിക്കോട് • മാവൂർ റോഡ് കോഴിക്കോട് • എൻ ജി ഒ യൂണിയൻ ബിൽഡിങ് കണ്ണൂർ • സെൻട്രൽ ബസ് ടെർമിനൽ കോംപ്ലക്സ് താവക്കര കണ്ണൂർ

CO - VV-123 / 2371 / 3908
ISBN - 978-93-86112-44

വെടിക്കെട്ടിന്റെ മാസ്മരികതകൾ

ഡോ. ബി പ്രേംലെറ്റ്

ചിന്ത പബ്ലിഷേഴ്സ്
തിരുവനന്തപുരം-695 035
വില : ₹ 120

ഡോ. ബി പ്രേംലെറ്റ്

കൊല്ലം മുണ്ടയ്ക്കൽ പുത്തൻവീട്ടിൽ ജനിച്ചു. ഭൗതിക ശാസ്ത്രം, ഗണിതശാസ്ത്രം എന്നീ വിഷയങ്ങളിൽ മാസ്റ്റർ ബിരുദം. ഭൗതികശാസ്ത്രത്തിൽ ഡോക്ടറേറ്റ്. ടി കെ എം എഞ്ചിനീയറിങ് കോളേജിലെ ഫിസിക്സ് വിഭാഗം ലക്ചറർ.

കൃതികൾ (എഞ്ചിനീയറിങ് പാഠപുസ്തകങ്ങൾ) : *Advanced Engineering Physics, Physics for Engineers, Introduction to Solid State Devices, Electromagnetic Theory with Applications, Antennas and Wave Propagation, Microwave Engineering, Introduction to Electrical Engineering* (co-author), *Electrical Engineering Materials Science* (co-author), *Optics and Solid State Physics, Engineering Physics (MsGraw Hill), Noanoelectronics, Physics for Engineers, Introduction to Electrical Engineering, Introudction to Solid State Devices, Antennas and Wave Prpagation, Introudction to Materials Science, Electromagnetic Theory with Applications, Superconductivity and application, Advanced engineering Physics, എന്താണ്* $\frac{d}{dx}$. *എന്താണ് ഇന്റഗ്രേഷൻ, ഊർജ്ജം ഒരു പഠനം, ലെഡ്: വസ്തുതകളും ഉപയോഗങ്ങളും, നിറമുള്ള ശബ്ദങ്ങൾ, ഇത് പണം കായ്ക്കുന്ന മരം.*

ഭാര്യ : ഡോ. കവിത എം കെ

മക്കൾ : ശരത് പ്രേം, മാളവിക പ്രേം

ഉള്ളടക്കം

പ്രസാധകക്കുറിപ്പ്

വെടിക്കെട്ട് ഒരേ സമയം ശാസ്ത്രവും സൗന്ദര്യവുമാണ്. ബാലകൗമാരങ്ങൾ ഇരുണ്ട ആകാശത്ത് വർണ്ണവിസ്മയങ്ങൾ വിരിയിച്ച ശബ്ദവൈജാത്യങ്ങൾ സൃഷ്ടിച്ച കമ്പക്കെട്ടുകളും വെടിക്കെട്ടുകളും കണ്ടും കേട്ടും അത്ഭുതപ്പെട്ടിട്ടുണ്ട്. മുതിർന്നാലും ഇതിലുള്ള കൗതുകം മാഞ്ഞുപോവുകയില്ല. എന്താണ് ഈ ശബ്ദ-ദൃശ്യ സൗന്ദര്യത്തിന്റെ രഹസ്യമെന്നോർത്തു പോകാത്ത ആരും ഉണ്ടാകില്ല.

വെടിമരുന്നിന്റെ ചരിത്രം ശാസ്ത്രം പ്രയോഗം എന്നിവയിലൂടെയും ലോകത്തിന്റെ വിവിധ ഭാഗങ്ങളിൽ നിലവിലുള്ള കരിമരുന്നു പ്രയോഗങ്ങളെപ്പറ്റിയും ഈ പുസ്തകം പ്രതിപാദിക്കുന്നു. നമ്മുടെ തനത് കരിമരുന്നു പ്രയോഗങ്ങളെപ്പറ്റി നിർമ്മാണ പ്രയോഗ മേഖലകളിൽനിന്നുള്ള അറിവ് ഈ പുസ്തകം പകരുന്നു.

ആഹ്ലാദത്തിന്റെയും വിസ്മയത്തിന്റെയും വാതായനങ്ങൾ തുറന്നിടുന്ന കരിമരുന്നു പ്രയോഗത്തിന്റെ ജാലവിദ്യയെക്കുറിച്ച് അറിയാനാഗ്രഹിക്കുന്ന ആർക്കും ഈ പുസ്തകം സഹായിയായി വർത്തിക്കും. വിജ്ഞാനവർഷപരമ്പരയിലെ ഈ പുസ്തകം വിജ്ഞാന കുതുകികൾക്കു മുന്നിൽ സമർപ്പിക്കുന്നു.

ചിന്ത പബ്ലിഷേഴ്സ്

അവതാരിക

വെടിക്കെട്ടിന്റെ സ്വപ്നങ്ങളും സത്യങ്ങളും

ഡോ. ബി പ്രേംലെറ്റ് എഴുതിയ *വെടിക്കെട്ടിന്റെ മാസ്മരികതകൾ* പൂർവ്വ മാതൃകകളില്ലാത്ത ഒരു വ്യത്യസ്ത പഠനപുസ്തകമാണ്. ലോകത്തെമ്പാടുമുള്ള മനുഷ്യരെ കാലങ്ങളായി അഗ്നിലാവണ്യങ്ങളുടെ മായാലോകം സൃഷ്ടിച്ചു വിസ്മയിപ്പിച്ചുകൊണ്ടിരിക്കുന്ന 'വെടിക്കെട്ടിന്റെ' കണ്ടാലും അറിഞ്ഞാലും മതിവരാത്ത ലോകങ്ങളിലൂടെയുള്ള യാത്രയാണിത്. കരിമരുന്ന് പ്രയോഗങ്ങളുടെ ചരിത്രം, അതിന്റെ രസതന്ത്രം, കേരളത്തിലെ കേൾവിപ്പെട്ട വെടിമരുന്ന് പണിക്കാരുടെ ജീവിതം, കരിമരുന്നിലെ കരവിരുതുകൾ, വെടിക്കെട്ടുപ്രയോഗങ്ങളിലെ ലോകോത്തര മാതൃകകൾ തുടങ്ങി നമ്മൾ ഇതുവരെയറിഞ്ഞിട്ടില്ലാത്ത അനവധി വെടിക്കെട്ടുവിസ്മയങ്ങൾ ഈ കൃതിയിലുണ്ട്. ഈ മേഖലയെ സംബന്ധിച്ച് ഇങ്ങനെയൊരു സമഗ്രപഠനം മലയാളത്തിലെന്നല്ല, ലോകഭാഷകളിൽത്തന്നെ ഇതാദ്യമായിരിക്കും.

ഏതൊരു വള്ളുവനാടൻ പൂരപ്രേമിയെയുംപോലെ വെടിക്കെട്ട് കമ്പക്കാരനായ എന്നെ ഈ പുസ്തകം വല്ലാതെ സ്പർശിച്ചു. വിശേഷിച്ചും വെടിക്കെട്ട് പണിക്കാരെയും ആശാന്മാരെയും കുറിച്ചുള്ള കഥകളും ചരിത്രങ്ങളും. വെടിക്കെട്ടാസ്വാദകരുടെ മനസ്സിലും മാനത്തും അമിട്ടുകൾ വിരിക്കുവാൻവേണ്ടി രാപ്പകലില്ലാതെ പണിയെടുത്തുതളർന്ന കുറേ ജീവിതങ്ങൾ മാംസക്കഷണങ്ങളായി ചിന്നിച്ചിതറിയ സംഭവങ്ങൾ നിരവധിയാണ് ഈ മേഖലയിൽ. ഇരമ്പിമറിയുന്ന നമ്മുടെ എണ്ണമറ്റ പൂരക്കാഴ്ചകളിൽ ഒരിക്കലും ഈ കരിഞ്ഞ പ്രാണനും കണ്ണീരുമുണ്ടാവില്ല. നിമിഷാർദ്ധങ്ങളെ കതിരണിയിച്ചുകൊണ്ട് ചക്രവാളങ്ങളിൽ പൂത്തിരി കത്തിക്കുന്ന വിസ്മയങ്ങളുടെ പിന്നിലെല്ലാം ഒരു നേരത്തെ ആഹാരത്തിനുവേണ്ടിയുള്ള വേദനയുടെ പിടച്ചിലുകളുണ്ട്. പച്ചയായ ജീവിതത്തിൽ യാതനകൾമാത്രം സമ്പാദ്യമായ എത്രയോ പട്ടിണിജീവിതങ്ങളൊരുക്കു

ന്നതാണ് വെടിക്കെട്ടുകളുടെ ഉത്സവം എന്നോർക്കാതെവയ്യ. ഉത്സവവെളിച്ചങ്ങൾക്കുപുറത്ത് പുലരുന്ന ഇത്തരം കരിപുരണ്ട ജീവിതങ്ങൾ പലതും ഞാൻ നേരിട്ടുകണ്ടിട്ടുള്ളതാണ്. ഒട്ടും സുരക്ഷിതമല്ലാത്ത ഓലഷെഡ്ഡുകളിൽ ശരീരമാസകലം വെള്ളിനിറമുള്ള വെടിമരുന്ന് പുരണ്ട് ഓലപ്പടക്കങ്ങളുടെ മാലകൾ കോർക്കുന്നവർ; ഉത്സവത്തിരക്കുകളുടെ പിന്നാമ്പുറങ്ങളിൽ അമിട്ടുകൾക്ക് കുഴിയെടുക്കുന്നവർ; അപായ സൂചനയായ ചുവപ്പുവെളിച്ചം തെളിയിച്ച് അതിഗംഭീരമായ കമ്പക്കെട്ടിന് തീകൊളുത്താൻ ജാഗ്രതയോടെ നില്ക്കുന്നവർ; കൊലച്ചോറുണ്ടു പുലരുന്ന അനവധി തിരസ്കൃത ജീവിതങ്ങൾ.

അങ്ങനെ ഒട്ടുവളരെപ്പേരെ ഡോ. ബി പ്രേംലെറ്റിന്റെ പുസ്തകം എന്റെ മനസ്സിലേക്കു കൊണ്ടുവന്നു. ഒരു ചാൺ വയറിനുവേണ്ടി അപായങ്ങളുടെ സഹയാത്രികരായി ജീവിക്കേണ്ടിവരുന്ന ഈ വെടിപ്പണിക്കലാകാരന്മാർക്കിടയിൽ എത്രയെത്ര അത്ഭുതപ്രതിഭകൾ! സർക്കാരുകൾ കരുണയോടെ ഒന്നു പരിഗണിച്ചാൽ ലോകത്തിലെ വലിയൊരു വിനോദവ്യവസായ ശൃംഖലയിലേക്കുയർത്താവുന്ന അപൂർവ്വ കലാകാരന്മാർ ഈ വെടിക്കെട്ട് ചരിത്രത്തിലുണ്ട്. ഓണത്തിനും പെരുന്നാളിനും ദീപാവലിക്കും ക്രിസ്തുമസിനും നമ്മുടെ തീരങ്ങളിൽ അധികൃതമായും അനധികൃതമായും വന്നടുക്കുന്ന ചൈനീസ് പടക്ക-കരിമരുന്ന് കപ്പലുകൾ വാരിക്കൂട്ടുന്ന ലാഭക്കണക്കുകൾ അമ്പരപ്പിക്കുന്നതാണ്. നമ്മുടെ വെടിക്കെട്ടുവിപണി ഇന്ന് ചൈന കൈയടക്കിയിരിക്കുന്നു. നമുക്കും മേൽക്കൈ നേടാവുന്നതാണ് ഈ മേഖലയിലെ അറിവുകളെന്ന് ഈ പുസ്തകം നമ്മെ ഓർമ്മിപ്പിക്കും.

ഡോ. പ്രേംലെറ്റ് വെടിക്കെട്ടിന്റെ കഥയും ചരിത്രവും രസതന്ത്രവും നാട്ടറിവ് നാനാർത്ഥങ്ങളും സ്ഥിതിവിവരക്കണക്കുകളും മാസ്മരികതകളും ആർക്കും വായിക്കാവുന്ന ഭാഷയിൽ നമുക്കീപുസ്തകത്തിലൂടെ പകർന്നുതരുന്നുണ്ട്. ഇത്തരം വിഷയങ്ങളെ സംബന്ധിച്ച് എല്ലാത്തരം വായനക്കാരെയും ആകർഷിക്കുന്ന രീതിയിൽ അധികമൊന്നും പഠനങ്ങൾ നമ്മുടെ ഭാഷയിലുണ്ടായിട്ടില്ല. അതുകൊണ്ടുതന്നെ ഈ പുസ്തകം ഒരു പുതിയ അനുഭവമാണ്. എല്ലാ അർത്ഥത്തിലും വേറിട്ട ഒരന്വേഷണമാണ്.

ഡോ. ബി പ്രേംലെറ്റിനും ഈ പുസ്തകത്തിനും എല്ലാവിധ ഭാവുകങ്ങളും ആശംസിക്കുന്നു

സ്നേഹാദരങ്ങളോടെ

സ്വന്തം

ആലങ്കോട് ലീലാകൃഷ്ണൻ

ആമുഖം

ലോകത്തിന്റെ നിലനില്പും നാശവും നിർണ്ണയിക്കുന്നത് വെടിമരുന്നും അതിന്റെ പിന്നിലെ മനസ്സുമാണ്. നാടൻ കൈബോംബുമുതൽ മിസൈൽവരെ ഒരിടത്തുനിന്ന് വിക്ഷേപിച്ച് മറ്റൊരിടത്ത് നാശം വിതയ്ക്കുന്നവയാണ്. രാജ്യങ്ങളുടെ ഭാഗധേയങ്ങൾ മാറ്റി മറിക്കുന്നത് വെടിമരുന്നിന്റെ പ്രയോഗവിദ്യതന്നെയാണ്. മൈനും ഷെല്ലും തോക്കും ടാങ്കും എല്ലാം കരിമരുന്നിലെ ഊർജ്ജത്തിന്റെ രൂപാന്തരങ്ങളാണ് പ്രയോജനപ്പെടുത്തുന്നത്. ഇവയെല്ലാം ഉയിർക്കൊണ്ടത് കരിമരുന്ന് പ്രയോഗത്തിൽനിന്നാണ്. നേർക്കുനേരെ പോരാടുന്നതിൽനിന്നും അകന്നുമാറി നാശം വിതയ്ക്കുവാൻ വഴിവച്ചത് വെടിമരുന്നാണ്. വാണത്തിൽനിന്ന് റോക്കറ്റും പിന്നീട് മിസൈലും പീരങ്കിയിൽനിന്ന് ബഹുദൂരം നാശം വിതയ്ക്കുന്ന ഷെല്ലുകളും കുഴിവെടികളിൽനിന്ന് മൈനുകളും വളർന്നു. കൈബോംബ് കൈവിട്ടിട്ട് ഇലക്ട്രോണികത്തിലെ ടൈമറിലേക്ക് ചേക്കേറി നിഷ്കരുണം സൃഷ്ടിയെയും സ്ഥിതിയെയും സംഹാരത്തിലേക്ക് വലിച്ചെറിയുന്നു.

ആഹ്ലാദത്തിന്റെയും ചിലപ്പോൾ വിസ്മയത്തിന്റെയും നിമിഷങ്ങൾ സമ്മാനിക്കുന്ന അഗ്നിവിദ്യയുടെ ജാലവിദ്യകളെക്കുറിച്ചുള്ളതാണ് ഈ പുസ്തകം. കൊടുമുടി കയറുന്നവനും ഗോളടിക്കാൻ പന്തുമായി പായുന്നവനും കരിമരുന്ന് കത്തിക്കുന്നവനും, ജീവിതം നിമിഷങ്ങളിലാണ്. ലക്ഷോപലക്ഷം ജനങ്ങൾക്ക് ഒരേ സമയം നേരിട്ട് കണ്ടും കേട്ടും ആസ്വദിക്കാൻ കഴിയുന്ന ഒരേയൊരു കലാപ്രകടനം, അതാണ് വെടിക്കെട്ട്.

വെടിക്കെട്ട് തരുന്ന വെളിച്ചത്തിന്റെ നിഴലിലും ശബ്ദത്തിന് പിന്നിലെ മൗനത്തിലും ജീവിക്കുന്നവരെ തേടിയുള്ള യാത്രയ്ക്ക് തുടക്കം കുറിച്ചത് എന്റെ സുഹൃത്തും വെടിക്കെട്ടുകമ്പക്കാരനുമായ പേരൂർ ബി സിബിയുമായാണ്. ഈ അനുഭവ പഠനത്തിലുടനീളം സിബി നല്കിയ

സ്നേഹപൂർണ്ണമായ സഹായസഹകരണത്തിന് എന്നും ഞാൻ കടപ്പെട്ടിരിക്കുന്നു.

കൊല്ലം പേരൂർ കരിനല്ലൂർ ഭഗവതി ക്ഷേത്രത്തിലെയും പരവൂർ പുറ്റിങ്ങൽ ദേവീക്ഷേത്രത്തിലെയും വെടിക്കെട്ട് ദൃശ്യങ്ങൾ ക്യാമറയിൽ പകർത്തുകയും ഒപ്പം പ്രോത്സാഹനവും നല്കിയ ടി കെ എം എഞ്ചിനീയറിങ് കോളേജിലെ മെക്കാനിക്കൽ വിഭാഗത്തിലെ അസി.പ്രൊഫസറായ അരുൺ എസ് രാജിനും ആർക്കിടെക്ചർ വിഭാഗത്തിലെ അസി. പ്രൊഫസർ ഗാഥി പിക്കും ഗ്രന്ഥകാരൻ നിസ്സീമമായ നന്ദി രേഖപ്പെടുത്തുന്നു. വെടിക്കെട്ട് ദൃശ്യങ്ങൾക്കപ്പുറം മനതാരിൽ വാർന്നുവീണ ചിത്രങ്ങൾ കരിമരുന്നിന്റെ ഘടകമായ കരിക്കട്ടകൊണ്ട് കോറിയിട്ട ആർക്കിടെക്ചറിലെ അവസാനവർഷ ബിരുദവിദ്യാർത്ഥി ഹാമിദ് മംഗലത്തിന് അഭിനന്ദനങ്ങൾ!

വെടിക്കെട്ട് നിർമ്മാണരംഗത്തെ ഒട്ടേറെ സമർത്ഥരായ കലാകാരൻമാരുടെയും തൊഴിലാളികളുടെയും പേരുവിവരങ്ങൾ എങ്ങും കണ്ടില്ല. കരകൗശലങ്ങളുടെ നാടായ കേരളത്തിൽ അവ കൗശലപൂർവ്വം രേഖപ്പെടുത്താത്തതാണോ അതോ സമയക്കുറവാണോ എന്നറിയില്ല. ഇരുളിൽനിന്ന് വെളിച്ചത്തിന്റെ പൂച്ചെണ്ടുകൾക്കും ത്രസിപ്പിക്കുന്ന ശബ്ദത്തിന്റെ ഗുണ്ടുകൾക്കും കതിനകൾക്കും തിരികൊടുത്ത് ചിലപ്പോൾ ശ്രദ്ധിക്കപ്പെടാത്ത, മുഖമില്ലാത്ത മറ്റൊരു പടക്കമായി മാറിയ ജീവിതങ്ങളും ആൾക്കൂട്ടത്തിന്റെ കാണാമറയത്തെ ആഹ്ലാദാവിഷ്കാരത്തിനു പിന്നിൽ ഉണ്ട്. മാസ്മരികതയുടെ ശബ്ദത്തിനും വെളിച്ചത്തിനും തിരികൊളുത്തി മെഴുകുതിരിപോലെ മാറിയ ജീവിതങ്ങളാണ് നന്ദി രേഖപ്പെടുത്തുന്നതിനപ്പുറം കടന്ന് നില്ക്കുന്നത്.

അറിവിന്റെയും അനുഭവങ്ങളുടെയും വിവരങ്ങൾ പകർന്ന് ഓർമ്മയുടെ നല്ല നിമിഷങ്ങൾ നെന്മാറ വേലപ്പറമ്പിൽ പങ്കിട്ട ജയപ്രകാശ് മേനോനും വിജയൻ മാഷിനും ജോയെലിനും കുടുംബത്തിനും നന്ദി രേഖപ്പെടുത്തുന്നു. തിരക്കുപിടിച്ച ജോലികൾക്കിടയിലും രാത്രിയിലെ വിശ്രമവേള കുറച്ചും സാങ്കേതിക വശങ്ങൾ പങ്കിട്ട പവിത്രൻ കുട്ടപ്പൻ ആശാനോടുള്ള നിസ്സീമമായ നന്ദി സന്തോഷപൂർവ്വം രേഖപ്പെടുത്തുന്നു. കാൽനൂറ്റാണ്ടിലേറെ പരവൂർ പുറ്റിങ്ങൽ ക്ഷേത്രത്തിലെ മത്സരവെടിക്കെട്ടിന് മാലപ്പടക്കംപോലെ വാഗ്ധോരണികൊണ്ട് പ്രേക്ഷകരെ ഹരം പിടിപ്പിച്ച അനൗൺസറായ ആരാമം സോമൻ സാറാണ്, പരവൂർ ടി ഗോവിന്ദനാശാനെക്കുറിച്ചും കേരളത്തിലെ വെടിക്കെട്ട് ചരിത്രത്തിൽ പരവൂരിനുള്ള സംഭാവനയെ സംബന്ധിച്ചും വിവരങ്ങൾ നല്കിയത്. അദ്ദേഹത്തോടുള്ള നന്ദി സന്തോഷപൂർവ്വം രേഖപ്പെടുത്തുന്നു.

വെടിക്കെട്ടിന്റെ ചരിത്രാംശങ്ങൾ തെരഞ്ഞതിൽ വിലപ്പെട്ട നിർദ്ദേശങ്ങൾ നല്കിയ ഡോ. തോമസ് താമരശ്ശേരി, ഡോ. സുരേഷ് മാധവ്, ഡോ. സുദർശന ബാബു, പ്രൊഫ. വർഗ്ഗീസ് പെരേര എന്നിവർക്ക് നന്ദി രേഖപ്പെടുത്തുന്നു.

പൈറോ ഒളിമ്പിക്സിന്റെയും മറ്റു അനുബന്ധ കാര്യങ്ങളുടെയും വിവരങ്ങൾ നല്കിയ എന്റെ വിദ്യാർത്ഥികളായ ഗുരുരാജിനും അനൂപിനും നന്ദി രേഖപ്പെടുത്തുന്നു.

ഈ പുസ്തകത്തിന് അവതാരിക നല്കിയ 'വള്ളുവനാടിന്റെ പൂര ക്കാഴ്ചകൾ' അക്ഷരങ്ങളിൽ കോറിയിട്ട ആലങ്കോട് ലീലാകൃഷ്ണന് നന്ദി രേഖപ്പെടുത്തുന്നു. എഴുത്തുകാരുടെ ഒത്തുചേരലിൽ ചിന്ത പബ്ലി ഷേഴ്സിന്റെ എഡിറ്റർമാരുടെ വെളിച്ചം വീശുന്ന പ്രസംഗം ഇത്തരമൊരു കൃതിക്കുള്ള പ്രചോദനത്തിന്റെ ഉറവിടങ്ങളിൽ ഒന്നാണെന്ന് പറയാൻ ചാരിതാർത്ഥ്യമുണ്ട്. പുസ്തകരൂപം സാക്ഷാൽക്കരിച്ച ചിന്ത പബ്ലിഷേഴ്സിന് അകമഴിഞ്ഞ നന്ദി.

സ്മരണ

ശബ്ദവും വെളിച്ചവും കൊണ്ട് മാനത്തും
അത്ഭുതവും ആനന്ദവും കൊണ്ട് മനസ്സിലും
വിസ്മയത്തിന്റെ പൂക്കളങ്ങൾ തീർക്കുന്ന
കരിമരുന്നുപ്രയോഗത്തിൽ പൊലിഞ്ഞുപോയ
ജീവിതനാളങ്ങൾക്ക്

1

അഗ്നിഘോഷങ്ങളുടെ കഥ

മഹാവിസ്ഫോടനമാണ് (Big Bang) ഭൗതികശാസ്ത്രം വരച്ചുകാട്ടുന്ന പ്രപഞ്ച പരിണാമത്തിന്റെ പ്രാരംഭചിത്രം. മനുഷ്യർ ഉൾക്കിടിലത്തോടെ നേരിടുന്ന പ്രതിഭാസങ്ങളാണ് ഇടിയും മിന്നലും ഭൂകമ്പവും. കാട്ടുതീയിൽനിന്നോ തടിക്കഷണങ്ങൾ ഉരസിയോ ഗന്ധകപ്പാറയിൽനിന്നോ പുരാതന മനുഷ്യർ കൊളുത്തിയ അഗ്നിയിൽ സൃഷ്ടിയും സംഹാരവുമുണ്ട്. അത് ഊർജ്ജപ്രഭാവത്തിന്റെ അടിസ്ഥാനമായി ഊതിയുണർത്തിയ കനലുകൾ മനുഷ്യരാശി ഇന്നും കെടാതെ സൂക്ഷിക്കുന്നു.

പഞ്ചഭൂതങ്ങളിൽ ഒന്നായി ഭാരതീയദർശനം അഗ്നിയെ കണക്കാക്കുന്നു. ദേവനായും അഗ്നിയെ ഹിന്ദുപുരാണത്തിൽ പരാമർശിക്കുന്നുണ്ട്. ദീപാർപ്പണമില്ലാത്ത ആരാധനകൾ അപൂർവ്വമാണ്. തിരിവിളക്കും മെഴുകുതിരിയും ചന്ദനത്തിരിയും യാഗാഗ്നിയും ഇതിൽപ്പെടുന്നു. അഗ്നിയുടെ വിശുദ്ധിയിൽ തുടങ്ങുന്നതാണ് മഹത്തായ ലോകദർശനങ്ങളിൽ പലതും. അഗ്നി എന്നത് പ്രകാശിതമായ അതിതപ്തവാതകത്തിലെ ഊർജ്ജരൂപമാണെങ്കിലും ഇന്ദ്രിയങ്ങൾക്ക് അഗ്നി അതിനപ്പുറമാണ്. വെടിക്കെട്ടിൽ സൃഷ്ടിക്കുന്ന കിടിലൻ ഇടിയും കണ്ണഞ്ചിപ്പിക്കുന്ന പ്രകാശവും മനുഷ്യൻ അഗ്നിവിദ്യയിൽ നേടിയ അജയ്യത തെളിയിക്കുന്നു. ജീവസന്ധാരണത്തിന്റെ അവിഭാജ്യഘടകം ആകുമ്പോഴും തീയെന്നൊരു പ്രതിഭാസം ഒരു പ്രഹേളികയാണ്. ആവേശത്തോടെ കൈകൾ നീട്ടി ലോകത്തെ വിഴുങ്ങാൻ ഒരുങ്ങുന്ന ആക്രോശവും ശാന്തതയുടെ തീരങ്ങളിൽ കീഴടങ്ങുന്നതും അഗ്നി തന്നെ.

അഗ്നി മനുഷ്യപുരോഗതിക്ക് ഏറ്റവും വിലപ്പെട്ട ഒന്നാണ്. മറ്റ് ജീവജാലങ്ങളിൽനിന്നും മനുഷ്യരെ വേർതിരിച്ചത് അഗ്നി സ്വന്തമാക്കിയതിനാലാണ്. ഒരുപക്ഷേ, അതുകൊണ്ട് മാത്രമാണ് മനുഷ്യന് ഭൂമിയിൽ പലയിടങ്ങളിലും നിലനില്പുതന്നെ സാദ്ധ്യമായത്. അഗ്നി നല്കുന്ന

സുരക്ഷിതത്വം ഇന്നും കാടുകളിൽ മനുഷ്യർ അനുവർത്തിക്കുന്നു. വർദ്ധിച്ച ജനസംഖ്യക്ക് ആധാരം മനുഷ്യന്റെ തീ കൈയടക്കലാണ്. ഏറ്റവും ശ്രദ്ധേയമായ ഒന്ന് മരണം ദാർശനികത ഉണർത്തുന്നതുപോലെ മനുഷ്യന്റെ സർഗ്ഗചേതനയ്ക്ക് ചോദനയാകുന്നത് അഗ്നിയാണ്. ഭക്ഷണം പാചകം ചെയ്യുന്നതിനായാണ് അഗ്നി പ്രധാനമായും ഉപയോഗിക്കുന്നത്. ആരാധനയ്ക്ക് മാത്രമല്ല വിനോദത്തിനും നാശം വിതയ്ക്കുവാനും അഗ്നി പ്രയോജനപ്പെടുത്തിവരുന്നു.

പടക്കം @ ചൈന

സമുദ്രസാന്നിദ്ധ്യങ്ങൾക്കപ്പുറം ഏഷ്യാ വൻകരയുടെ ഉൾപ്രദേശത്ത് വെടിയുപ്പിന്റെ (പൊട്ടാസ്യം നൈട്രേറ്റ്) നിക്ഷേപങ്ങൾ ഉണ്ടായത് നിമിത്തമായി. അവിടങ്ങളിൽ മാംസം കേടുകൂടാതിരിക്കാനും ചിലപ്പോൾ ഭക്ഷണത്തിലും വെടിയുപ്പ് (നൈറ്റർ) ഉപയോഗിച്ചിരുന്നു. ഒരു നുള്ള് വെടിയുപ്പ് തീയിൽവീണപ്പോൾ ഉണ്ടായ 'ബൂം' ശബ്ദം അവർ ശ്രദ്ധിച്ചിരിക്കണം. നൈറ്റർ നിക്ഷേപത്തിനരികിൽ തീ കൂട്ടിയപ്പോഴുള്ള പൊട്ടലും ആകസ്മികമായി ശ്രദ്ധിച്ചിട്ടുണ്ടാകാം. ഒരുപക്ഷേ, കരിപ്പൊടിയും ഗന്ധകവും കല്ക്കരിയും നൈറ്ററുമായി കത്തി പൊട്ടിത്തെറിക്കുന്നത് കണ്ടുപിടിക്കാനുള്ള ഭൗതിക സാഹചര്യങ്ങൾ അവിടെ ഏറെയായിരുന്നു.

അമരത്വം കൈവരിക്കാനായി ഒറ്റമൂലി കണ്ടെത്താൻ രാസവിദ്യ (Alchemy) യിൽ ഏർപ്പെട്ടിരുന്നവർ തേൻ, വിവിധതരം എണ്ണകൾ, മെഴുക്, പൊട്ടാസ്യം നൈട്രേറ്റ് എന്നിവ അടങ്ങിയ വിവിധതരം മിശ്രിതങ്ങൾ ഉപയോഗിച്ചിരുന്നു. പൊട്ടാസ്യം നൈട്രേറ്റ് ഒരു ലവണ നിക്ഷേപമായി കാണപ്പെടുന്നു. ഇത് നൈറ്റർ, വെടിയുപ്പ് എന്നൊക്കെ അറിയപ്പെടുന്നു. ഇത് പാറകൾക്കൊപ്പം കാണുന്നതിനാൽ പിത്ര് (ലത്തീൻ ഭാഷയിൽ പിത്ര് എന്നാൽ പാറ എന്നാകുന്നു) എന്നും സോ എന്നാൽ ഉപ്പുമെന്നുമാകുന്നു. അങ്ങനെ നൈറ്ററിന് സോപിത്ര് (Saltpetre) എന്ന പേരുണ്ടായി. പലവിധ കൂട്ടുകളും പരീക്ഷിച്ചിരുന്നെങ്കിലും തേനും ഗന്ധകവും നൈറ്ററും ചേർന്ന മിശ്രിതം ശ്രദ്ധേയമായി. ഇത് വാറ്റി വറ്റിച്ചെടുത്ത് കഴിയുമ്പോൾ തീജ്വാലയായി മാറുന്നത് വിസ്മയം ജനിപ്പിച്ചു. സ്വേദനം (Evaporation) കഴിഞ്ഞ് ലഭിച്ച തേനും ഉരുകിയ ഗന്ധകവും ഇന്ധനമായി മാറി. ചൂടായ പൊട്ടാസ്യം നൈട്രേറ്റിൽനിന്ന് ലഭിച്ച ഓക്സിജനിൽ ഇത് തീജ്ജ്വാലയായി കത്തിയമർന്നെന്ന് പില്ക്കാലത്ത് വിശദീകരണമുണ്ടായി. ഇതൊരു താപമോചക അഥവാ താപം പുറത്തേക്ക് വിടുന്ന രാസപ്രവർത്തനമാണ്. നിരന്തരമായ ശ്രമങ്ങൾക്ക് ശേഷമാകാം തേനിന് പകരം കരിക്കട്ടപ്പൊടി (Charcol) ഉപയോഗിക്കാമെന്ന് കണ്ടെത്തിയത്. കരിപ്പൊടിക്ക് കുറഞ്ഞ ഭാരവും വർദ്ധിച്ച പ്രതലവിസ്തീർണ്ണവുമുണ്ട്. ജലാംശത്തെ നല്ലവണ്ണം അധിശോഷണം (Adsorption) ചെയ്യാൻ കരിക്കട്ടപ്പൊടിക്ക് കഴിയും.

ആദ്യകാലത്ത് കിഴക്കൻ ഏഷ്യൻ രാജ്യങ്ങളിൽ ഇന്ദ്രജാലക്കാരും

പുരോഹിതന്മാരും ആളുകളെ അത്ഭുതസ്തബ്ധരാക്കാൻ കരിമരുന്നിന് (Blackpowder, Gunpowder) സമാനമായ കൂട്ടുകൾ ഉപയോഗിച്ചിരുന്നു. ബി സി 400 ൽ ചൈനാക്കാർ തീ പിടിപ്പിക്കുന്ന പദാർത്ഥങ്ങൾ ആയുധങ്ങളായി ഉപയോഗിച്ചിരുന്നു. ഇതിനവർ നൈറ്റർ, ഗന്ധകം, കരിപ്പൊടി, ഇരുമ്പുതരികൾ, ചില മെഴുകുകൾ, മൃഗങ്ങളുടെ വിസർജ്ജ്യങ്ങൾ എന്നിവ ചേർന്ന മിശ്രിതങ്ങളായിരുന്നു ഉപയോഗിച്ചിരുന്നത്. ഇത് വാണങ്ങളിലും (റോക്കറ്റ്) മുളക്കുറ്റിയിലും അമ്പിലും മറ്റും ഉപയോഗിച്ചിരുന്നു. യുദ്ധാവശ്യങ്ങൾക്കായിരുന്നു കൂടുതലും പ്രയോജനപ്പെടുത്തിയിരുന്നത്.

എ ഡി 618-906 കാലഘട്ടത്തിലുള്ള ചീനരുടെ ചരിത്രരേഖകളിൽ തീമരം (Fire Tree) എന്നർത്ഥം വരുന്ന 'ഹൂവോ ഷൂ'; അതുപോലെ വെള്ളിപ്പിണർ എന്ന അർത്ഥം വരുന്ന 'യിൻ ഹുവാ' എന്നീ പ്രയോഗങ്ങളുണ്ട്. ഇത് ആദ്യകാല പടക്കങ്ങളാണെന്ന് കരുതുന്നു. വെടിമരുന്നുപയോഗിച്ചുള്ള പടക്കങ്ങൾ ആദ്യമായി ഉപയോഗിച്ചത് ഏഴാം നൂറ്റാണ്ടിലെ (എ ഡി 603-617) സൂയീ ചക്രവർത്തിയായിരുന്ന യാങ് ടീ ആയിരുന്നു എന്നാണ് 14-ാം നൂറ്റാണ്ടിൽ ലോ ചീയിൽ ജീവിച്ചിരുന്ന വൂ യുവാങ് അവകാശപ്പെടുന്നത്. താവോയിസ്റ്റ് രാസവിദ്യക്കാരൻ (Alchemist) ആയിരുന്ന കോ ഹൂങ് എ ഡി 265 ൽ ഷിയാവോ ഷിഹ് (വെടിയുപ്പ്) നെക്കുറിച്ച് പരാമർശിക്കുന്നുണ്ട്. വാങ് ലിങ് ഇങ്ങനെ പറയുന്നു:

"സൂങ് രാജവംശത്തിലെ (എ ഡി 960-1160) പാവോ ചാങ് പൊട്ടിത്തെറിക്കുന്ന മുളയെക്കുറിച്ച് പരാമർശിക്കുന്നുണ്ട്. ഇതൊരു പുതിയ പടക്കമാണ്. ഇതിൽ വെടിമരുന്നുണ്ട്. ചൈനാക്കാർ കാടുകളിൽ കുടികൊള്ളുന്നു എന്ന് വിശ്വസിക്കുന്ന 'നിൻ' എന്ന ഭീകരസത്വത്തെ വിരട്ടികുന്നിന് മുക്കിലയക്കാൻ തീജ്ജ്വാലയിലേക്ക് മുളക്കുറ്റികൾ എറിഞ്ഞ് കത്തിച്ച് വലിയ പൊട്ടലും ചീറ്റലും സൃഷ്ടിക്കാറുണ്ടായിരുന്നു."

ടാവൂ ലിയൂങ്

1920 കളിൽ വരെ ചൈനക്കാർ മുളക്കുഴൽ ഉപയോഗിച്ചുള്ള പടക്കങ്ങൾ നിർമ്മിച്ചിരുന്നുവെന്നതിന് തെളിവുകൾ ഉണ്ട്. തെറ്റാടിയിൽ (Catapult) നിന്ന് തൊടുത്തുവിട്ട് വിഷപ്പുകയുണ്ടാക്കാൻ പോരുന്ന ഗന്ധകം, വെടിയുപ്പ്, ആഴ്സെനിക് ലവണം, ലെഡിന്റെ ലവണം, എണ്ണ, മെഴുക് എന്നിവ അടങ്ങുന്ന മിശ്രിതത്തെക്കുറിച്ച് എ ഡി 1044 ൽ വു ചിങ് സൂങ് രേഖപ്പെടുത്തിയിട്ടുണ്ട്.

ചൈനാക്കാർ വെടിമരുന്ന് തള്ള് മരുന്നായി (പ്രൊപ്പലന്റ്) റോക്കറ്റിൽ ഉപയോഗിച്ചിരുന്നതായും രേഖകളുണ്ട്. ഇപ്പോഴും അമിട്ടുകുറ്റിയിൽ നിന്ന് അമിട്ടിനെ തള്ളി ഉയർത്തുന്നത് വെടിമരുന്ന് കത്തിച്ചു തന്നെയാണ്. പ്രൊപ്പലന്റ് കത്തി ചുവട്ടിലെ നോസിലിലൂടെ പിന്നിലേക്ക് ചീറിപ്പായുന്ന ദഹനാവശിഷ്ടത്തിന് താഴോട്ട് സംവേഗമുണ്ട് (momentum). ഇതിന് തുല്യവും വിപരീതവുമായ സംവേഗം മുകളിലോട്ടുമുണ്ട്. മുകളിലേക്കുണ്ടാകുന്ന സംവേഗം കൊണ്ടാണ് റോക്കറ്റും മിസൈലും മുകളിലേക്ക് കുതിക്കുന്നത്.

ആസ്ട്രിയയിൽ ഭൗതികശാസ്ത്രത്തിൽ ഗവേഷണം നടത്തി വരുന്ന എന്റെ വിദ്യാർത്ഥിയും ശാസ്ത്രജ്ഞനുമായ ഡോ. രജീഷ് ജി നാഥിന്റെ സഹപ്രവർത്തകൻ ടാവൂ ലിയൂൺ ചൈനാക്കാരനാണ്.

ചൈനാക്കാരുടെ പടക്കത്തിന്റെ കഥകളെക്കുറിച്ചു ചോദിച്ചപ്പോൾ പറഞ്ഞ വിവരങ്ങളും ഇ-മെയിൽ ചെയ്തുതന്ന ഒരു കുറിപ്പും ഇവിടെ ചേർക്കുന്നു. ലിയൂണിന്റെ ജന്മദേശം 'പടക്കങ്ങളുടെ നാട്' എന്ന് ചൈനീസ് ഗവൺമെന്റ് വിശേഷിപ്പിക്കുന്ന ലിയൂ യാങ് (ടിയാനമെൻ സ്ക്വയർ) ആകുന്നു. ആഘോഷപാർട്ടികൾ, ഗൃഹപ്രവേശം, വിശിഷ്ട വ്യക്തികൾ വീടുകൾ സന്ദർശിക്കുന്നത്, വിവാഹം, 15 ദിവസം നീണ്ടു നില്ക്കുന്ന പുതുവത്സര പരിപാടികൾ എന്നു തുടങ്ങി ഒട്ടനവധി അവസരങ്ങളിൽ ചൈനാക്കാർ പടക്കങ്ങൾ കത്തിക്കുമെന്ന് ടാവൂ ലിയൂൺ പറഞ്ഞു. അയച്ചുതന്ന മെയിലിന്റെ മൊഴിമാറ്റം ചുവടെ ചേർക്കുന്നു.

> ചൈനയിലുള്ള ഹുനാൻ പ്രവിശ്യയിലെ ലിയൂ യാങ് പ്രദേശം 'പടക്കങ്ങളുടെ നാട്' എന്ന് ചൈനീസ് ഗവൺമെന്റ് അംഗീകരിച്ചിട്ടുണ്ട്. എ ഡി 618-907 കാലഘട്ടത്തിൽ ടാങ് രാജവംശകാലത്താണ് പടക്ക നിർമ്മാണം ആരംഭിച്ചതായി കണക്കാക്കുന്നത്. അതിന് പിന്നീട് പ്രചുരപ്രചാരം ലഭിച്ചത് (എ ഡി 960-1279) സാങ് രാജവംശ കാലഘട്ടത്തിലാണ്. അതിന് പിന്നിൽ ഒരു കഥയുള്ളതായി പറയപ്പെടുന്നു. തായ്സോങ് ചക്രവർത്തിയുടെ കാലഘട്ടത്തിൽ ചില ഭീകരസത്വങ്ങൾ മനുഷ്യരെ കൊല്ലുകയും ഭീഷണിപ്പെടുത്തുകയും ചെയ്തിരുന്നു. ഈ കാരണത്താൽ ചക്രവർത്തിക്ക് ആൾക്കാരുടെ ജീവനിലും ക്ഷേമത്തിലും ഉൽക്കണ്ഠ ഉണ്ടാവുകയും അതിനൊരു നല്ല പരിഹാരമാർഗ്ഗം കണ്ടുപിടിച്ച് രാജ്യത്തെ രക്ഷിക്കണമെന്ന് തീരുമാനിക്കുകയും ചെയ്തു. ലിയൂ യാങ്ങിൽ ജനിച്ച ടിയാൻലി

> എന്ന രാജാവ് പിശാചുക്കളിൽനിന്ന് ആളുകളെ രക്ഷിക്കുന്നതിനുള്ള ആലോചനയുടെ ഫലമായിട്ടാണ് കരിമരുന്ന് പ്രയോഗം എന്ന ആശയം കണ്ടുപിടിച്ചത്. അതുകൊണ്ടുതന്നെ ഈ ആശയവും പ്രയോഗവും വളരെ പ്രസിദ്ധമാവുകയും രാജ്യത്തെ വിവാഹം, വസന്തോത്സവം തുടങ്ങിയ എല്ലാ ആഘോഷങ്ങളിലും കരിമരുന്ന് പ്രയോഗം ഒഴിച്ചുകൂടാനാകാത്ത ഒന്നായി മാറുകയും ചെയ്തു. മാത്രമല്ല അതിനു ശേഷം ലിയൂ യാങ്ങിലെ ആൾക്കാർക്ക് ജീവനോപാധി തന്നെ കരിമരുന്നും പടക്കങ്ങളുമായി മാറുകയുണ്ടായി. ഇതിലുപരി എന്റെ രാജ്യത്തിന്റെ സമ്പദ്‌വ്യവസ്ഥയിലെ ഒഴിച്ചുകൂടാനാകാത്ത ഒരു ഘടകമായി ഈ കരിമരുന്നും പടക്ക നിർമ്മാണവും. പടക്കങ്ങളുമായി ലിയൂ യാങ്കാർക്ക് ഒരു വൈകാരിക ബന്ധം ഉണ്ടാവുകയും 2008 ലെ ഒളിമ്പിക്സിലും ജനകീയ ചൈനാ റിപ്പബ്ലിക്കിന്റെ 60-ാം വാർഷിക ആഘോഷങ്ങളിലും ലിയൂ യാങ്ങിൽനിന്ന് പടക്കങ്ങൾ കൊണ്ടുവന്ന് ശ്രദ്ധേയമായ കരിമരുന്ന് പ്രയോഗം നടത്തുകയും ചെയ്തു.

ലോകത്തെ പടക്കനിർമ്മാണത്തിലും കയറ്റുമതിയിലും ഒന്നാം സ്ഥാനം (90 ശതമാനം) ചൈനയ്ക്ക് തന്നെയാണ്. ഇന്ത്യയിലാകട്ടെ തമിഴ്നാട്ടിലെ ശിവകാശിക്കാണ് ഈ രംഗത്ത് ഒന്നാം സ്ഥാനം. ബംഗാളിൽനിന്നും കരിമരുന്ന് നിർമ്മാണത്തിനാവശ്യമായ പൊട്ടാസ്യം നൈട്രേറ്റ് വിവിധ സ്ഥലങ്ങളിലേക്ക് കൊണ്ടുപോയിരുന്നതായി ചരിത്രം രേഖപ്പെടുത്തിയിട്ടുണ്ട്. മേന്മയേറിയ രാസപദാർത്ഥമായിരുന്നു ഇവിടന്ന് ലഭിച്ചിരുന്നത്.

നൂറ്റാണ്ടുകൾ പിന്നിട്ടെങ്കിലും കരിമരുന്നിന്റെ മുഖ്യഘടകങ്ങൾ ഇപ്പോഴും കരിപ്പൊടിയും ഗന്ധകവും നൈറ്ററും തന്നെയെന്നത് കൗതുകമുണർത്തുന്ന കാര്യമാണ്.

യൂറോപ്പ് via ഇറ്റലി

ലോകസഞ്ചാരിയായ മാർക്കോപോളോയും അദ്ദേഹത്തിന്റെ മാതുലനും 1275 മുതൽ 1292 വരെ ചൈനയിലായിരുന്നു താമസിച്ചിരുന്നത്. കരിമരുന്ന് ഉപയോഗിച്ചുള്ള യുദ്ധങ്ങൾക്കും ചില വിനോദങ്ങൾക്കും അദ്ദേഹം സാക്ഷ്യം വഹിച്ചിരുന്നതായി രേഖകൾ ഉണ്ട്. ചില 'പച്ചക്കമ്പുകൾ' തീയിൽ ഇടുമ്പോഴുള്ള അനുഭവം അദ്ദേഹം വിവരിക്കുന്നുണ്ട്.

> പച്ചക്കമ്പുകൾ തീയിലേക്കിടുമ്പോഴുള്ള അതിഭയാനകമായ ശബ്ദം രാത്രികാലത്ത് പത്ത് മൈലുകൾക്കപ്പുറം കേൾക്കും. ശീലമില്ലാത്തവർ മരണവെപ്രാളം അനുഭവിക്കുന്നത് ഒഴിവാക്കാൻ ചെവിയിൽ പഞ്ഞിയോ ശിരോവസ്ത്രമോ വലിച്ചിടും. കുതിരകളെ നാലുകാലിൽ കെട്ടിയിടുകയും കണ്ണുകൾ മറയ്ക്കുകയും

കാതുകൾ അടയ്ക്കുകയും ചെയ്യും.

വെടിമരുന്ന് സ്ഫോടനത്തെക്കുറിച്ചാണ് മാർക്കോ പോളോയുടെ വിവരണം. മാർക്കോപോളോ തിരിച്ച് ഇറ്റലിയിലെത്തിയപ്പോൾ കൂടെ കരുതിയിരുന്ന വാണങ്ങളും പടക്കങ്ങളും ഉപയോഗിച്ച് യൂറോപ്പുകാരെ വിസ്മയിപ്പിച്ചുവെന്ന് ചരിത്രരേഖകൾ പറയുന്നു.

മാർക്കോപോളോ

'ഗ്രീക്ക് ഫയർ' എന്നറിയപ്പെടുന്ന പദാർത്ഥം പ്രകൃതിദത്തമായ പെട്രോളിയവും നാഫ്തയുമായി ചേർത്തുണ്ടാക്കിയ മിശ്രിതമാണ്. ഇതാണ് ഗ്രീക്കുകാർ ശത്രുസംഹാരത്തിനായി നൂറ്റാണ്ടുകളോളം ഉപയോഗിച്ചിരുന്നത്. 1225 ൽ എഴുതപ്പെട്ടു എന്നു കരുതുന്ന ഗ്രീക്കുകാരൻ മാർക്കസ് ലെബർ രചിച്ച ലെബർ ഇഗ്നിയം (Leber Igni-um) എന്ന ഗ്രന്ഥത്തിലും ഫ്രെയർ ബേക്കൺ (Friar Bacon) രചിച്ച ഓപ്പസ് മേജസ് (Opus Majus) എന്ന ഗ്രന്ഥത്തിലും വെടിമരുന്നിനെക്കുറിച്ച് പരാമർശമുണ്ട്. എന്നിരുന്നാലും വെടിമരുന്ന് കണ്ടെത്തിയത് ചൈനയിലാണ് എന്നത് പരക്കെ അംഗീകരിക്കപ്പെട്ടിട്ടുള്ളതാണ്.

കൂട്ടായ്മയുടെ പാഠങ്ങൾ

ഏകദേശം പതിമൂന്നാം നൂറ്റാണ്ടിന്റെ അവസാനത്തോടെ ഇറ്റലിയിലാണ് യൂറോപ്പിലെ കരിമരുന്ന് പ്രയോഗത്തിന്റെ ആരംഭം എന്നു കരുതുന്നു. അവിടെനിന്നും ഫ്രാൻസ്, ജർമ്മനി, സ്പെയിൻ, പോർച്ചുഗീസ് എന്നീ രാജ്യങ്ങളിലേക്ക് വ്യാപിച്ചു. അവിടെനിന്നും അവർ കുടിയേറിയ ദേശങ്ങളിലേക്കും പറിച്ചുനട്ടു.

യൂറോപ്പിലെ ആദ്യത്തെ ആധികാരിക കരിമരുന്നുപ്രയോഗ പുസ്തകം 1524 ൽ ബെത്തിസ്ത ഡെല്ലാ വല്ലേ (Battista Della Valle) രചിച്ച വല്ലോ ലിബ്രോ കോൺതിനന്തെ (Vallo Libro Contenenete) ആകുന്നു. ഇതിൽ പടക്കനിർമ്മാണത്തെക്കുറിച്ച് വിവരിക്കുന്നുണ്ട്. ഇന്നും ദക്ഷിണ ഇറ്റലിയിൽ വല്ലേയുടെ പിൻതലമുറക്കാർ കരിമരുന്ന് മേഖലയിൽത്തന്നെ പ്രവർത്തിക്കുന്നു! കരിമരുന്ന് പ്രയോഗത്തെക്കുറിച്ച് ആധികാരികമായ

ഒട്ടേറെ വിവരങ്ങൾ, മുൻപരിചയമില്ലാത്തവർക്ക് കൂടി പഠിക്കുവാൻ കഴിയുമെന്ന് അവകാശപ്പെടുന്നത് ഷ്മിഡ്ലാപ്പിന്റെ (Schmidlap, 1560) ആർട്ടിഫിഷ്യൽ ആന്റ് ഓണസ്റ്റ് ഫയർവർക്സ് (Artificial and Honest Fireworks) എന്ന ഗ്രന്ഥത്തിലൂടെയാണ്. ആഗസ്ത് 1572 ൽ ഇംഗ്ലണ്ടിലെ എലിസബത്ത് രാജ്ഞി കരിമരുന്ന് പ്രയോഗം വീക്ഷിക്കുകയുണ്ടായി എന്ന് ചരിത്രരേഖയുണ്ട്.

1635 ൽ *ഫയർവർക്സ്* എന്ന പുസ്തകത്തിൽ ജോൺ ബേറ്റാണ് (John Bate) ആന്റിമണി സൽഫൈഡ് ഉപയോഗിച്ചാൽ 'നീല ജ്വാല' ഉണ്ടാകുമെന്നെഴുതിയത്. ലോഹലവണങ്ങൾ വിവിധ വർണ്ണങ്ങൾ നല്കുമെന്ന് 1801 ൽ ഫ്രഞ്ച് അഗ്നിവിദ്യാ ശാസ്ത്രജ്ഞനായ ക്ലോദ് ഫൊർച്ചുനെ കണ്ടെത്തി. അദോത്ത് (Audot) കണ്ടെത്തിയത് ഇപ്രകാരമാണ്:

ഇംഗ്ലണ്ടിലെ ആദ്യപുസ്തകം ബാബിങ്ടന്റെ (Babington's) *പൈറോടെക്നിയ* ആകുന്നു(1635). ഏകദേശം 70 വർഷക്കാലം ഈ പുസ്തകം ഈ മേഖലയിൽ നിർണ്ണായകമായ സ്വാധീനം ചെലുത്തി. ഫ്രഞ്ചുഭാഷയിലെ ആദ്യഗ്രന്ഥം 1760 ൽ പ്രസിദ്ധീകരിച്ച ഫ്രെയ്സിയെയുടെ (Frezier's) *ത്രെയ്ത് ദേ ഫോ ദാ അർത്തിഫീസ്* (Traite Des Feux D'artifice) ആയിരുന്നു. ഇറ്റലിയിലെ ആദ്യപുസ്തകം ഗിസേപ്പ് അൽബർട്ടി (Giuseppe Alberti, 1749) യുടേതാണ്. ഈ കാലഘട്ടത്തിൽ ഏറ്റവും പ്രശസ്തമായത് ഇറ്റലിയിലെ ബെലോഞ്ഞ (Bologna) ദേശത്തെ റുജിയെറി (Ruggieri) കുടുംബമാണ്. 1739 ൽ വേഴ്സിലസിൽ നടത്തിയ കരിമരുന്നുപ്രയോഗം അത്യധികം ജനശ്രദ്ധ പിടിച്ചുപറ്റി. അടുത്ത 10 വർഷത്തിനുള്ളിൽ അവർ മികച്ച പ്രകടനങ്ങൾ കാഴ്ചവയ്ക്കുകയും ജനകീയ ഉത്സുകത ഇതിൽ ജനിപ്പിക്കുകയും ചെയ്തു.

ലൂയി ബെർത്തോലെ
കരിമരുന്ന് ചരിത്രത്തിലെ നാഴികക്കല്ലാണ് പൊട്ടാസ്യം ക്ലോറേറ്റിന്റെ കണ്ടെത്തൽ.

കരിമരുന്നിൽ ആദ്യമായി ലോഹസംയുക്തങ്ങൾ ചേർത്ത് വർണ്ണങ്ങൾ സൃഷ്ടിച്ചത് റുജിയെറി കുടുംബമാണ്. ആദ്യമായി അമോണിയം ക്ലോറൈഡ് പ്രയോഗിച്ച് വർണ്ണത്തിന് ശക്തി പകർന്നതും അവരുടെ ശ്രമഫലമായാണ്. കരിമരുന്ന് പ്രയോഗത്തിൽ വിവിധ വർണ്ണങ്ങൾ നല്കാനുള്ള രാസപദാർത്ഥങ്ങളെ

ക്കുറിച്ചുള്ള അടുത്ത നാല്പത് വർഷത്തെ തീവ്രമായ അന്വേഷണം ഫലസമാപ്തിയിലെത്തിയത് 1786 ൽ ബർത്തോലെ (Bert-hollet) പൊട്ടാസ്യം ക്ലോറേറ്റ് എന്ന രാസപദാർഥം തയ്യാറാക്കിയതോടുകൂടി യാണ്. ഈ കണ്ടെത്തൽ കരിമരുന്ന് മേഖലയിൽ ആദ്യം പ്രയോജന പ്പെടുത്തിയത് 1823 ൽ അമേരിക്കൻ രസതന്ത്രജ്ഞനായ കാറ്റ്ബുഷ് ആണ്. അമേരിക്കൻ ജേർണൽ ഓഫ് സയൻസിൽ ഇങ്ങനെ രേഖപ്പെ ടുത്തിയിരിക്കുന്നു.

> വിവിധ ലവണമിശ്രിതങ്ങൾ നിറങ്ങൾ തരുമെങ്കിലും തിളക്കമാർന്ന ചുവപ്പ് തരുന്നത് സ്ട്രോൺഷ്യം നൈട്രേറ്റും ഗന്ധകവും പൊട്ടാസ്യം ക്ലോറേറ്റും ആന്റിമണി സൾഫൈഡും ചേരുമ്പോ ഴാണ്.

ശ്രദ്ധേയമായ മറ്റൊരു കൃതിയാണ് 1776 ൽ ക്യാപ്റ്റൻ ജോൺസ് എഴുതിയ *ആർട്ടിഫിഷ്യൽ ഫയർവർക്സ്* (Artificial Fireworks). വളരെ യധികം കരിമരുന്നു ചേരുവകൾ കൈയക്ഷരത്തിൽ രേഖപ്പെടുത്തിയിട്ടു ണ്ടതിൽ. ഉദാഹരണമായി പച്ച കിട്ടുന്നതിന് രണ്ട് ഔൺസ് പൊട്ടാസ്യം നൈട്രേറ്റും നാല് ഔൺസ് ഗന്ധകവും 8 ഔൺസ് സിങ്ക് പൊടിയും ചേർക്കണം. 2 ഔൺസ് മീൽ പൊടിയും ചേർക്കണം. ഒരു ഔൺസ് 28 ഗ്രാം ആകുന്നു. വേഗം കത്തുന്നതിന് ചേർക്കുന്ന കരിമരുന്നാണ് മീൽ പൊടി. ഈ സൂത്രവാക്യം 1810 ൽ ഇറ്റലിക്കാരനായിരുന്ന പെട്രോയിൽ നിന്നും ലഭിച്ചുവെന്നാണ് രേഖകൾ. ആ പുസ്തകത്തിൽ കൊടുത്തി രിക്കുന്ന പടക്കനിർമ്മാണശാലയും അതിലെ കുറെ ഉപകരണങ്ങ ളോടൊപ്പം കരിമരുന്നു കൂട്ടുകളുടെ കൈയെഴുത്തും ചിത്രത്തിൽ കൊടുത്തിട്ടുണ്ട്. പൊട്ടാസ്യം ക്ലോറേറ്റും ബേരിയം നൈട്രേറ്റും പച്ച നിറം തരുമെന്ന് ക്യാപ്റ്റൻ മൊറിറ്റ്സ് മെയർ രേഖപ്പെടുത്തിയിരിക്കുന്നു. 1865 ൽ മഗ്നീഷ്യം കണ്ടെത്തിയത് ഒരു വഴിത്തിരിവായിരുന്നു. ഇത് ഫ്ളാഷ് പൗഡറിനും നിറ ഗുളികകളുടെ വൈവിദ്ധ്യമാർന്ന ഉപയോഗത്തിനും ആക്കം കൂട്ടി. 19-ാം നൂറ്റാണ്ടിൽ വളരെയധികം കമ്പനികൾ യൂറോപ്പിൽ ആരംഭിക്കുകയും ഇതൊരു വ്യവസായമായി ഉയരുകയും ചെയ്തു. ഫ്രാൻസിൽ റുജിയറി ആന്റ് ആബിൻ, ഇംഗ്ലണ്ടിൽ ബ്രോക്ക്, വൈൽഡർ ആന്റ് പെയ്ൻ, അമേരിക്കയിൽ ഡിറ്റ് വില്ലർ ആന്റ് സ്ട്രീറ്റ്, കാനഡയിൽ ടി ഡബ്ലു ഹാൻഡ് കമ്പനി എന്നിവ ചില ഉദാഹരണങ്ങൾ മാത്രം.

1894 ൽ അലൂമിനിയം ലോഹം കരിമരുന്നിൽ ഉപയോഗിക്കാമെന്ന് വന്നതോടുകൂടി ഫ്ളാഷ് പൗഡർ നിർമ്മാണവും തിളക്കമാർന്ന കരി മരുന്ന് പ്രയോഗവും ഗംഭീരമാവുകയും ചെയ്തു. ഫ്ളാഷ് പൗഡറുക ളെക്കുറിച്ച് ആധികാരികമായ ഗ്രന്ഥം രചിച്ചത് ഡോ.അൽഫോൺസ് ബുജാഡ് ആണ്. *ആർട്ട് ഓഫ് ഫയർവർക്സ്* എന്നാണ് ഗ്രന്ഥത്തിന്റെ പേര്. പൊട്ടാസ്യം ക്ലോറേറ്റും അലൂമിനിയം പൗഡറും ഉപയോഗിച്ച് ഫ്ളാഷ് തയ്യാറാക്കുന്നതിനെക്കുറിച്ച് വിശദമായ വിവരണം ഇതിൽ ഉണ്ട്.

(21)

2 oz S. Petre
4 oz Sulpher
2 oz M, Powder
8 oz Powdered Zink

} Green Illumination

The above was given to me by an Italian at Manchester for a green Illumination about the Year 1810

NB try it before you trust it.

Septr 20 1827 Mr Southby gave me the following rect for Tail Stars

Salt peter 16
Antimony 8
Brimstone 5
Powder 12
Coal 4½
½ Gil Linseed Oil
½ pt Gin

} Gin & oil to be well mix'd and the Compn to be moistned with weak Gum Water fit for making into Stars.

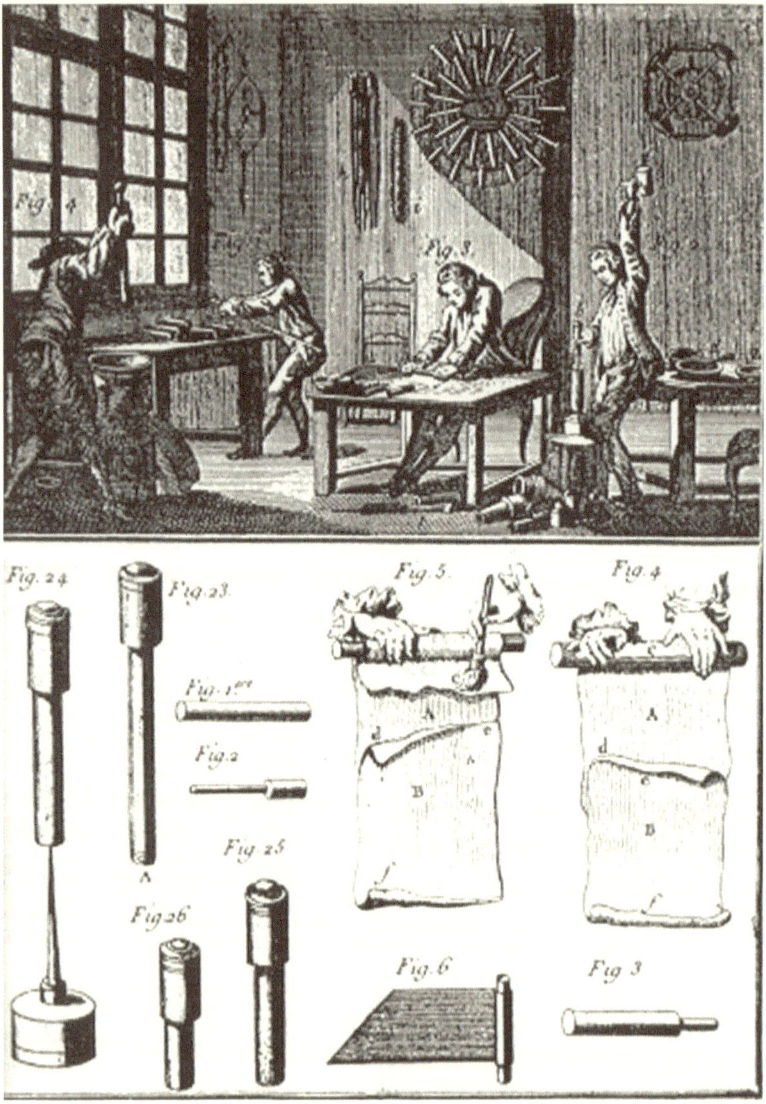

18-ാം നൂറ്റാണ്ടിലെ പടക്കനിർമാണശാല

ഇംഗ്ലണ്ട്, ഫ്രാൻസ്, ജർമ്മനി, പോർച്ചുഗൽ എന്നിങ്ങനെ മിക്ക രാജ്യങ്ങളും അവരുടെ പാരമ്പര്യം തുടരുകയും ഈ മേഖല ശാസ്ത്രീയമായി കാലാകാലങ്ങളിലായി പരിഷ്കരിക്കുന്നതിൽ അവർ അതീവശ്രദ്ധ ചെലുത്തുകയും ചെയ്തു. പൊട്ടാസ്യം ക്ലോറേറ്റിനുപകരം പൊട്ടാസ്യം പെർ ക്ലോറേറ്റ് ഉപയോഗിക്കുന്നതിനെക്കുറിച്ചും പരാമർശ മുണ്ട്. മഗ്നീഷ്യവും അലൂമിനിയവും കലർന്ന ഫാറ്റാമൊർഗാന അതായത് മരീചിക (ജർമ്മൻ) എന്ന അർഥം വരുന്ന പൗഡർ ഉപയോഗിച്ച് ഫ്ളാഷും വർണ്ണവും സൃഷ്ടിക്കുന്നതിനെക്കുറിച്ച് ജെലിം ഷീം (Dr. Geling Sheim) രേഖപ്പെടുത്തിയിട്ടുണ്ട്. ഒന്നാം ലോകമഹായുദ്ധം കരിമരുന്ന് പ്രയോഗ ത്തിൽ നിന്ന് ഏറെ ഉൾക്കൊള്ളുകയും വികസിപ്പിക്കുകയും ചെയ്തു. 1919 ൽ അമേരിക്കയിലെ പൈറോ ടെക്നിക് സ്കൂളിന്റെ ഡീനായിരുന്ന ഹെൻട്രി ഫേബർ എഴുതിയ 'മിലിട്ടറി പൈറോ ടെക്നിക്സിൽ' വളരെയധികം പുതിയ കരിമരുന്ന് പ്രയോഗത്തെക്കുറിച്ച് വിവരണങ്ങൾ ഉണ്ട്. അദ്ദേഹം ആരംഭിച്ച ടിപ്പ് ഫയർവർക്സ് കമ്പനി പുറത്തിറക്കിയ ടിപ് പാരാച്യൂട്ട് ജംബർ ഏറെ ജനശ്രദ്ധ ആകർഷിച്ചിരുന്നു. ഇതിനോടൊപ്പം അദ്ദേഹത്തിന് കാനഡയിൽ ഈ രംഗത്ത് ശ്രദ്ധേയമായ സാന്നിദ്ധ്യമറിയിക്കുവാനും കഴിഞ്ഞു.

രണ്ടാം ലോകമഹായുദ്ധകാലത്ത് കരിമരുന്ന് പ്രയോഗം തീരെയില്ലാ യിരുന്നെങ്കിലും ഏറെ സാങ്കേതിക മികവ് ഈ രംഗത്ത് യുദ്ധാനന്തരം ലഭിക്കുകയുണ്ടായി. പിന്നീട് കരിമരുന്ന് പ്രയോഗത്തിന്റെ പ്രസക്തി ലോകത്താകമാനം വ്യാപിച്ചു. ടി വി ഷോ, വിവാഹം, പാർട്ടികൾ എന്നു വേണ്ട വിശിഷ്ട അതിഥികൾ വീടുകളിൽ എത്തിയാൽപ്പോലും പടക്കം പൊട്ടിക്കാറുണ്ട്.

ഇരുമ്പിന്റെയും ഉരുക്കിന്റെയും തരികൾ വെളുപ്പും ചുവപ്പുമുള്ള സ്പാർക്കും, ചെമ്പ് തരികൾ, പച്ച സ്പാർക്കും, സിങ്ക് തരികൾ നീല സ്പാർക്കും, ബേരിയം നൈട്രേറ്റ് നീല ജ്വാലയും നല്കും. രണ്ട് നൂറ്റാണ്ട് കഴിഞ്ഞെങ്കിലും ഇപ്പോഴും ഇതൊക്കെത്തന്നെയാണ് വെടിക്കെട്ടിൽ വിവിധ വർണ്ണങ്ങൾക്കായി പ്രയോഗിക്കുന്നത്.

ഗവേഷകന് കഠിനതടവ്

യൂറോപ്പിൽ കരിമരുന്ന് രസതന്ത്രത്തിൽ നിർണ്ണായകമായ സംഭാ വന നല്കിയത് ഓക്സ്ഫോർഡ് വിദ്യാഭ്യാസം സിദ്ധിച്ച പാതിരിയായ റോജർ ബേക്കൺ ആയിരുന്നു. അദ്ദേഹം ഗണിതം, ഭൗതികം, രസതന്ത്രം, തത്ത്വചിന്ത എന്നിങ്ങനെ വിവിധ വിജ്ഞാനശാഖകളിൽ പ്രാവീണ്യം നേടിയിരുന്നു. 1214 ൽ ജനിച്ച റോജർ ബേക്കൺ അരനൂറ്റാണ്ടോളം വിവിധ മേഖലകളിൽ ഗവേഷണം നടത്തി. വെടിയുപ്പിന്റെ രാസശുദ്ധീകരണം മുതൽ കരിമരുന്നുമായി ബന്ധപ്പെട്ട ഒട്ടനവധി കണ്ടെത്തലുകൾ അദ്ദേഹം നടത്തി.

നടുക്കുന്ന ശബ്ദവും കണ്ണഞ്ചിപ്പിക്കുന്ന വെളിച്ചവും ലഭിക്കുന്നതി

റോജർ ബേക്കൺ

നുള്ള കരിമരുന്ന് ചേരുവ കണ്ടെത്തുന്നതിലായിരുന്നു അദ്ദേഹത്തിന്റെ ശ്രദ്ധ. കരിപ്പൊടിയും ഗന്ധകവും രാസപരമായി ശുദ്ധീകരിച്ച നൈറ്ററും ചേർന്നുണ്ടാക്കേണ്ട മിശ്രിതത്തിന്റെ അനുപാതം കണ്ടുപിടിക്കുകയുണ്ടായി. വിവിധ സ്ഥലങ്ങളിൽ ലഭ്യമാകുന്ന നൈറ്ററിന്റെ ശുദ്ധത വ്യത്യസ്തമായിരുന്നു.

ഒരു പാതിരി ആയിരുന്നതുകൊണ്ട് പള്ളി അധികാരികൾ ഇദ്ദേഹത്തിന്റ കരിമരുന്ന് ഗവേഷണത്തിൽ അതൃപ്തി പൂണ്ട് 10 വർഷത്തെ കഠിനതടവിന് വിധിച്ചു. എങ്കിലും അദ്ദേഹത്തിന്റെ കണ്ടുപിടിത്തം രഹസ്യഭാഷയിൽ രേഖപ്പെടുത്തിയിരുന്നു.

“ആറുഭാഗം നൈറ്ററും അഞ്ചുഭാഗം വീതം കരിപ്പൊടിയും ഗന്ധകവുമെടുത്താൽ നിങ്ങൾക്ക് ഇടിയും മിന്നലും ഉണ്ടാക്കാം.”

ഇത് ഭാരത്തിൽ പറയുമ്പോൾ 37.5 ഭാരം നൈറ്ററും 31.25 ഭാരം കരിപ്പൊടിയും അത്രയും തന്നെ ഗന്ധകവും ചേർന്ന മിശ്രിതം. ഫലത്തിൽ ഈ ചേരുവ ഇന്ത്യയിലും ചൈനയിലും പ്രയോഗത്തിലിരുന്ന കൂട്ടു തന്നെയാണ്. പക്ഷേ, യൂറോപ്പിൽ ലഭിച്ചിരുന്ന നൈറ്ററിന്റെ സമ്പുഷ്ടത കുറവായിരുന്നു. അതുകൊണ്ടുതന്നെ ശുദ്ധീകരിച്ച നൈറ്റർ ചേർക്കുമ്പോഴുള്ള കൃത്യമായ അനുപാതം ആവശ്യമായിരുന്നു. അതാണ് റോജർ ബേക്കൺ കണ്ടെത്തിയത്.

തള്ളവിരൽ വലിപ്പത്തിലുള്ള കരിമരുന്ന് നിറച്ച പൊതി പൊട്ടി ഇടിവെട്ടുന്നതിലും കിടിലമായി ശബ്ദമുണ്ടാക്കാൻ കഴിയുമെന്ന് റോജർ ബേക്കൺ എഴുതി. റോജർ ബേക്കണിന്റെയും മറ്റ് രസതന്ത്ര *ശാസ്ത്രജ്ഞരുടെയും മുഖ്യ കണ്ടെത്തലിതാണ്: തുറന്ന പാത്രത്തിൽ കരിമരുന്ന് കത്തിച്ചാൽ തിളക്ക (flash) മുണ്ടാകും. ഒതുക്കി പൊതിഞ്ഞ കരിമരുന്ന് കത്തുമ്പോഴാണ് പൊട്ടിത്തെറിയിൽ ശബ്ദമുണ്ടാകുന്നത്.*

1252 ൽ റോജർ ബേക്കൺ നിർദേശിച്ച ചേരുവയിൽനിന്നും നൂറ്റാണ്ടുകൾകൊണ്ട് ആർജ്ജിച്ച അറിവും അനുഭവവും ഏറ്റവും മികച്ച ചേരുവ സമ്മാനിച്ചിട്ടുണ്ട്. അത് 75, 15, 10 എന്ന ഭാരത്തിലെ വീതമാണ് നൈറ്ററും കരിപ്പൊടിയും ഗന്ധകവും. കരിമരുന്ന് പ്രയോഗം ഒഴികെയുള്ളതിനുദാഹരണമായി, ഫയർ എക്സ്റ്റിംഗുഷറിൽ വെടിയുപ്പിന്റെ അളവ് 85% ആണ്.

നാം പടക്കം പൊട്ടിക്കുമ്പോഴും തീപ്പെട്ടിക്കോലുരയ്ക്കുമ്പോഴും ഏതാണ്ട് ആയിരം വർഷങ്ങൾക്ക് മുമ്പ് കണ്ടെത്തിയ ശാസ്ത്രവസ്തുത അതുപോലെ പ്രയോജനപ്പെടുത്തുകയാണ് ചെയ്യുന്നത്.

ബേക്കൺ 1272 ൽ അന്തരിച്ചു. അതിനു ശേഷമാണ് തോക്ക് കണ്ടു

പിടിക്കുന്നത്. വെടിമരുന്നിന്റെ കൃത്യമായ ചേരുവ തോക്ക് കണ്ടുപിടിത്തത്തിന് നിർണ്ണായകമായ പങ്ക് വഹിച്ചുവെന്ന് നിസ്സംശയം പറയാം. രാജ്യ ങ്ങളുടെ ചരിത്രഗതിതന്നെ മാറ്റിമറിച്ചതാണ് തോക്കുകൾ. 'അധികാരം തോക്കിൻ കുഴലിലൂടെ' എന്ന ആശയം ഇത് വ്യക്തമാക്കുന്നു.

കരിമരുന്ന് നിർമ്മാണം

നിരന്തര യത്നത്തിലൂടെ കണ്ടെത്തിയ വസ്തുത ഇനി പറയുന്നതാണ്: വെടിമരുന്ന് (gun powder, black powder) എന്നത് നൈറ്ററും ഗന്ധകവും (Sulphur) കരിപ്പൊടിയും (Charcol) ചേർന്ന വെറും മിശ്രിതമല്ല. വെടിമരുന്നിലെ ഘടകങ്ങളുടെ അനുപാതം, ശുദ്ധത, തരികളുടെ വലിപ്പം എന്നിവ നിർണ്ണായകമാണ്.

ഗന്ധകവും കരിപ്പൊടിയും നല്ലതുപോലെ പൊടിച്ച് 2 മുതൽ 3 ശതമാനം വരെ വെള്ളവും ചേർത്ത് കുഴച്ച് നൈറ്ററും ചേർത്ത് ഉരലിലോ യന്ത്രത്തിലോ അരച്ച് നല്ല മർദ്ദത്തിൽ ഒതുക്കിയെടുത്ത് ഗുളിക രൂപത്തിൽ തയ്യാറാക്കി എടുക്കനും. ബാൾമില്ലിലാണ് കരിയും ഗന്ധകവും പൊടിക്കുന്നത്. ഗോളങ്ങൾ ഘടിപ്പിച്ചിട്ടുള്ളതും കറങ്ങുന്നതുമായ ഒരു ലോഹ സിലിണ്ടർ അടങ്ങിയ യന്ത്രമാണ് ബാൾ മിൽ. നമ്മുടെ നാട്ടിൽ ഉരകല്ലിൽ തടിയുലക്ക ഉപയോഗിച്ചാണ് നല്ല മിശ്രിതമാക്കുന്നത്. അസംസ്കൃത പദാർത്ഥങ്ങൾ പൊടിരൂപത്തിൽ ലഭിക്കുന്നു. പൊടിക്കുന്ന പ്രക്രിയയിൽ കരിത്തരിയിലെ സുഷിരങ്ങളുടെ ഇടയ്ക്ക് ഗന്ധകത്തരികൾ കടന്നു കയറുന്നു. കരിപ്പൊടിക്ക് വളരെ കുറഞ്ഞ ഭാരവും വളരെ കൂടിയ പ്രതല വിസ്തീർണ്ണവുമുണ്ട്. വെടിയുപ്പിനൊപ്പം ജലം ചേർക്കുന്നു. പിന്നീടുള്ള പൊടിക്കൽ പ്രക്രിയയിൽ അപായമുണ്ടാകുന്നത് തടയാനാണ് ഈർപ്പം ഉണ്ടാക്കുന്നത്. കൂടുതൽ ഈർപ്പം ചേർന്നാൽ ജലത്തിൽ വെടിയുപ്പ് കൂടുതൽ അലിഞ്ഞ് ചേർന്ന് മിശ്രിതത്തിന്റെ സ്ഫോടനശേഷി കുറയാനിടയാക്കും.

ഈ മിശ്രിതത്തെ വീൽമില്ലിൽ പൊടിച്ചെടുക്കുന്നു. ടൺ കണക്കിന് ഭാരമുള്ള രണ്ട് ചക്രങ്ങൾക്ക് ഇടയിലൂടെ കടത്തിയാണ് ഇത് നിർവ്വഹിക്കുന്നത്. ഹൈഡ്രോളിക് പ്രസ്സിൽ കയറ്റി മർദിച്ച് കഷണങ്ങളാക്കി മാറ്റുന്നു. കോണിങ് മില്ലിൽ വച്ച് ഈ ചെറുകഷണങ്ങളെ ആവശ്യത്തിനനുസരിച്ചുള്ള ചെറുതരികളാക്കി മാറ്റുന്നു. വെടിമരുന്ന് നിർമ്മാണത്തിലെ ഏറ്റവും ആപല്ക്കരമായ ഘട്ടമാണ് കോണിങ്. അകലങ്ങളിലുള്ള പുര

കളിലാണ് ഓരോ ഘട്ടവും നിർവ്വഹിക്കുന്നത്. ഗ്രാഫൈറ്റ് കൂടി ചേർക്കാറുണ്ട്. ഇത് വെടിമരുന്നിന് തിളക്കവും നല്ല മാർദ്ദവവും അയവും നല്കുന്നു. ഭാരം കുറഞ്ഞ മേല്ക്കൂരകളും സ്ഫോടനമുണ്ടായാൽ എളുപ്പം വേർപെടുന്ന ചുവരുകളും ഈ നിർമ്മാണപ്പുരകളുടെ പ്രത്യേകതയാണ്.

നല്ലതുപോലെ അടച്ച പെട്ടികളിലും വീപ്പകളിലും വെടിമരുന്ന് കേടുകൂടാതെ സൂക്ഷിക്കാവുന്നതാണ്. ഈർപ്പത്തിന്റെ അളവ് 0.7% കവിയാൻ പാടില്ല. ഇനിയും ചില നിർദ്ദേശങ്ങൾ കൂടി കർശനമായി പാലിക്കേണ്ടതുണ്ട്.

കരിമരുന്നിന്റെ മറ്റുപയോഗങ്ങൾ

വെടിക്കെട്ടിലൊതുങ്ങുന്നതല്ല കരിമരുന്നിന്റെ ഉപയോഗം; പാറപൊട്ടിക്കുന്നതിനും കെട്ടിടങ്ങൾ പൊളിച്ചുകളയുന്നതിനും വെടി മരുന്ന് ഉപയോഗിക്കുന്നു. അഗ്നി ശമന പ്രവർത്തനത്തിലാണ് വെടിമരുന്നിന്റെ വിലപ്പെട്ട ഉപയോഗം. വെടിമരുന്ന് നിർമ്മാണം അപകടം നിറഞ്ഞതാണ്. അതീവ ജാഗ്രത യോടെ പരിചയസമ്പന്നരുടെ മേൽനോട്ടത്തിൽമാത്രം നിർവ്വഹിക്കേണ്ട ഒന്നാണിത്. സുരക്ഷാ മാനദണ്ഡങ്ങൾ ഒരു വിട്ടുവീഴ്ചയും ഇല്ലാതെ പാലിച്ചിരിക്കണം.

പടക്കം പൊട്ടുമ്പോൾ

പടക്കം പൊട്ടിച്ചുനോക്കാം. ഓലപ്പടക്കം ഉണ്ടാക്കുന്നതെങ്ങനെയെന്ന് നോക്കാം. പനയോല ഉണക്കി കീറിയെടുത്ത് തുണ്ടിൽ ആയി (ഒരടി നീളം) ഒരു കടലാസ് തുണ്ട് വയ്ക്കുന്നു. അതിലല്പം വെടിമരുന്നും തിരി ശകലം പുറത്തേക്കുമായി വയ്ക്കുന്നു. ഇത് നാലഞ്ചായി മടക്കി ശേഷിച്ച അഗ്രം കുമ്പിൾ കുത്തി വലിച്ച് ഉറപ്പിക്കുന്നു. ബാക്കി ഭാഗം മുറിച്ചുകളയുന്നു. കടലാസ് തുണ്ട് വയ്ക്കാതെയും നിർമ്മിക്കാവുന്നതാണ്. ഓലപ്പടക്കം റെഡിയായി.

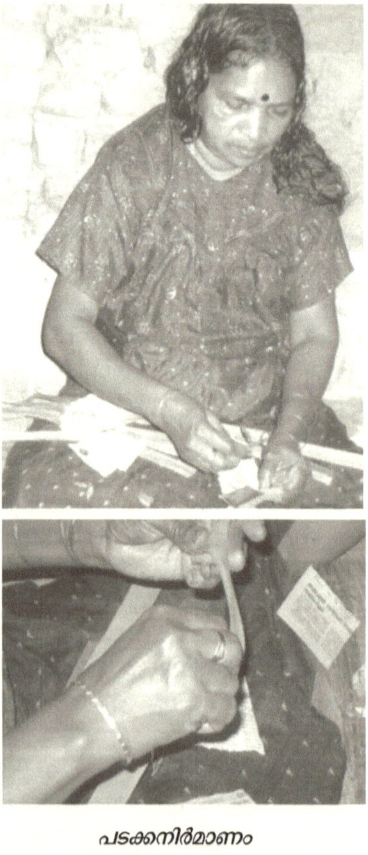

പടക്കനിർമാണം

തിരി കത്തിക്കുമ്പോൾ വെടിമരുന്ന് കത്തും. ഇത് താപം പുറത്തേക്കുവിടുന്ന രാസപ്രക്രിയയാണ് അഥവാ താപമോചക (Exothermic) പ്രവർത്തനമാണ്. ഈ താപത്തിൽ ഇന്ധനങ്ങളായ ഗന്ധകവും കരിപ്പൊടിയും ഉഗ്രമായി കത്തുന്നു. ഇതിന് വേണ്ടുന്ന ഓക്സിജൻ, ചൂടായ പൊട്ടാസ്യം നൈട്രേറ്റ് എന്നിവ പുറത്തുവിടുന്നു. അത്യുഗ്ര താപവും ഉയർന്ന തോതിൽ വാതകങ്ങളും ഉണ്ടാകുന്നു. ഈ വാതകങ്ങളുടെ മർദ്ദത്തിൽ ഓലപ്പൊതി പൊട്ടി ശബ്ദം ഉണ്ടാകുന്നു.

പൊതിഞ്ഞിരിക്കുന്ന ഭാഗത്തുണ്ടായ ഉയർന്ന മർദ്ദത്തിലെ വാതകങ്ങളാണ് സ്ഫോടനം ഉണ്ടാക്കിയത്.

വെടിമരുന്ന് മിശ്രിതത്തിൽ 75.7% നൈറ്ററും 11.7% കരിപ്പൊടിയും, 9.7% ഗന്ധകവും 2.9% ജലാംശവും ഉണ്ടെന്ന് കരുതിയാൽ ഈ രാസപ്രവർത്തനം ഒരു മാലപ്പടക്കംപോലെ സമവാക്യം തരും.

$$
\begin{aligned}
&74KNO_3 + 96C + 30S + 16H_2O \rightarrow 35N_2 + 56CO_2 + 14CO + 3CH_4 + 2H_2S + \\
&4H_2 + 19K_2O3(\text{ഖരം}) + 7K_2SO_4(\text{ഖരം}) + 8K_2S_2O_3(\text{ഖരം}) + 2K_2S(\text{ഖരം}) + \\
&2KSCN(\text{ഖരം}) + (NH_4)_2CO_3(\text{ഖരം}) + C(\text{ഖരം}) + S(\text{ഖരം})
\end{aligned}
$$

ആറു വാതകങ്ങളും 8 ഖരപദാർത്ഥങ്ങളും ചിതറിത്തെറിക്കുന്നു. ഹൈഡ്രജൻ, നൈട്രജൻ, മീഥേയ്ൻ, കാർബൺ മോണോക്സൈഡ്, കാർബൺഡൈ ഓക്സൈഡ് എന്നീ വാതകങ്ങളും കാർബണും ഗന്ധകവുമടങ്ങിയ ഖരപദാർഥങ്ങളും പടക്കം പൊട്ടി പുറത്തുവരുന്നു. ഈ പദാർഥങ്ങൾ ഭൗമാന്തരീക്ഷത്തിൽ വരുത്തുന്ന മാറ്റങ്ങളെക്കുറിച്ചുള്ള ഗവേഷണ പഠനങ്ങൾ നടത്തേണ്ടിയിരിക്കുന്നു.

ഗൈഫോക്സ് ദിനം

പതിനേഴാം നൂറ്റാണ്ടിന്റെ ആദ്യം കരിമരുന്ന് നിർമ്മിക്കുന്നതും സൂക്ഷിക്കുന്നതും ഇംഗ്ലണ്ടിൽ നിരോധിക്കുകയുണ്ടായി. 1605 ൽ ഗൈഫോക്സ് (Guy Fawkes) 36 വീപ്പ വെടിമരുന്ന് ഉപയോഗിച്ച് പാർലമെന്റ് മന്ദിരം തകർക്കാൻ പദ്ധതിയിട്ടിരുന്നത് കണ്ടെത്തിയതിന്റെ വെളിച്ചത്തിലായിരുന്നു ഈ നിരോധനം.

ജയിംസ് ഒന്നാമനെ നിഗ്രഹിക്കാൻ ഒരുകൂട്ടം കത്തോലിക്കക്കാരായ മതഭ്രാന്തന്മാർ പാർലമെന്റിന് സമീപം കല്ക്കരി സൂക്ഷിക്കുവാനുള്ള

അറകളിൽ ഗൈ ഫോക്സിന്റെ നേതൃത്വത്തിൽ നവംബർ 5 ന് 1605 ൽ പാർലമെന്റ് സമ്മേളനം തുടങ്ങുന്ന ദിവസം സ്ഫോടനമുണ്ടാകുന്ന വിധത്തിൽ കരിമരുന്ന് നിറച്ചു. ജയിംസ് ഒന്നാമന്റെ ജീവനൊടുക്കുകയായിരുന്നു ഉദ്ദേശ്യം. വധഭീഷണിക്കത്ത് ചില അംഗങ്ങൾക്ക് എത്തിച്ചുകൊടുത്തു. സെക്രട്ടറിക്കും കിട്ടി. കത്ത് രാജാവിന്റെ കൈവശവുമെത്തി. നവംബർ 5 ന് സ്ഫോടനം നടത്താനാണ് പരിപാടിയെന്ന് ഉൾക്കാഴ്ചയോടെ അദ്ദേഹം മനസ്സിലാക്കി. നവംബർ 4 ന് ചേംബർലിൻ പ്രഭു പ്രധാനമന്ദിരം സന്ദർശിക്കുകയും സംശയാസ്പദമായി കണ്ട വ്യക്തിയുടെ പേര് ചോദിച്ചറിയുകയും ചെയ്തു. അത് ഗൈ ആണെന്ന് പരിചയപ്പെടുത്തി. നവംബർ 5 ന് മജിസ്ട്രേറ്റുമാർ സമീപകെട്ടിടങ്ങൾ പരിശോധിക്കുകയും വെടിമരുന്ന് നിറച്ചിരുന്ന അറ കണ്ടെത്തുകയും ഓടി രക്ഷപ്പെടാൻ ശ്രമിച്ച ഗൈ ഫോക്സിനെ പിടികൂടുകയും ചെയ്തു. ജനുവരി 27 ന് വെസ്റ്റ്മിനിസ്റ്ററിൽ വിചാരണ ചെയ്യുകയും 1606 ജനുവരി 30 ന് വധശിക്ഷ നടപ്പാക്കുകയും ചെയ്തു. രക്ഷപ്പെടലിന്റെ ഓർമയ്ക്കായി നവംബർ 5 ന് കരിമരുന്ന് കത്തിച്ച് ഇംഗ്ലീഷുകാർ ഇപ്പോഴും ഇത് ആഘോഷിച്ചുവരുന്നു.

നവംബർ 5 ന് പതിനായിരങ്ങൾ വീക്ഷിക്കുന്ന കരിമരുന്ന് പ്രയോഗം ഒട്ടേറെ പട്ടണങ്ങളിൽ ഇപ്പോഴും നടന്നുവരുന്നുണ്ട്. കൂടാതെ 'ഗൈ ഫോക്സ് ഡേയിൽ ഗൈ ഫോക്സിന്റെ കോലം കത്തിക്കുകയും ചെയ്യുന്നു. 'ഗൈ ഫോക്സിന്റെ വെടിമരുന്ന് ഗൂഢാലോചന' കണ്ടുപിടിച്ചതിന്റെ ഓർമ്മയ്ക്കായുള്ള ആഘോഷം നൂറ്റാണ്ടുകൾക്ക് ശേഷവും തുടർന്നുവരുന്നു.

ഗിന്നസ് ബുക്കിലേക്ക്

ഗിന്നസ് ബുക്കിൽ വെറും 24 മണിക്കൂറിനുള്ളിൽ കടന്നുകയറിയ കരിമരുന്ന് പ്രയോഗം കുവൈറ്റിലായിരുന്നു. അവരുടെ ഭരണഘടനയുടെ 50-ാം വാർഷികം ആഘോഷിച്ച വേളയിൽ 77282 കരിമരുന്ന് അമിട്ടുകൾ ആകാശത്തേക്ക് തൊടുത്തുവിട്ട് ലേസർ ലൈറ്റിൽ സൃഷ്ടിച്ച മായാപ്രപഞ്ചം അവിസ്മരണീയ കാഴ്ചയായിരുന്നു.

പടക്കത്തിനുമുണ്ടൊരു ഒളിമ്പിക്സ്

വെടിക്കെട്ട് പ്രേമികൾക്കും ഉണ്ട് 'ഒളിമ്പിക്സ്'! എല്ലാ വർഷവും ഫിലിപ്പൈൻസിലെ മനിലയിൽ അരങ്ങേറുന്ന വേൾഡ് പൈറോ ഒളിമ്പിക്സിനെ (World Pyro Olympics) ലോക അഗ്നിവിദ്യ ഒളിമ്പിക്സ് എന്ന് വിളിക്കാം. ഒളിമ്പിക്സിലും ആദ്യാവസാനം അത്യുജ്ജ്വലമായ കരിമരുന്ന് പ്രയോഗം അരങ്ങ് തകർക്കാറുണ്ട്. ലോകശ്രദ്ധ ആകർഷിക്കുന്ന പ്രകടനമാണ് 'മോൺട്രീൽ ഫയർവർക്സ് ഫെസ്റ്റിവൽ'. ഈ രംഗത്തെ മുഖ്യശക്തികൾ കാനഡ, ചൈന, ജപ്പാൻ, സിംഗപ്പൂർ, യു കെ,

1859 ൽ കാനഡയിലെ മോൺട്രീലിൽ പണിതീർത്ത പാലത്തിന്റെ ഉദ്ഘാടനത്തോടനുബന്ധിച്ച് നടത്തിയ കരിമരുന്ന് പ്രയോഗം. ഹാർപേഴ്സ് ആഴ്ചപ്പതിപ്പിൽ പ്രസിദ്ധീകരിച്ച ചിത്രം.

യു എസ് എന്നിവരാണ്.

ഫിലിപ്പൈൻസിലെ മനിലയിൽ ഫയർവർക്സ് ഒളിമ്പിക്സ് നടന്നു വരുന്നു. നാല് ഒളിമ്പിക്സ് നടന്നു കഴിഞ്ഞു. നാലാമത് ഫിലിപ്പൈൻ പൈറോ മൂസിക്കൽ മത്സരത്തിൽ ചാമ്പ്യനായത് യു കെയിലെ ജൂബിലി ഫയർ വർക്സ് ലിമിറ്റഡ് ആണ്. ഈ വർഷം (2013) മാർച്ച് മാസത്തിലായിരുന്നു ഫൈനൽ. ഇന്ത്യ അന്താരാഷ്ട്ര മത്സരത്തിൽ പങ്കെടുത്തു കാണുന്നില്ല. ഇന്ത്യയിൽ ശിവകാശി ഈ രംഗത്ത് പണ്ടുമുതലേ ഉണ്ടെങ്കിലും അന്താരാഷ്ട്ര മത്സരത്തിനുള്ള സാങ്കേതിക മികവ് അവർ ഇനിയും നേടേണ്ടിയിരിക്കയാണ്. അത്യാധുനിക സാങ്കേതിക വിദ്യകളും, ഇലക്ട്രോണിക്സും പൈറോടെക്നിക്കിന്റെ പുതിയ പുതിയ കണ്ടെത്തലുകളും സുരക്ഷാരീതികളും നമ്മൾ ഈ രംഗത്ത് ഏറെ ഉൾക്കൊള്ളേണ്ടിയിരിക്കുന്നു. അങ്ങനെയെങ്കിൽ മുന്നോട്ടുപോകുമെന്ന് ഉറപ്പാണ്.

1985 ൽ ആരംഭിച്ച മോൺട്രീൽ ഇന്റർനാഷണൽ ഫയർവർക്സ് മത്സരം പ്രത്യക്ഷ ഉദാഹരണമാണ്. ഇലക്ട്രോണിക്സ് ഉപയോഗിച്ചാണ് കരിമരുന്ന് പ്രയോഗം നിയന്ത്രിച്ചത്. ഒപ്പം സംഗീതം കോർത്തിണക്കി പരിപാടിക്ക് ലഹരി പകർന്നു. ഈ മത്സരത്തിന്റെ രജതജൂബിലി 2009 ൽ ഗംഭീരമായ വെടിക്കെട്ടിൽ ആഘോഷിച്ചു. ഏഷ്യൻ രാജ്യങ്ങളിൽ ചൈനയും, ജപ്പാനും ഫിലിപ്പൈനുമൊക്കെ വളരെ മികച്ച പ്രകടനം

1889 ലെ പാരീസ് മേളയോടനുബന്ധിച്ച് ഈഫൽ ഗോപുരത്തിൽ നടത്തിയ കരിമരുന്ന് പ്രയോഗം

കാഴ്ചവച്ചു. ഒളിമ്പിക്സിന്റെ തുടക്കത്തിലും ഒടുക്കത്തിലുമൊക്കെ ഗംഭീരമായ വെടിക്കെട്ട് അവരുടേതാണ്.

പ്രധാനപ്പെട്ട ആഘോഷങ്ങൾ: ഇംഗ്ലണ്ടിലെ ഗൈ ഫോക്സ് ദിനം
കാനഡയിൽ ഡൊമിനിയൻ ദിനം
ഇറ്റലി, സ്പെയിൻ, പോർച്ചുഗൽ, മെക്സിക്കോ തുടങ്ങിയ രാജ്യങ്ങളിലെ ഫീസ്റ്റ് ദിനങ്ങൾ.

കേരളം via പോർച്ചുഗീസ്

പറങ്കികൾ കപ്പലിൽ പൊന്നുമായി വന്ന് കറിയുമായി പോയീന്ന് സംഘകാലകൃതികളിൽ പരാമർശമുണ്ട്. കറി എന്നത് കുരുമുളകാണ്.

> 1498 ലാണ് പോർട്ടുഗീസ് നാവിക നേതാവായ വാസ്കോ-ഡ-ഗാമയുടെ ആഗമനം. 1498 മേയിലാണ് വാസ്കോ-ഡ-ഗാമ കോഴിക്കോട് വന്ന് സാമൂതിരിയെ കണ്ടു നിവേദനം നടത്തിയത്. വെടിവെച്ച് കൊടിയും പറത്തി, പതിമൂന്ന് അകമ്പടിക്കാരോടുംകൂടിയാണ് ഗാമ സാമൂതിരിയുടെ സന്നിധിയിലേക്ക് നീങ്ങിയത്. കേരളം വെടിമരുന്നിന്റെ സ്ഫോടന നാദം കേൾക്കുന്നതും ആ ഗന്ധം ശ്വസിക്കുന്നതും ആദ്യമായിട്ടായിരുന്നു. വാണിജ്യ കാര്യങ്ങൾക്കായി തന്റെ അനുയായികളിൽ ഒരു സംഘത്തെ കോഴിക്കോട് ഒരു താവളമടിക്കാൻ അനുവദിക്കണമെന്ന വാസ്കോ-ഡ-ഗാമയുടെ അഭ്യർത്ഥന സാമൂതിരി നിരസിക്കുകയാണ് ഉണ്ടായത്."
> [പ്രൊഫ. കിളിമാനൂർ വിശ്വംഭരൻ; കേരള സംസ്കാര ദർശനം കാഞ്ചനഗിരി ബുക്സ്, കിളിമാനൂർ]

കൈമാറ്റ വ്യവസ്ഥയുടെ (Barter system) ഭാഗമായി പൊന്നുമാത്രമല്ല വെടിമരുന്നും കൈമാറ്റം ചെയ്തിട്ടുണ്ടാവാം. കേരളീയരെ പരിഭ്രാന്തരാക്കുകയും ഒരളവിൽ അത്ഭുതപ്പെടുത്തുകയും ചെയ്ത കരിമരുന്ന് അത്യുത്സാഹത്തോടെ അവർ കൈപ്പറ്റിയിട്ടുണ്ടാകണം. കേരളത്തിലെ ക്ഷേത്രചരിത്രം പരിശോധിക്കുമ്പോൾ പിതൃആരാധനയുടെ ഭാഗമായി ഉണ്ടായ കുരിയാലകളും കാവുകളോട് അനുബന്ധിച്ച ആരാധനയും പ്രാരംഭമായിരുന്നു എന്ന് കാണാം. കുരിയാലകളിൽ വിളക്ക് വച്ച് ആരാധിക്കുകയും പെരുമ്പറ, ചെണ്ട എന്നിവ കൊട്ടി ചടങ്ങ് അറിയിക്കുകയും ഒപ്പം അനുഷ്ഠാനമാക്കുകയും ചെയ്തു. കരാർ അഥവാ പാട്ടത്തിന് നിലങ്ങളെടുത്ത് കൃഷി ചെയ്തിരുന്ന കാരാളരും ഉടമസ്ഥാവകാശമുണ്ടായിരുന്ന ഊരാളി സഭക്കാരും അമ്പലങ്ങളുമായി കേന്ദ്രീകരിച്ച് വ്യാപാര-വാണിജ്യങ്ങളിൽ ഏർപ്പെട്ടിരുന്നു. കൈമാറ്റ വ്യവസ്ഥയിൽ ലഭിച്ചിരുന്ന സ്വർണ്ണം ഏറെയും ക്ഷേത്രങ്ങളോട് ചേർന്നിടങ്ങളിൽ ചാവേർ സംഘ

ങ്ങൾ സംരക്ഷിച്ചിരുന്നു. ഇത്തരം സ്വർണ്ണശേഖരങ്ങൾ ആക്രമിക്കപ്പെടുക പതിവായിരുന്നു. ഇത്തരം അനിഷ്ടസംഭവങ്ങൾ നാട്ടുകാരെ അറിയിക്കുന്നതിന് വെടിപൊട്ടിച്ചിരുന്നു. വെടിപൊട്ടിച്ച് പറങ്കികൾ അവരുടെ വരവും ശക്തിയും അറിയിച്ചതുപോലെ പൊങ്കാലയും പറയിടീലും തിരുവരവും മാളോരെ അറിയിക്കാൻ വെടിപൊട്ടിച്ചിരുന്നുവെന്ന് അനുമാനിക്കാം.

ഒട്ടുമിക്ക അമ്പലങ്ങളും കാവുകളോട് അനുബന്ധിച്ചായിരുന്നു നിലകൊണ്ടത്. അനുഷ്ഠാനത്തിലുപരി ആരാധനാചടങ്ങുകൾ നടക്കുമ്പോൾ വന്യജീവികളുടെ ശല്യം ഒഴിവാക്കാനായി വെടിപൊട്ടിച്ചിരുന്നു. ഒപ്പം ചടങ്ങുകൾ നാട്ടുകാരെ അറിയിക്കുവാനുള്ള ഒരു സിഗ്നൽ എന്ന നിലയിലും വെടി ഉപയോഗിച്ചിരുന്നു. ഇന്നും സ്വീകരണങ്ങളും ഉദ്ഘാടനങ്ങളും വിജയങ്ങളും വെടിയൊച്ച സിഗ്നലായി ഉപയോഗിക്കുന്നു. ആചാരവെടിയും തുടരുന്നു. ഇപ്പോഴും കാവുകളോട് അനുബന്ധിച്ച ക്ഷേത്രങ്ങളിൽ തന്നെയാണ് ഗംഭീരമായ വെടിക്കെട്ട് അരങ്ങേറുന്നത്. ഉത്രാളിക്കാവ്, നെന്മാറ, കാവിശ്ശേരി, മലനട എന്നിവ ഉദാഹരണങ്ങൾ മാത്രം.

കെട്ടുകാഴ്ചകളിൽ നിഴലിക്കുന്നത് ബുദ്ധമത സ്വാധീനമാണ്. ഈ ആഘോഷങ്ങൾക്ക് പകിട്ട് നല്കാനാകണം വെടിക്കെട്ട് ആരംഭിച്ചത്. കൊടിയേറ്റവും കൊടിയിറക്കവും വെടിക്കെട്ടോടെയാണ് നടക്കുക. ദീപാരാധനയോട് ചേർന്ന് വെടി പൊട്ടിക്കാറുണ്ട്. കാലാന്തരമായി ഇതൊരു ആചാരമായി. കേരളത്തിൽ തിരുവനന്തപുരം ജില്ലയിലെ വെടിവെച്ചാം കോവിലിൽ മുഖ്യം, രാവും പകലുമുള്ള വെടിവഴിപാടാണ്.

വെടിമരുന്നിന്റെ ചരിത്രത്തിന് കേരളത്തിൽ അഞ്ച് നൂറ്റാണ്ട് പഴക്കമേ കാണാൻ കഴിഞ്ഞുള്ളൂ. പിന്നിലേക്കുള്ള അന്വേഷണം തുടരുന്നു. ഇപ്പോൾ കാണുന്ന തരത്തിലുള്ള ഗംഭീര വെടിക്കെട്ടുകൾ ആരംഭിച്ചിട്ട് ഏകദേശം നൂറ് വർഷമേ ആയിട്ടുള്ളൂ. കുറ്റിവെടിയിൽക്കൂടിയും കൈവെടിയിൽക്കൂടിയും കരിമരുന്ന് പ്രയോഗത്തിന്റെ ആരംഭം കുറിക്കുകയുണ്ടായി. കാലാന്തരേണ വെടിക്കോട്ടയും ചുറ്റുവെടികളും മത്താപ്പും വാണവും വെടിക്കെട്ടുകലയിൽ പരിണമിച്ചു. ആദ്യകാലത്തെ വെടിക്കെട്ടിന്റെ മുഖ്യഘടകങ്ങളായിരുന്നു തറക്കോട്ട, കമ്പച്ചക്രം, അരിവാലക്കുട, സൈഡ് മാലകൾ, കലായം തുടങ്ങിയവ. കേരളത്തിൽ ഇക്കാര്യത്തിൽ പാരമ്പര്യം അവകാശപ്പെടാവുന്നത് കൊല്ലം പരവൂർ പുറ്റിങ്ങൽ ദേവീക്ഷേത്രത്തിനാണ്. 1929 ൽ അതിഗംഭീരമായ മത്സരവെടിക്കെട്ട് ആദ്യമായി തുടങ്ങിവെച്ചത് ഇവിടെയായിരുന്നു. മത്സരിച്ചത് പരവൂർ ടി ആർ ഗോവിന്ദനാശാനും ചാലയിൽ കൊച്ചുരാമൻ ആശാനും തമ്മിലായിരുന്നു. അന്ന് അവിടെ നിർമ്മിച്ച സ്ഥിരമായ രണ്ട് കമ്പപ്പുരകൾ ഇന്നുമുണ്ട്. ഇപ്പോഴും ഇവിടെ മത്സരക്കമ്പം മീനഭരണിക്ക് അരങ്ങേറുന്നുണ്ട്.

50 അടിയോളം പൊക്കം വരുന്ന അടയ്ക്കാമരത്തിന്റെ അഗ്രത്താ

യിരുന്നു തടിതട്ടകം കൊണ്ടുള്ള കൂറ്റൻ കലായങ്ങളുടെ സ്ഥാനം. ഇത്തരം കലായങ്ങളിൽ 300 ൽ പരം കുഴൽ അമിട്ടുകൾ തരം തിരിച്ച് സജ്ജമാക്കി കത്തിക്കുമായിരുന്നു. കാലത്തിനും കരിമരുന്ന് കലയ്ക്കും മാറ്റം വന്നതോടെ സുരക്ഷിതത്വം കണക്കിലെടുത്ത് കലായത്തിന്റെ സ്ഥാനം വിണ്ണിൽ നിന്ന് മണ്ണിലേക്ക് മാറ്റപ്പെട്ടു: പരവൂരിന്റെ വെടിക്കെട്ട് പാരമ്പര്യം ആരാമം സോമൻ വിശദമാക്കുകയുണ്ടായി.

സ്വാതന്ത്ര്യത്തിന്റെ മണി എവിടെ മുഴങ്ങുന്നുവോ അവിടെ അണ പൊട്ടുന്ന ആഹ്ലാദം പ്രകടിപ്പിക്കുന്നതിന് കരിമരുന്ന് പ്രയോഗത്തിനപ്പുറം ജനങ്ങൾക്ക് മറ്റൊന്നുമില്ല.

2

കരിമരുന്നിന്റെ രസതന്ത്രം

ഘടകങ്ങളുടെ അളവിൽ ഏറ്റക്കുറച്ചിലുകൾ ഉണ്ടെങ്കിലും അടിസ്ഥാനപരമായി വെടിമരുന്നിന്റെ ചേരുവകൾക്ക് ഗണ്യമായ മാറ്റമില്ല. വെടിയുപ്പ്, ഗന്ധകം, കരിപ്പൊടി എന്നിവയാണ് വെടിമരുന്നിന്റെ പ്രധാന കൂട്ട്. ഗന്ധകം (Sulphur) ഒഴിവാക്കിയുള്ള കൂട്ടുമുണ്ട്. പ്രത്യേകിച്ച്, മിലിട്ടറി ആവശ്യത്തിന് കുറഞ്ഞ നിരക്കിൽ മരുന്ന് കത്തിപ്പിടിപ്പിക്കേണ്ടി വരുമ്പോൾ. ഈർപ്പം ആഗിരണം ചെയ്യുന്നത് കുറയ്ക്കുവാൻ പൊട്ടാസ്യം ക്ലോറേറ്റ് ചേർക്കാറുണ്ട്. പൊട്ടാസ്യം നൈട്രേറ്റിനെ അപേക്ഷിച്ച് പൊട്ടാസ്യം ക്ലോറേറ്റ് കുറച്ച് ഈർപ്പമേ ആഗിരണം ചെയ്യുകയുള്ളൂ. ജലബാഷ്പത്തെ ആഗിരണം ചെയ്യുന്നത് തീരെ കുറയ്ക്കുവാൻ ഈഥയിൽ സെല്ലുലോസും ജ്വലന വേഗത കൂട്ടുന്നതിന് ഫിനോൾഫ്തലിനും ചേർക്കാറുണ്ട്.

നമ്മൾ വെടിമരുന്ന് മുഖ്യമായും മൂന്ന് രീതിയിൽ പ്രയോജനപ്പെടുത്തുന്നു.

1. സ്ഫോടക വസ്തു (Explosive)
2. തീപിടിപ്പിക്കുന്നതിന് (Igniter)
3. തള്ളുമരുന്ന് (Propellant)

വെടിമരുന്നിന്റെ ജ്വലനം എങ്ങനെയെന്നും എന്തുകൊണ്ടെന്നും പരിശോധിക്കാം. പൊട്ടാസ്യം നൈട്രേറ്റ് ചൂടായി 130 ഡിഗ്രിയിൽ എത്തുമ്പോൾ റോംബിക് പരൽ ഘടനയിൽ നിന്ന് ട്രൈഗണൽ ഘടനയിലേക്ക് മാറുകയും പരൽ രൂപം അയഞ്ഞ് രാസപ്രവർത്തന ശേഷി കൂടി എളുപ്പത്തിൽ കത്തുന്നതായി മാറുന്നു. 338° ഡിഗ്രി ചൂടിൽ കമ്പനവും മറ്റ് അറ്റോമിക ചലനങ്ങളും തന്മാത്രകൾ തമ്മിലുള്ള വൈദ്യുതാകർഷണത്തെ അതിജീവിക്കുകയും പരൽ ഉരുകുകയും ചെയ്യുന്നു. താഴ്ന്ന ദ്രവാങ്കണം ഇത്തരം ഉപയോഗത്തിന് നിർണ്ണായകമാണ്. വെടിമരുന്ന്

നിർമ്മിക്കുമ്പോൾ പ്രയോഗിക്കുന്ന ഇടിച്ചൊതുക്കൽ മർദ്ദത്തിന്റെ ഫലമായി സ്വതന്ത്രമായ ആന്തരിക വ്യാപ്തം തീരെ കുറയുകയും അതിന്റെ പൊറോസിറ്റി (Porosity) താഴുകയും ഒരു മിശ്രിതത്തിന് (Mixture) പകരം സംയുക്തം (Compound) പോലെ വെടിമരുന്ന് പ്രവർത്തിക്കുകയും ചെയ്യുന്നു.

വളരെ താഴ്ന്ന മർദ്ദത്തിലായാലും ദ്രുതഗതിയിൽ കത്തുമെന്നതാണ് വെടിമരുന്നിന്റെ മുഖ്യ ഗുണം.

ഇത് വെടിമരുന്നിന് മികച്ച ജ്വലന ഗുണങ്ങൾ പ്രദാനംചെയ്യുന്നു. കരിപ്പൊടിയും പുകയറയും ഗ്രാഫൈറ്റിന്റെ മൈക്രോക്രിസ്റ്റലുകളാണ്. ഇതിന്റെ ഹെക്സഗണൽ ഘടന മൃദുത്വവും ലൂബ്രിക്കേഷനും നല്കുന്നു. കരിപ്പൊടിയുടെ വർദ്ധിച്ച പ്രതലവിസ്തീർണ്ണം ഗണ്യമായ അളവിൽ വായുവിനെയും ബാഷ്പത്തെയും പ്രത്യേകിച്ച് സൾഫർ ഡയോക്സൈഡിനെയും ജ്വലനത്തിനിടയിൽ വലിച്ചെടുക്കുന്നു. ഇത് ജ്വലനത്തെ കൂടുതൽ സഹായിക്കുന്നു.

വെടിമരുന്ന് ഇടിച്ചൊതുക്കുമ്പോൾ ഗന്ധകം പ്ലാസ്റ്റിക് പോലെ ഒഴുകി വെടിമരുന്നിന്റെ ആന്തരിക വ്യാപ്തം തീരെ കുറയ്ക്കുന്നു. കരിപ്പൊടി ചൂടാകുമ്പോൾ ഉണ്ടാകുന്ന, ദ്രുതഗതിയിൽ ബാഷ്പീകരിക്കുന്ന, കാർബണിക പദാർത്ഥം ഗന്ധകവും നൈറ്ററുമായി ചേർന്ന് വൻതോതിൽ വാതകമുണ്ടാകാൻ സഹായിക്കുന്നു. കരിപ്പൊടിയിലെ വേഗം ബാഷ്പീകരിക്കുന്ന കാർബണിക പദാർത്ഥം കരിമരുന്നിന്റെ ആക്ടിവേഷൻ ഊർജ്ജവും ഒപ്പം കത്തിതുടങ്ങുവാനുള്ള ഊഷ്മാവും കുറയ്ക്കുന്നു. നിർമ്മാണഘട്ടത്തിൽ നല്ലതുപോലെ ഇടിച്ച് ഒതുക്കി ചേർത്താൽ ഗന്ധകത്തിന്റെ ഒഴുക്ക് കരിമരുന്ന് ഏറെനേരം കത്തി നില്ക്കാൻ സഹായിക്കുന്നു.

ജലാംശം കൂടിയാൽ വെടിമരുന്ന് കത്തിത്തീരുവാൻ ഏറെ നേരമെടുക്കും. കൂടിയ ജലാംശം വെടിമരുന്നിന്റെ ജ്വലനഗുണം തീരെ കുറയ്ക്കുകയും ചെയ്യും. പരക്കെ സ്വീകരിക്കപ്പെട്ടിട്ടുള്ള ജലാംശം 0.5 മുതൽ 1.4 ശതമാനം വരെയാണ്.

രസതന്ത്രം

കരിമരുന്നിന് തീകൊളുത്തുമ്പോൾ താപവിഘടനം ഉണ്ടാവുകയും തുടർന്ന് കത്തിപ്പിടിക്കുകയും ചെയ്യുന്നു. താപവിഘടനത്തിന്റെ ഫലമായി ഹൈഡ്രജൻ സൾഫൈഡ് (H_2S), നൈട്രജൻ ഓക്സൈഡ് (N_2O) എന്നീ വാതകങ്ങൾ ഉണ്ടാകുന്നു. ചൂടാകുമ്പോൾ കരിമരുന്നിലുള്ള ഗന്ധകം വേഗത്തിൽ ബാഷ്പമാകുന്ന കരിപ്പൊടിയിലെ കാർബണിക പദാർത്ഥവുമായി പ്രതിപ്രവർത്തിച്ച് ഹൈഡ്രജൻ സൾഫൈഡ് (H_2S) ഉണ്ടാകുന്നു.

$S +$ കാർബണിക പദാർഥം $\rightarrow H_2S$ (വാതകം) (1)

അതേ സമയം നൈറ്ററും (KNO_3) കാർബണിക പദാർത്ഥവുമായി

കരിമരുന്നിന്റെ വിവിധ രൂപങ്ങൾ

ചേർന്ന് നൈട്രജൻ ഓക്സൈഡ് ഉണ്ടാകുന്നു.

KNO_3+ കാർബണിക പദാർത്ഥം $\rightarrow NO_2$(വാതകം) (2)

കൂടാതെ ഗന്ധകവും KNO_3 യും ചേർന്ന് വീണ്ടും NO_2 തരുന്നു.

ഒപ്പം നൈട്രിക് ഓക്സൈഡും (NO) ഉണ്ടാകുന്നു.

$$2KNO_3 + S \rightarrow K_2SO_4 + 2NO \quad (3)$$

$$KNO_3 + 2NO \rightarrow KNO_2 + NO + NO_2 \quad (4)$$

ഇനി വാതകങ്ങൾതമ്മിലുള്ള പ്രതിപ്രവർത്തനമാണ്.

$$H_2S + NO_2 \rightarrow H_2O + S + NO \quad (5)$$

ഇവിടെ ഗന്ധകം പുനരുല്പാദിപ്പിക്കപ്പെടുന്നു. H_2S തീരുന്നതുവരെ പ്രവർത്തനം തുടരുന്നു. NO_2 വീണ്ടും ഗന്ധകവുമായി പ്രതിപ്രവർത്തിക്കുന്നു.

$$2NO_2 + 2S \rightarrow 2SO_2 + N_2 \quad (6)$$

ഇപ്പോൾ ലഭിച്ച SO_2 ഉടനടി പൊട്ടാസ്യം നൈട്രേറ്റുമായി പ്രവർത്തിച്ച് വീണ്ടും NO_2 തരുന്നു.

$$2KNO_3 + SO_2 \rightarrow K_2SO_4 + 2NO_2 \quad (7)$$

പ്രതിപ്രവർത്തനങ്ങൾ (5) ഉം (6) ഉം താപശോഷണ (താപം വലിച്ചെടുക്കുന്ന) പ്രവർത്തനമാണ്. എന്നാൽ പ്രതിപ്രവർത്തനം (7) താപമോചകം (താപം പുറത്തേക്ക് വിടുന്ന) ആകുന്നു. ഈ താപമാണ് കരിമരുന്നിന്റെ തുടർന്നുള്ള ജ്വലനം സാദ്ധ്യമാക്കുന്നത്. കരിമരുന്ന് കത്തുന്നത് രാസപരമായി ഇപ്രകാരം എഴുതിക്കാണിക്കാം.

$$4KNO_3\ (ഖ)\ 7C\ (ഖ) + S\ (ഖ) \rightarrow 3CO_2\ (വ) + 3CO\ (വ) + 2N_2\ (വ) + K_2CO_3\ (ഖ) + K_2S(ഖ) \quad (8)$$

ഖ: ഖരം
വ: വാതകം

ഉരുകിയ പൊട്ടാസ്യം ലവണങ്ങൾ ചിതറിപ്പടർന്ന് ജ്വലനം വ്യാപിക്കുന്നു. കരിമരുന്ന് കത്തുമ്പോഴുണ്ടാകുന്ന ഉന്നത മർദ്ദത്തിലും ഊഷ്മാവിലുമുള്ള വാതകങ്ങളാണ് സ്ഫോടനമുണ്ടാക്കുന്നത്.

മൂന്ന് മോൾ കാർബൺ ഡൈ ഓക്സൈഡും അത്രയും തന്നെ കാർബൺ മോണോക്സൈഡും രണ്ട് മോൾ നൈട്രജനും ഉണ്ടാകുന്നു. അങ്ങനെ 8 മോൾ വാതകങ്ങൾ ഉല്പാദിപ്പിക്കപ്പെടുന്നു. 4 മോൾ നൈറ്ററും (404 ഗ്രാം) 7 മോൾ കരിപ്പൊടിയും (84 ഗ്രാം) 1 മോൾ ഗന്ധകവും (32 ഗ്രാം) ചേരുമ്പോഴാണിത്. 520 ഗ്രാം കരിമരുന്ന് കത്തുമ്പോഴാണിത് ലഭ്യമാകുന്നത്. കരിമരുന്ന് കത്തുമ്പോഴുള്ള ഊഷ്മാവ് 2000 ഡിഗ്രി സെൽഷ്യസ് എന്ന് കരുതിയാൽ ജ്വലനഫലമായി 156 ലിറ്റർ വാതകമുണ്ടാകും.

ചുരുക്കത്തിൽ വെടിമരുന്നിന്റെ പ്രവർത്തനത്തിൽ രണ്ട് ഘട്ടങ്ങളുണ്ട്. ആദ്യം താപ വിഘടനവും പിന്നീട് ജ്വലനവും. സമവാക്യം (8) ഏറെ ലളിതവല്ക്കരിച്ച ആവിഷ്കാരമാണ്. യഥാർത്ഥത്തിൽ വെടിമരുന്നിന്റെ ജ്വലനംകൂടുതൽ സങ്കീർണ്ണമാണ്. ആദ്യത്തെ അദ്ധ്യായത്തിൽ കുറച്ചുകൂടി സമഗ്രമായ രാസപ്രവർത്തനം ചുരുക്കി നല്കിയിട്ടുണ്ട്. ലളിതമായി പറഞ്ഞാൽ ഒരു ലിറ്റർ വെടിമരുന്ന് കത്തിയാൽ 600 ലിറ്റർ വാതകമുണ്ടാകും. ഒരു ചെറിയ പൊതിയിൽ വെടിമരുന്ന് ഒതുക്കി വച്ച് കത്തിച്ചാൽ സ്ഫോടനമുണ്ടാക്കുന്നത് വർദ്ധിച്ച അളവിലുണ്ടായ തപ്തവും മർദ്ദിതവുമായ വാതകങ്ങളാണ്.

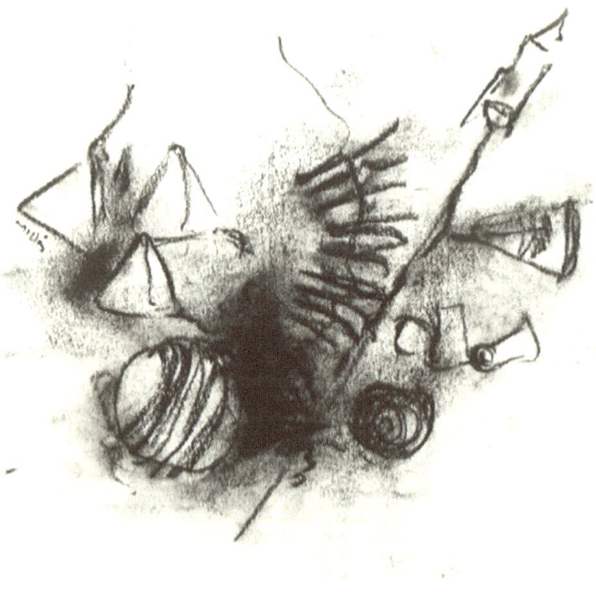

3

പടക്കവും പെരുക്കവും

കേരളത്തിലെ ക്ഷേത്രങ്ങളിലും പള്ളികളിലും, നേർച്ചയായി കാഴ്ചവയ്ക്കുന്ന വെടിക്കെട്ടിന് ഒരു ചിട്ടയുണ്ട്. മൂന്നോ നാലോ ഘട്ടങ്ങളായി പൊട്ടി പുരോഗമിക്കും. തെക്കൻ കേരളത്തിലും വടക്കൻ കേരളത്തിലും കത്തിക്കുന്ന ഇനങ്ങളുടെ ക്രമത്തിന് വ്യത്യാസമുണ്ട്. കലായം, വാണം, അമിട്ട് എന്നിവയാണ് വിവിധ ഘട്ടങ്ങളിൽ ഉൾപ്പെട്ടിരിക്കുന്നത്. ഈ അദ്ധ്യായത്തിൽ പടക്കവും പെരുക്കവും തുടർന്നുള്ളതിൽ മറ്റ് വിഭാഗങ്ങളും ഉൾക്കൊള്ളിച്ചിരിക്കുന്നു.

മാലപ്പടക്കം

മാലപ്പടക്കം ഉണ്ടാക്കുന്നതിനായി കയറുവലിച്ചു കെട്ടി അതിൽ കരിമരുന്ന് പുരട്ടിയ തിരി ചേർത്ത് പിടിപ്പിച്ചശേഷം ഓലപ്പടക്കം ഓരോന്നായി അടുത്തടുത്ത് കോർത്ത് കെട്ടിയിടുന്നു. വാഴനാരിൽ പൂവ് കെട്ടി മാലയുണ്ടാക്കുന്നതുപോലെയാണിത്. മാലപ്പടക്കത്തിലെ എല്ലാ പടക്കങ്ങളും കരിമരുന്ന് തിരിയുമായി കോർത്തിണക്കിയിരിക്കും. അതുകൊണ്ടാണ് ഒരറ്റത്ത് തീ കൊളുത്തുമ്പോൾ തുടർച്ചയായി മറ്റേ അറ്റത്തേക്ക് കത്തിപ്പടരുന്നത്. കത്തി നീങ്ങുന്നതിനനുസരിച്ച് പടക്കമാലകളുടെ വരികളും കൂടിക്കൂടി വരുന്നു. വെടിക്കെട്ടിൽ പടക്കവും പെരുക്കവും എന്ന ഈ ഇനത്തിൽ പതിനായിരക്കണക്കിന് ഓലപ്പടക്കങ്ങൾ ഉണ്ടായിരിക്കും.

ഉയർന്ന ശ്രുതിയിൽ പൊട്ടുന്ന ഓലപ്പടക്കത്തിനൊപ്പം പുട്ടിന് തേങ്ങ എന്നപോലെ ശ്രുതി താഴ്ത്തി കിടിലം ആറ്റൻ ഗുണ്ടുകളും പൊട്ടിക്കും. ഗുണ്ടുവെടിയുടെ ആവർത്തനം ക്രമേണ അടുത്തടുത്താകും. ചെണ്ടക്കോലിടുന്നപോലെ ഇതിലും താളലയം സൃഷ്ടിക്കാറുണ്ട്.

തെക്കൻ കേരളത്തിലും വടക്കൻ കേരളത്തിലും കരിമരുന്ന് പ്രയോഗിക്കുന്നതിൽ അല്പം വ്യത്യാസം കാണപ്പെടുന്നു. വടക്കൻ കേരളത്തിൽ

ശബ്ദത്തിനാണ് പ്രാമുഖ്യം.

ലോകത്തിലെ ഏറ്റവും മികച്ച വെടിക്കെട്ടുകളിൽ ഒന്ന് അരങ്ങേറുന്നത് പാലക്കാട് ജില്ലയിലെ നെന്മാറ-വല്ലങ്ങി വേല ആഘോഷങ്ങളോടനുബന്ധിച്ചാണ്. നെല്ലിക്കുളങ്ങര ഭഗവതിക്ഷേത്രം വേല കൊല്ല വർഷം മീനം 20 ന് ആണ്. കൊടകര ദേശത്തിന്റെ ഉത്സവത്തിൽ ലക്ഷോപലക്ഷങ്ങൾ പങ്കെടുക്കുന്നു. സംസ്ഥാനത്തിനകത്തുനിന്നും പുറത്തുനിന്നുമായി ജനസാഗരം വേലപ്പറമ്പിലേക്കൊഴുകും. രണ്ട് തവണയായിട്ടാണ് വെടിക്കെട്ട്. ഇരു ദേശക്കാരുടെയും എഴുന്നള്ളത്തുകളും കാവിറങ്ങുന്നതോടെ വൈകിട്ട് 6.15 ന് പകൽ വെടിക്കെട്ടിന് തിരികൊളുത്തും. പഞ്ചവാദ്യത്തിന് ശേഷം പുലർച്ചെ 3 മണിയോടെ രാത്രിവെടിക്കെട്ടിന് തിരികൊളുത്തും. തൃശൂർ പൂരം, ഉത്രാളിക്കാവ്, കാവിശ്ശേരി പൂരം, തിരുവില്വാമല പാവറട്ടി പള്ളി എന്നിങ്ങനെ ഒട്ടേറെ പൂരങ്ങളോടനുബന്ധിച്ച് അതിഗംഭീരമായ വെടിക്കെട്ടുകൾ അരങ്ങേറുന്നു. തെക്കൻ കേരളത്തിൽ ശ്രദ്ധേയമായ വെടിക്കെട്ടുകൾ നടക്കുന്നത് പരവൂർ പുറ്റിങ്ങൽ, തലവൂർ, പേരൂർ, മലനട എന്നിവിടങ്ങളിലാണ്. കണ്ണെത്താത്ത ദൂരമുള്ള വയലേലകളിലാണ് ഒട്ടുമിക്ക വെടിക്കെട്ടുകളും അരങ്ങേറുന്നത്. കൊയ്ത്ത് കഴിയുന്നതോടെ നെല്പാടങ്ങൾ ഉത്സവത്തിന്റെ അരങ്ങുകളാകുന്നു.

വേലപ്പറമ്പിന്റെ ഒരറ്റത്ത് നിന്ന് തുടങ്ങി നിരനിരയായി നാട്ടിയ കാറ്റാടിക്കഴകളിൽ മാലപ്പടക്കം വർദ്ധിച്ചുവരുന്ന വരികളിലായി വലിച്ചു കെട്ടുന്നു. മാലപ്പടക്കത്തോടൊപ്പം ഇടവിട്ടിടവിട്ട് പന്തുപോലിരിക്കുന്ന ചെറുതും വലുതുമായ ആറ്റനുകൾ (ആറ്റംബോംബുകൾ) കെട്ടിയിടുന്നു.

പൂരം വെടിക്കെട്ടിലെ കാണികൾ

ഒപ്പം കഴകളുടെ അരികിലായി കുഴിവെടികളും വിന്യസിക്കുന്നു. ഇവയുടെ തിരികളും വഴിമരുന്നിട്ട് ബന്ധിപ്പിച്ചിരിക്കും. കത്തുമ്പോൾ അത് ഉഗ്രശബ്ദമുണ്ടാക്കുന്നതാണ് ആറ്റനുകൾ. ഇത് പേരിൽനിന്ന് വ്യക്തമാണ്. ചെറുത്, വലുത്, തൂക്കിക്കെട്ട് എന്നിങ്ങനെ മൂന്നിനങ്ങൾ ഉണ്ട്. ആരംഭസ്ഥലത്ത് രണ്ടോ മൂന്നോ മാലപ്പടക്കത്തിന്റെ വരികൾ ഉണ്ടാകും. നൂറുകണക്കിന് മീറ്റർ കഴിഞ്ഞാണ് ഇതിന്റെ അവസാന ഭാഗത്ത് എത്തുന്നത്. ഇവിടേക്കെത്തുമ്പോഴേക്കും മാലകളുടെ എണ്ണവും കൂടുന്നു. ഇവിടെ ആറാൾ പൊക്കത്തിലും നീളത്തിലും കെട്ടിയ ചതുരക്കെട്ടിലോ അല്ലെങ്കിൽ സമാനമായ നിർമ്മിതിയിലോ മാലപ്പടക്കം തലങ്ങനെയും വിലങ്ങനെയും കെട്ടിയിടുന്നു. ഇതിൽ ഏറ്റവും ശക്തിയേറിയ തൂക്കിക്കെട്ട് ആറ്റനുകൾ പന്തുകൾ പോലെ കെട്ടിയിടുന്നു. ഇതിനോടു ചേർന്ന് വലിയ കുഴിവെടികളും ഡൈനകളും മിന്നൽ ഗുണ്ടുകളുമെല്ലാം തറയിൽ ചെറുകുഴികളിലായി വിന്യസിച്ചിരിക്കുന്നു. ഇവയെല്ലാം കാതടപ്പിക്കുന്ന ശബ്ദം ജനിപ്പിക്കുന്നതാണ്. കുഴികളെ തമ്മിൽ കരിമരുന്നിനാൽ ബന്ധിപ്പിച്ചിരിക്കും.

തെക്കൻ കേരളത്തിൽ മാലപ്പടക്കത്തിന്റെ അവസാനഭാഗത്ത് മാത്രമേ കുഴിവെടികൾ ഒരുക്കാറുള്ളൂ. ഒന്നര അടിയോളം താഴ്ചയുള്ള കുഴികളിൽ കടലാസ് വിരിച്ച് കാർഡ്ബോർഡ് കൊണ്ട് വശങ്ങൾ പൊതിഞ്ഞ് കുഴിവെടികൾ (Mines) താഴ്ത്തി വയ്ക്കുന്നു. ഒരു ചക്കയുടെ വലിപ്പമുണ്ട് ഇതിന്. തിരി കുഴിക്കു മുകളിൽ പുറത്തേക്കിട്ടിരിക്കുന്നു. കുഴിവെടികളെ പരസ്പരം ബന്ധിപ്പിക്കുവാൻ അവയ്ക്കിടയിൽ പേപ്പർ വിരിച്ചശേഷം കരിമരുന്നുകൊണ്ട് ബന്ധിപ്പിക്കുന്നു. കുഴിവെടികളുടെ തിരികളെല്ലാം കരിമരുന്ന് വിതറിയ പാതയിൽ ബന്ധിപ്പിച്ചിരിക്കും. ചതുരക്കെട്ടിലെ പടക്കത്തിന് തീ പിടിക്കുമ്പോൾ

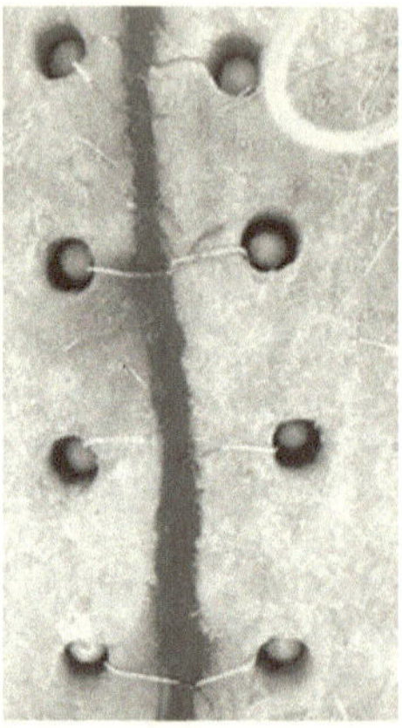

വഴിമരുന്നിട്ട് ബന്ധിപ്പിച്ച കുഴിവെടികൾ

മാലപ്പടക്കനിർമാണം

തന്നെ കുഴിവെടി കത്തി പല തീവ്രതയിലും ഇടവേളകളിലും പിന്നീട് ഒന്നും തിരിച്ചറിയാൻ കഴിയാത്ത വിധം മറ്റൊരു ലോകത്തെത്തിയ അനുഭവം ഉണ്ടാക്കും.

ക്ഷേത്രത്തിൽനിന്ന് പൂജിച്ചുകിട്ടിയ കത്തിച്ച തിരികൊണ്ടുവന്ന് മാലപ്പടക്കത്തിന് തിരികൊളുത്തി അഗ്നിവിദ്യാപ്രയോഗം അരങ്ങേറു

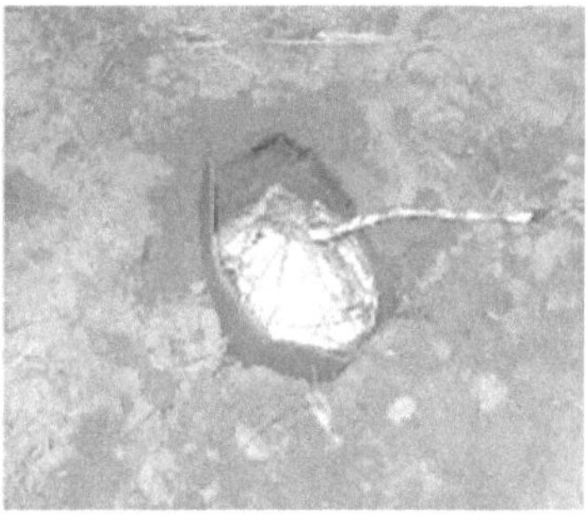

ആറ്റനുകളും കുഴിവെടിയും

കയായി. മാലപ്പടക്കത്തിന്റെ ഒരറ്റത്തുനിന്ന് കത്തിപ്പിടിച്ച് ദ്രുതഗതിയിൽ പൊട്ടിപ്പടർന്ന് ആറ്റനുകളിൽ ദിഗന്തങ്ങൾ ഭേദിക്കുമാറ് അത്യുച്ച ത്തിലെത്തി ചതുരക്കെട്ടിൽ പടർന്ന് പിടിച്ച് തിളങ്ങിയ വെളിച്ചത്തിൽ പരിസരമാകെ ശബ്ദസൗകുമാര്യം തീർക്കുന്നു. അവസാനം കമ്പത്തറ യിൽ ഒരറ്റത്തുനിന്ന് കത്തി തീഗോളങ്ങൾ നിലമാകെ നൃത്തമാടി കത്തിപ്പടർന്ന് തീക്കടൽ സൃഷ്ടിച്ച് ഉഗ്രശബ്ദത്തിൽ പടക്കത്തിന്റെ പെരുക്കം അരങ്ങേറുന്നു. കാതിനിമ്പം മാത്രമല്ല കാഴ്ചയ്ക്ക് ശോഭയും അനുഭവത്തിന് പെരുക്കവും കൂട്ടാൻ ശബ്ദമേറെയില്ലാത്ത വർണ്ണങ്ങൾ

മാലപ്പടക്കവും ആറ്റൻ ഗുണ്ടുകളും

വിരിയിക്കുന്ന കളർബോളുകളും മിന്നൽപ്പിണർ സൃഷ്ടിക്കുന്ന മിന്നൽ ഗുണ്ടുകളും ഉയരത്തിലെത്തി പൊട്ടിവിടരുന്ന കളർ അമിട്ടുകളും കൂടാതെ കുഴിവെടികളും അകമ്പടി സേവിച്ച് വെളിച്ചത്തിന്റെയും ശബ്ദത്തിന്റെയും പെരുക്കം വിസ്മയമൊരുക്കുന്നു.

ഇരുന്നൂറ് മീറ്ററോളം കെട്ടിത്തൂക്കിയ മാലപ്പടക്കവും അതിനു പെരുക്കമുണ്ടാക്കാൻ അത്യുഗ്രൻ കുഴിവെടികളും ഡൈനകളും ദിഗന്തങ്ങളെ ഭേദിക്കുമാറ് ശ്രവണത്തിന്റെ ഉച്ചസ്ഥായിയിലെത്തിച്ച് ശാന്തമാകുന്നു. ശോഭയാർന്ന കാഴ്ചയും ഇന്ദ്രിയങ്ങളെ ത്രസിപ്പിക്കുന്ന ശബ്ദവും കൊണ്ട് വെടിക്കെട്ടിന്റെ ആദ്യ ഇനം പൂർണ്ണമാവുകയാണ്. ലക്ഷക്കണക്കിന് ജനങ്ങൾക്ക് നിർവൃതിയും ഒരുപിടിയാളുകൾക്ക് ആശ്വാസവും പകർന്ന് വെടിക്കെട്ടിന്റെ ഉത്സവം !

വെടിഗുണ്ടും കുഴിവെടിയും

ഗുണ്ട് വെടി നിർമ്മിക്കുന്നതിന് രണ്ട് രീതികളുണ്ട്. ഒന്ന്, കരിമരുന്ന് കടലാസിൽ എടുത്ത് തിരിയിട്ട് പൊതിഞ്ഞ്, ചണം കൊണ്ട് നല്ലവണ്ണം വരിഞ്ഞു കെട്ടി പന്ത് രൂപത്തിലാക്കുന്നു. ഇതിന്റെ തിരി പുറത്തേക്കിട്ടിരിക്കും. രണ്ടാമത്തെ രീതിയിൽ ആണെങ്കിൽ കടലാസ് പന്തിൽ അഥവാ

ചട്ടത്തിൽ ഘടിപ്പിച്ച മാലപ്പടക്കങ്ങളും ഗുണ്ടുവെടികളും

ഗുണ്ടുവെടി

ഗുണ്ടിൽ മരുന്ന് നിറച്ച് തിരിയിട്ട്, പുറത്ത് ചണം വരിഞ്ഞുകെട്ടി തിരി പുറത്തേക്ക് വരത്തക്കവിധം ബലപ്പെടുത്തിയെടുക്കുന്നു. ഇതിൽ ഉപയോഗിക്കുന്ന മരുന്നിന്റെ അളവ് അനുസരിച്ചാണ് പൊട്ടുമ്പോഴുള്ള ശബ്ദം. ഉള്ളിലെ മരുന്നിന്റെ അളവും ചുറ്റുചണത്തിന്റെ മുറുക്കവും ഇത് തീരുമാനി ക്കുന്നു.

കുഴിവെടി നിർമ്മിക്കുന്നതിന് ഗുണ്ടിൽ വെടിമരുന്ന് നിറച്ച് മുകളിൽ ഫ്യൂസ് പിടിപ്പിക്കുന്നു. കടലാസിൽ അടിമരുന്നിട്ട് ഗുണ്ട് വെച്ച് പൊതിയുന്നു. തിരി ഫ്യൂസിലും അടിമരുന്നിലും ബന്ധിപ്പിച്ചിരിക്കും. തിരി കുഴിക്ക് പുറത്തേക്ക് നീട്ടി ഇട്ടിരിക്കും. തിരിയിൽ തീ കൊളുത്തുമ്പോൾ അടിമരുന്നിന് തീ പിടിച്ച് ഗുണ്ടിനെ ഉയർത്തുന്നു. അതിനോടൊപ്പം ഫ്യൂസിനു കൂടി തീ പിടിക്കുന്നതുകൊണ്ട് ഉയർന്ന് പൊങ്ങിയ ഗുണ്ടിനകത്ത് തീ ചെന്ന് ഉഗ്രസ്ഫോടനം ഉണ്ടാകുന്നു. ഫ്യൂസിന്റെ പ്രവർത്തനത്തെക്കുറിച്ച് പിന്നീട് പ്രതിപാദിക്കാം.

ഡൈന

ഏറ്റവും തീവ്രമായ ശബ്ദം സൃഷ്ടിക്കുന്ന ഡൈന ഡൈനാമിറ്റിനെ ഓർമ്മിപ്പിക്കുന്നു. ഇതിന് ഒരു വലിയ ചക്കയുടെ വലിപ്പമുണ്ട്. ഏതാണ്ട് രണ്ടടി താഴ്ചയുള്ള കുഴിയിൽ, അടിയിൽ പേപ്പർ ഇട്ട് വശങ്ങളിൽ പാക്കിങ് കേസിന്റെ ബോർഡുകൊണ്ട് പൊതിഞ്ഞ് താഴ്ത്തി വയ്ക്കുന്നു. തിരി നീട്ടി പുറത്തേക്ക് ഇട്ടിരിക്കും. കത്തിച്ചുകഴിഞ്ഞാൽ നാല് തെങ്ങോളം പൊക്കത്തിൽ ഉയർന്ന് ഉഗ്രസ്ഫോടനം ഉണ്ടാക്കുന്നു. സഹനത്തിന്റെ നെല്ലിപ്പലകയിൽ പോയാണ് ആസ്വാദനം! ഇത് കേട്ട് ഉണരാത്തവർ ഏതാനും കിലോമീറ്റർ ചുറ്റളവിൽ ഉണ്ടാവുകയില്ല. തെക്കൻ കേരളത്തിൽ, പൂജിച്ച് കിട്ടിയ ചന്ദനത്തിരി വാങ്ങി കമ്പക്കെട്ടിന് തുടക്കമിടുന്നത് ഡൈന കത്തിച്ചാണ്. ശേഷം പടക്കവും പെരുക്കവും. വെടിക്കെട്ടിന്റെ സിഗ്നലാണ് ഡൈന. കേളികൊട്ടിനെ അനുസ്മരിപ്പിക്കുന്നു.

മരുന്നു കൂട്ടുകൾ

പടക്കം, വെടിഗുണ്ട്, തൂക്കിക്കെട്ട്, കുഴിവെടി എന്നിവയ്ക്ക് 3 കിലോ

വഴിമരുന്നിട്ട് ബന്ധിപ്പിച്ച ഡൈനകളും കുഴിവെടികളും

വീതം ബേരിയം നൈട്രേറ്റും വെടിയുപ്പും 2 കിലോ 100 ഗ്രാം അലൂമിനിയം പൗഡറും 2 കിലോ ഗന്ധകവും ചേർന്ന കൂട്ടാണ് ഉപയോഗിക്കുക.

കണ്ണ് മഞ്ചുന്ന വെളിച്ചവും കുറഞ്ഞ ശബ്ദവും കിട്ടുന്നതിന് ഒരു കിലോ ബേരിയം നൈട്രേറ്റും (വെള്ളയും) 500 ഗ്രാം അലൂമിനിയം പൊടിയും 300 ഗ്രാം ഗന്ധകവും ചേർത്ത് ഉപയോഗിക്കുന്നു. ഇത് അഞ്ചും മൂന്നും കൂട്ട് എന്നറിയപ്പെടുന്നു. ഇതു തന്നെ ആറും നാലും എന്ന ചേരുവയാണെങ്കിൽ ഉഗ്രൻ ശബ്ദം കേൾക്കും. നാലും നാലുമെന്ന കൂട്ടിൽ മിന്നൽ കുറവും ഉഗ്രൻ വെടിയും കേൾക്കാം. അപകടം പതിയിരിക്കുന്നതുകൊണ്ട് മരുന്നു കൂട്ടുകൾ തയ്യാറാക്കുന്നത് ആശാന്മാർ ആണ്.

തള്ളുമരുന്ന്

ഒരു കിലോ വെടിയുപ്പ്, 200 ഗ്രാം കരിപ്പൊടി, 200 ഗ്രാം ഗന്ധകം എന്നിവയുടെ കൂട്ടാണ് തള്ളുമരുന്നിന് ഉപയോഗിക്കുന്നത്. ഇത് ഇടിച്ച് പൊടിച്ച് തയ്യാറാക്കുന്നതിന് വിദഗ്ദ്ധപരിശീലനം ആവശ്യമാണ്. ഈ കൂട്ടിന് ഇടി കുറവാണ്.

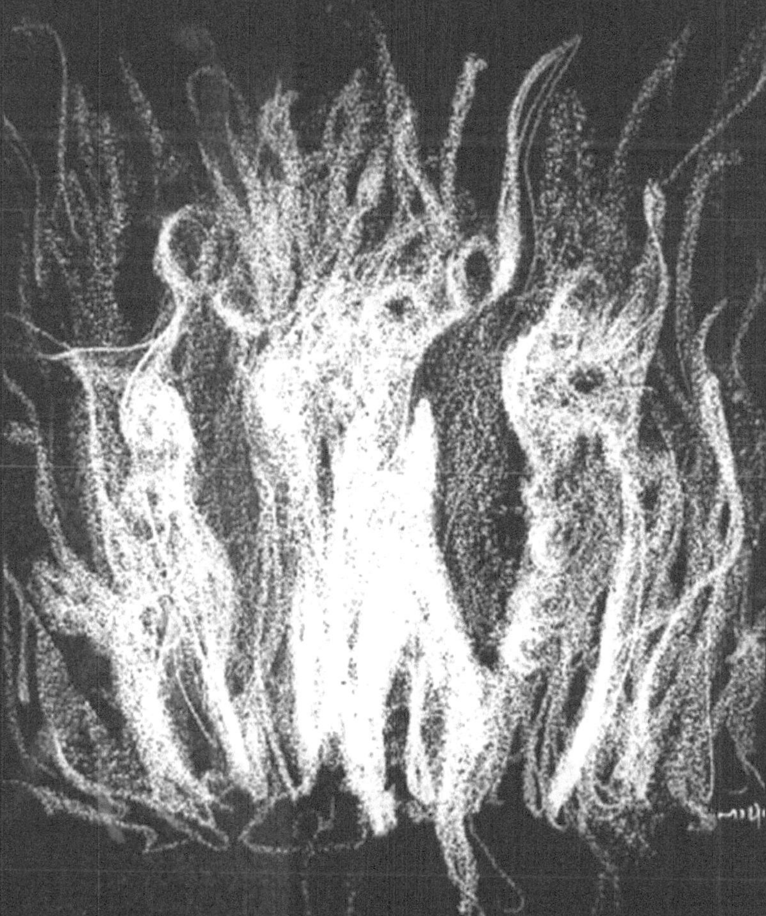

4

അഗ്നിവിദ്യയിലെ വർണ്ണശബളിമ

വിഹായസ്സിലേക്കുയർന്ന് തങ്കമുത്തുകളെപ്പോലെ തീപ്പൊട്ടുകൾ കമനീയമായ 'സൂര്യകാന്തി' വിരിയിച്ചും ദേശീയ പതാക പാറിച്ചും മൂളിപ്പാടുന്ന വണ്ടുകളെ തുറന്നുവിട്ടും കലായം അതിന്റെ വർണ്ണശോഭ ആഘോഷിക്കുന്നു. അഗ്നിവിദ്യയിലെ വർണ്ണശബളമായ ഘട്ടമാണ് കലായത്തിന്റേത്. വർണ്ണശോഭ വിടർത്തുന്ന കരിമരുന്ന് ഗുളികകൾ നിറച്ച കളർ ഗുണ്ടുകൾ പത്തൊമ്പത് ചെറിയ കുറ്റികളിൽനിന്ന് തുടരെത്തുടരെ പൊട്ടി കുതിച്ചുയർന്ന് ആകാശത്തിലെത്തി പൊട്ടിവിടർന്ന് കത്തുന്ന മുത്തുകൾ വിന്യസിച്ച് സൃഷ്ടിക്കുന്ന ത്രിമാന രൂപഭംഗിയാണ് കലായം.

നിർമ്മാണം

എന്താണ് കളർ ഗുണ്ടുകൾ (Shells) എന്ന് വിശദമായി നോക്കിക്കാണാം. കടലാസുകൾ ഒന്നിനുമേൽ ഒന്നായി ഒട്ടിച്ചുചേർത്ത ചെറിയ ഒരു പ്ലാസ്റ്റിക് പന്തിൽ കൈവിരലിന്റെ വണ്ണത്തിൽ ഒരു ദ്വാരമിടുന്നു. പന്തിന്റെ സുഷിരത്തിനടുത്തുവരെ കുട്ടികളുടെ പരീക്ഷാപേപ്പർ തുണ്ട് തുണ്ടാക്കി പനച്ചിക്കാ പശ തേച്ച് ഒട്ടിച്ച് പന്തിന്റെ കനം കൂട്ടുന്നു. ഉണങ്ങിയശേഷം ഈ ദ്വാരത്തിലൂടെ കരിമരുന്നും ആവശ്യമുള്ള വർണ്ണങ്ങൾ നല്കുന്ന രാസപദാർത്ഥം ഗുളിക (stars) രൂപത്തിലും നിറയ്ക്കുന്നു.

ഈ സുഷിരം ഫ്യൂസ് (fuse) ഉപയോഗിച്ച് നല്ലതുപോലെ ഉറപ്പിച്ച് അടയ്ക്കുന്നു. ഫ്യൂസ് കടത്തിവച്ച ഭാഗത്തിന് ചുറ്റും അനവധി തവണ കടലാസ് തുണ്ട് ഒട്ടിച്ച് ബലപ്പെടുത്തുന്നു. ഇതിൽ ഫ്യൂസിന് നിർണ്ണായകമായ പങ്കുണ്ട്. ഫ്യൂസ് നിർമ്മാണത്തിന് ഉപയോഗിക്കുന്നത് പശ തേച്ച പേപ്പർ ഒട്ടിച്ച് ചുരുട്ടിയെടുത്ത കുഴലാണ്. ഉണങ്ങിയ കുഴലിൽ നിശ്ചിത അളവ് കരിമരുന്നും ഒപ്പം മരുന്ന് പുരട്ടിയ രണ്ട് തിരികളും ബലമായി നിറയ്ക്കുന്നു. ഈ ക്രമീകരണത്തെയാണ് ഫ്യൂസ് എന്നു

കളർ ഗുണ്ടുകൾ

വിളിക്കുന്നത്. ഫ്യൂസിന്റെ പരന്ന ഭാഗത്തിലെ മരുന്നിന് തീ പിടിക്കുമ്പോൾ അത് മെല്ലെ കത്തി ഫ്യൂസിനുള്ളിലൂടെ തിരിയുടെ (match) അറ്റത്ത് എത്തും. ഫ്യൂസിന്റെ പരന്ന ഭാഗം ഗുണ്ടിന് പുറത്തും തിരികൾ അകത്തുമാണ്. പുറത്ത് നിന്ന് തീ എടുത്ത് ഫ്യൂസ് ഗുണ്ടിനകത്ത് കൊടുക്കുന്നു. എത്ര സമയം കൊണ്ട് ഫ്യൂസിലൂടെ കത്തി തീ ഗുണ്ടിനുള്ളിൽ എത്തണം? കലായക്കുറ്റിയിൽനിന്ന് പൊങ്ങി കളർ ഗുണ്ട് എത്ര സമയം കൊണ്ടാണോ മുകളിൽ എത്തുന്നത് അത്രയും നേരമെടുക്കണം ഫ്യൂസിലൂടെ മരുന്ന് കത്തി ഉള്ളിലേക്ക് എത്തിച്ചേരാൻ.

ഫ്യൂസിലൂടെ തീ പാഞ്ഞ് ഉള്ളിൽ കയറാൻ എത്രനേരമെടുക്കും? ഇത് നിർണ്ണയിക്കുന്നത് ഫ്യൂസിലെ മരുന്നിന്റെ ശക്തിയും നീളവും കനവുമാണ്. തീ ഫ്യൂസിലൂടെ അകത്ത് ചെന്നാൽ കരിമരുന്ന് കത്തി കളർ ഗുണ്ട് ശബ്ദത്തോടെ പൊട്ടുന്നു. ഇതിലെ രാസഗുളികകൾ കത്തി വിവിധ വർണ്ണങ്ങളിലെ തീപ്പൊട്ടുകൾ പുറത്തേക്ക് തെറിച്ച് മനോഹരമായ പരാബോളിക പാതയിൽ താഴേക്ക് പതിക്കുന്നു.

ഇതുവരെ ഗുണ്ടിന് തീ പിടിക്കുന്ന കാര്യമാണ് പറഞ്ഞത്. ഇനി എങ്ങനെയാണ് കുറ്റിയിൽനിന്നും കളർ ഗുണ്ടുകൾ ഉയരുന്നതെന്ന് നോക്കാം. ഏകദേശം ഒന്നര അടി (45 സെമി) പൊക്കവും മൂന്ന് ഇഞ്ച് വ്യാസവുമുള്ള അടിഭാഗം അടഞ്ഞ ഇരുമ്പുകുഴലാണ് കലായക്കുറ്റികൾ (Mortar tubes). കുറ്റിയുടെ ചുവടിന് അടുത്തായി കരിമരുന്ന് തിരി കടത്തി വയ്ക്കാനുള്ള ചെറിയ ദ്വാരമുണ്ട്.

കരിമരുന്ന് തിരി കയറ്റിവച്ച ശേഷം കുറച്ച് മരുന്ന് അളന്ന് കുറ്റിയിൽ

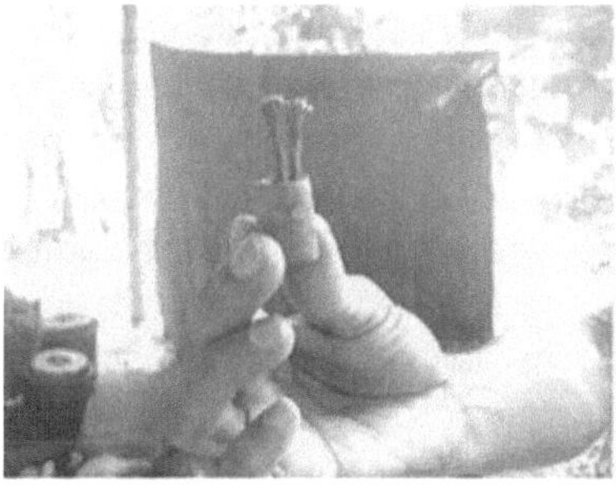

രണ്ട് തിരിയുള്ള ഫ്യൂസ്

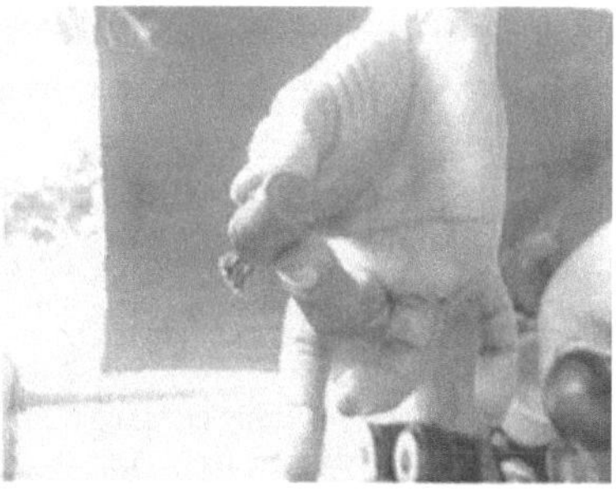

അളന്നു മരുന്ന് വയ്ക്കുന്ന ഭാഗം

ഇടുന്നു. ഇതിന് 'അടിമരുന്ന്' എന്നും 'കടുമരുന്ന്' എന്നും 'തള്ളുമരുന്ന്' (lift charge) എന്നും വിളിക്കാറുണ്ട്. കാരണം ഈ മരുന്ന് കത്തിയാണ് കളർ ഗുണ്ടിനെ തള്ളി മുകളിലേക്ക് ശക്തിയായി തെറിപ്പിക്കുന്നത്.

കുറ്റിയിലേക്ക് കളർഗുണ്ട് ശ്രദ്ധയോടെ താഴ്ത്തി വയ്ക്കുന്നു. ഫ്യൂസ് ചുവട്ടിൽ വരത്തക്കവണ്ണമാണ് ഗുണ്ട് വയ്ക്കുന്നത്. ശേഷം ഗുണ്ടിന് മുക ളിൽ കുറച്ച് വൈക്കോൽ (കച്ചി) കുറ്റിയിൽ ഇറക്കി ഗുണ്ടിനെ നല്ലവണ്ണം ബലമായി ഉറപ്പിച്ച് വയ്ക്കുന്നു. (അടുത്തപേജിലെ ഇൻസെറ്റ് കാണുക.)

പ്രവർത്തനം

കലായക്കുറ്റിയുടെ തിരിയിൽ തീ കൊളുത്തുമ്പോൾ അത് കത്തി കുറ്റിയുടെ വശത്തുകൂടി ഉള്ളിൽ ചെന്ന് അതിന്റെ ചുവട്ടിൽ ഇട്ടിരിക്കുന്ന കരിമരുന്ന് കത്തുന്നു. വെടിമരുന്ന് കത്തുമ്പോഴുണ്ടാകുന്ന വായു കളർ ഗുണ്ടിന്റെ ചുവട്ടിൽ ഉന്നതമർദ്ദത്തിൽ മുകളിലേക്ക് പ്രയോഗിക്കുന്നു. മുകളിൽ ഒഴികെയുള്ള കുറ്റിയുടെ ഭാഗങ്ങൾ ഇരുമ്പ് കവചമാണ്. കച്ചിൽ വച്ച് ഉറപ്പിച്ചിരിക്കുന്ന മുകൾഭാഗം മാത്രമാണ് ചലിക്കാൻ കഴിയുന്നത്. അടഞ്ഞിരിക്കുന്ന ചെറിയഭാഗം അതായത് ഗുണ്ടിന് അടിഭാഗവും കുറ്റിച്ചുവടിന് മുകൾഭാഗവും ഉള്ളതുകൊണ്ടാണ് മരുന്ന് കത്തി ഉന്നത മർദ്ദം ഉണ്ടാകുന്നത്.

ഈ തള്ളൽ ബലത്തിന്റെ ഫലമായി അതിശക്തമായി അതിവേഗ ത്തിൽ അടിവെടിയോടെ കളർ ഗുണ്ട് മുകളിലേക്ക് തെറിച്ചുപോകുന്നു. ഇപ്പോൾ കേൾക്കുന്ന ശബ്ദത്തെ അടിവെടി എന്നു പറയുന്നു. അടി മരുന്ന് കത്തി തള്ളൽ അഥവാ പ്രൊപ്പൽഷൻ (propulsion) നല്കുന്നു. ആധുനിക റോക്കറ്റിലാണെങ്കിൽ ഇന്ധനം നിരന്തരം കത്തി ലക്ഷ്യത്തിൽ

കലായക്കുറ്റികൾ. കളർ ഗുണ്ടുകൾ ഉയരുന്നത് ഇതിൽനിന്നാണ്. ഇൻസെറ്റിൽ ഗുണ്ടിട്ട കലായക്കുറ്റിയും കത്തിക്കേണ്ട തിരിയും.

എത്തുംവരെ പ്രൊപ്പൽഷൻ നല്കുന്നു. എന്നാൽ കലായക്കുറ്റിയിൽ ഒരു നിമിഷംകൊണ്ട് കരിമരുന്ന് കത്തി കളർ ഗുണ്ടിനെ മുകളിലേക്ക് തെറിപ്പിക്കുന്നു.

അടിമരുന്ന് കത്തുന്ന നിമിഷം തന്നെ കളർ ഗുണ്ടിന്റെ ചുവട്ടിലെ ഫ്യൂസിന് തീപിടിക്കുകയും ഗുണ്ട് ഉയരുന്നതിന് അനുസരിച്ച് ഫ്യൂസിലൂടെ തീ കത്തി അകത്തേക്ക് കയറുകയും ചെയ്യുന്നു. ഗുണ്ട് ഏകദേശം മുകളിൽ എത്തുമ്പോഴേക്കും ഫ്യൂസിൽനിന്ന് തീ രണ്ട് തിരികൾ വഴി ഗുണ്ടിനകത്തേക്ക് കടക്കുന്നു. ഉയരുന്ന സമയം കണക്കിലെടുത്താണ് ഫ്യൂസിൽ നിറയ്ക്കുന്ന മരുന്നിന്റെ അളവ് നിർണ്ണയിക്കുന്നത്. അഗ്നിവിദ്യയിൽ ഏറെ വൈദഗ്ദ്ധ്യം ആവശ്യപ്പെടുന്ന ഒന്നാണ് ഈ പ്രയത്നം. കളർ ഗുണ്ട് മുകളിൽ എത്തിക്കഴിയുമ്പോൾമാത്രം ഗുണ്ടിനകത്തെ മരുന്നിൽ തീ പടർന്ന് കത്തി പൊട്ടാൻ കാരണം ഫ്യൂസിലെ മരുന്നിന്റെ അളവാണ്. ഫ്യൂസിലൂടെ തീ വേഗം ഉള്ളിൽ എത്തിയാൽ കളർ ഗുണ്ട് അല്പം ഉയരുമ്പോൾ തന്നെ പൊട്ടിപ്പോകും. ഇത് അപായം ഉണ്ടാക്കും. സമയകൃത്യത നല്കുന്ന കാരണത്താൽ ഫ്യൂസിനെ ടൈം നിർണ്ണയിക്കുന്നത് അഥവാ ടൈമർ (timer) എന്നു വിളിക്കുന്നു.

മുകളിൽ എത്തിയശേഷം കളർഗുണ്ടിലെ കരിമരുന്നിന് തീ പിടിക്കുകയും അത് സ്ഫോടന ശബ്ദത്തോടെ പൊട്ടിത്തെറിക്കുകയും ചെയ്യുന്നു. എങ്ങനെയാണ് വർണ്ണങ്ങൾ ഉണ്ടാകുന്നത് എന്ന് നോക്കാം.

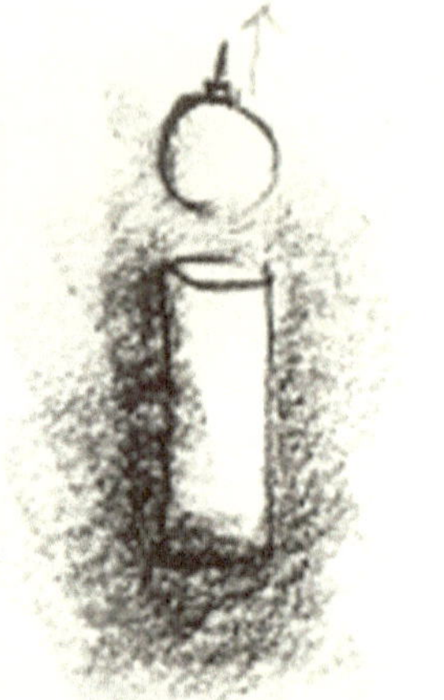

ആകാശത്ത് പൊട്ടിവിരിയുന്ന വർണ്ണവിസ്മയങ്ങൾ ആശാൻ തെരഞ്ഞെടുക്കുന്ന 'ഗുളിക'കളെ ആശ്രയിച്ചിരിക്കും. രാസപദാർത്ഥങ്ങൾ ചെറുഗുളികകളായി കളർ ഗുണ്ടിൽ നിറച്ചിരിക്കും. ഉദാഹരണമായി ബേരിയം ക്ലോറൈഡ് ഗുളികകൾ ഉപയോഗിച്ചാൽ പച്ചനിറം തരും. ഈ സംയുക്തം പൊടിയാക്കി അരിച്ചെടുത്ത് ആവശ്യത്തിന് കരിമരുന്നും ബൈൻഡർ പൊടിയും വെള്ളവും ചേർത്ത് പാത്രത്തിൽ ചലിപ്പിച്ച് ചെറിയ ഉരുണ്ട ഗുളിക രൂപത്തിൽ ഉരുട്ടിയെടുക്കുന്നു. കരിമരുന്ന് പ്രയോഗത്തിൽ ഇതിന് ഗുളിക (stars) എന്നാണ് പറയുന്നത്. ഗുണ്ടിലെ കരിമരുന്നിന് തീ പിടിച്ച് സ്ഫോടന ശബ്ദം ഉണ്ടാകുന്നു. ഒപ്പം അതിലെ ഗുളികകൾ കത്തി പൊട്ടിയ ഗുണ്ടിൽനിന്ന് നാനാദിശകളിലേക്ക് നിറമുത്തുകൾപോലെ വിതറപ്പെടുന്നു. സ്ട്രോൺഷ്യം, ചെമ്പ്, കാത്സ്യം എന്നിവയുടെ സംയുക്തങ്ങൾ യഥാക്രമം ചുവപ്പ്, നീല, ഇഷ്ടികചുവപ്പ് എന്നീ നിറങ്ങൾ തരുന്നു. കാൽസ്യം സൾഫേറ്റും കാൽസ്യം ക്ലോറൈഡും ഓറഞ്ച് നിറം തരുന്നു. സ്ട്രോൺഷ്യത്തിന്റെയും ചെമ്പിന്റെയും മിശ്രിതം നീലലോഹിത (purple) വർണ്ണം നല്കും. ഗുളികകളുടെ തെരഞ്ഞെടുപ്പും വലിപ്പവും മറ്റും ആശാന്മാരുടെ അറിവും കലയും പ്രകടമാക്കുന്നു. അടുത്ത കാലത്തായി വർണ്ണവൈവിദ്ധ്യം നല്കുന്ന വളരെയധികം രാസപദാർത്ഥങ്ങൾ ലഭ്യമാണ്. യുക്തിപൂർവ്വവും ശ്രദ്ധയോടെയും അപായ സാദ്ധ്യത തീരെയില്ലാത്തതുമായ കളർ ഗുളികകൾ തയ്യാറാക്കി എടുക്കാൻ ആശാന്മാർ ശ്രദ്ധ ചെലുത്തുന്നു. ഇത് സംബന്ധിച്ചുള്ള ശാസ്ത്രീയ വിവരങ്ങൾ ആശാന്മാർക്ക് അത്യന്താപേക്ഷിതമാണ്.

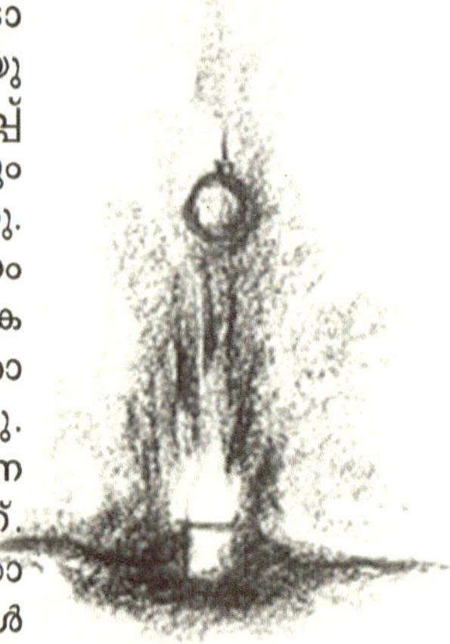

വെടിക്കെട്ടിലെ ഏറ്റവും കലാപരമായ ഘട്ടം കലായത്തിന്റേതാണെന്ന് സൂചിപ്പിച്ചുവല്ലോ. ആശാന്മാരുടെ അറിവും കലാവാസനയുംകൊണ്ട് പ്രേക്ഷകരെ മുകളിൽനിന്ന് കണ്ണെടുപ്പിക്കാതെ, നിരന്തരം വർണ്ണാഭ്യാസങ്ങൾ ആകാശത്ത് പൊട്ടിവിരിയിച്ച് ആഹ്ലാദം സൃഷ്ടിക്കുവാൻ കഴിയുന്നു.

കലായക്കുറ്റിയിൽ നിന്ന് ചെറിയ കളർ ഗുണ്ട് ഉയർന്ന് പൊട്ടുന്നതിൽ ഭൗതികശാസ്ത്രം നിർണ്ണായകമാണ്. തള്ളുമരുന്ന് പൊട്ടി ഉയരുമ്പോൾ

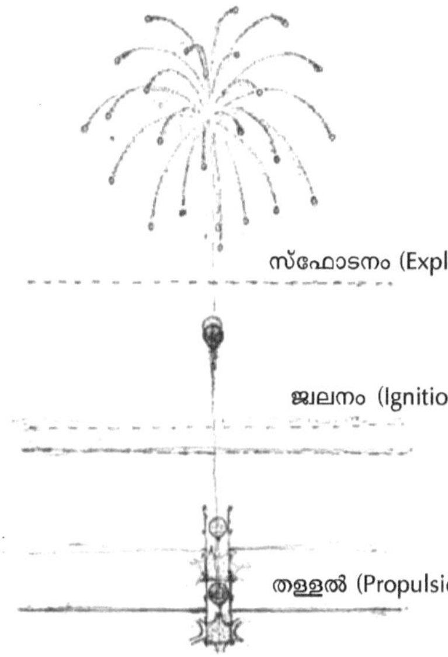

കളർഗുണ്ട് ഉയർന്ന് പൊട്ടുന്നതിന്റെ വിവിധ ഘട്ടങ്ങൾ

പ്രൊപ്പൽഷനും (propulsion) ഉയർന്ന് പൊങ്ങുമ്പോൾ തിരി കത്തി ഉള്ളിലേക്ക് കയറുന്നത് ജ്വലന (ignition) വുമാകുന്നു. മൂന്നാം ഘട്ടത്തിൽ ഗുണ്ടിനുള്ളിലെ മരുന്ന് കത്തി സ്ഫോടനം (explosion) ഉണ്ടാകുന്നു. ഇവിടെ കരിമരുന്ന് തള്ളൽ, ജ്വലനം, സ്ഫോടനം എന്നിങ്ങനെ മൂന്ന് ധർമ്മങ്ങൾ നിർവ്വഹിക്കുന്നു. ഇനി കമ്പത്തറയിൽ എങ്ങനെയാണ് കലായക്കുറ്റി സ്ഥാപിച്ച് കത്തിക്കുന്നത് എന്ന് മനസ്സിലാക്കാം.

ഒരു കുറ്റിയായിട്ടല്ല കമ്പത്തറയിൽ കലായക്കുറ്റി വയ്ക്കുന്നത്. പതിനഞ്ച്, പത്തൊമ്പത് എന്നിങ്ങനെ വിവിധ എണ്ണം കുറ്റികൾ ഒരുമിച്ച് ഒരു കൂട (basket) അഥവാ വട്ടിപോലെ കെട്ടിവയ്ക്കുന്നു. ഇതിനെ 'വട്ടിക്കെട്ട്' എന്ന് വിളിക്കുന്നു. മുകളിൽനിന്ന് നോക്കുമ്പോൾ കുറെ കുഴികളിൽ പദാർത്ഥങ്ങൾ നിറച്ചതുപോലെ തോന്നുന്നതുകൊണ്ട് ഇതിനെ കുഴിനിറകൾ എന്നും വിളിക്കാറുണ്ട്. പത്തൊമ്പത് കുഴിനിറകളുടെ ക്രമീകരണം പരിശോധിക്കാം. ഒമ്പത് കുറ്റികൾ വശങ്ങളിലായി ചേർത്തുവച്ച് കയറുകൊണ്ട് നല്ലതുപോലെ ഉറപ്പിച്ചുവയ്ക്കുന്നു. ഇതിനിടയിൽ തടി ആപ്പ് കയറ്റിയും ഉറപ്പിക്കും. ഈ ഒമ്പത് കുറ്റികളുടെയും തിരികൾ മറ്റൊരു കരിമരുന്നു തിരികൊണ്ട് പരസ്പരം കോർത്തിണക്കിയിരിക്കും. ബാക്കി പത്ത് കുറ്റികളും, ഒമ്പത് എണ്ണത്തിന് ചുറ്റും വച്ച് മുറുക്കി കയറുകൊണ്ട് വരിഞ്ഞുകെട്ടുന്നു. കൂടുതൽ ബലപ്പെടുത്തുന്നതിനായി കൂട്ടി യോജിപ്പിച്ച് സുരക്ഷയ്ക്കായി കയറുകൊണ്ട് വരിഞ്ഞുകെട്ടുകയും ചെയ്യുന്നു. പത്തൊമ്പത് കലായക്കുറ്റികളുടെയും താഴെ വശങ്ങളിലെ തിരികൾ

കളർ ഗുളികകൾ

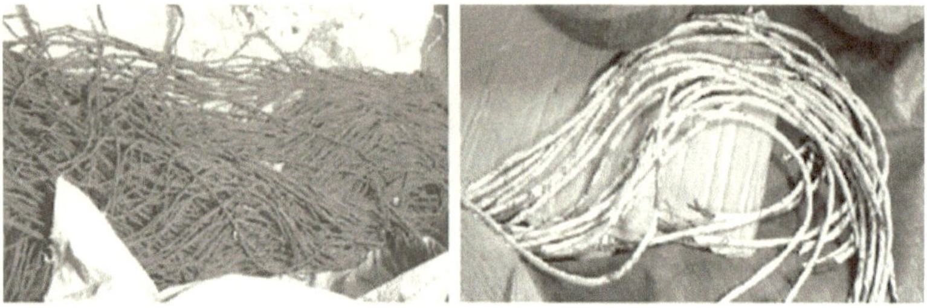

കരിമരുന്ന് തിരികൾ

പരസ്പരം കോർത്തിണക്കിയിരിക്കും. ഈ പൊതുതിരിയുടെ അഗ്രം പുറത്തേക്കിട്ടിരിക്കും. ഇതിനാണ് തീ കൊളുത്തുക.

പുറത്തേക്കുള്ള തിരി കത്തിക്കുമ്പോൾ പുറത്തുള്ള പത്ത് കുറ്റികൾക്ക് ഒന്നൊന്നായി തീ പിടിക്കുകയും ആ മുറയ്ക്ക് ഓരോന്നിലുമുള്ള കളർഗുണ്ട് ഉയർന്ന് പൊട്ടി വർണ്ണം വിരിയിക്കുന്നു. തുടർച്ചയായി പത്തൊമ്പത് കളർ ഗുണ്ടുകളും പുറത്തുനിന്ന് അകത്തേക്ക് കുറഞ്ഞ സമയംകൊണ്ട് കത്തിക്കയറുന്നു. അങ്ങനെ ഞൊടിയിടയിൽ പത്തൊമ്പത് കുറ്റിയിൽനിന്ന് പത്തൊമ്പത് കളർഗുണ്ടുകൾ ഉയർന്ന് പൊട്ടി വൈവിദ്ധ്യമാർന്ന വർണ്ണക്കാഴ്ചകൾ സൃഷ്ടിക്കുന്നു.

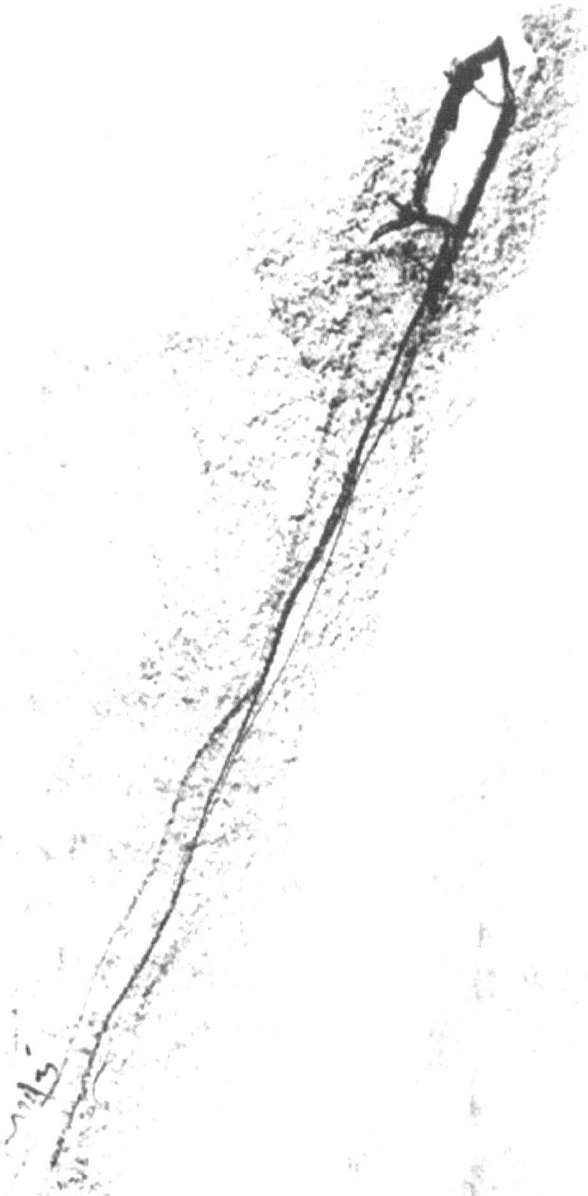

5

വാണം, പൂവ്, കുരവപ്പൂവ്

തീപായിച്ച് മുകളിലേക്ക് ചീറിപ്പായുന്ന റോക്കറ്റ് കാണാത്തവർ വിരളമാണ്. ഉപഗ്രഹ വിക്ഷേപണത്തിനും യുദ്ധത്തിനും ഉപയോഗിക്കുന്ന റോക്കറ്റും യുദ്ധാവശ്യങ്ങൾക്ക് ഉപയോഗിക്കുന്ന മിസൈലും ടി വിയിൽ കണ്ടിട്ടുണ്ടാവും. വെടിക്കെട്ടിൽ കത്തിക്കുന്ന റോക്കറ്റിന്റെയും വീടിന്റെ പരിസരങ്ങളിൽ ആഘോഷത്തിമിർപ്പിൽ ഉപയോഗിക്കുന്ന വാണത്തിന്റെയും ഉപഗ്രഹവിക്ഷേപണത്തിലെ റോക്കറ്റിന്റെയും പ്രവർത്തനതത്ത്വം ഒന്നുതന്നെയാണ്.

പ്രവർത്തനതത്ത്വം

വാണം കത്തിച്ചുകഴിയുമ്പോൾ അതിലെ ഇന്ധനം കത്തി നോസിൽ എന്നുവിളിക്കുന്ന ചുവട്ടിലെ ദ്വാരത്തിലൂടെ താഴോട്ട് ചീറിപ്പായുന്നു. ഈ ദഹനാവശിഷ്ടത്തിന് താഴോട്ട് സംവേഗം (Momentum) ഉണ്ട്. സംവേഗ -സംരക്ഷണ നിയമം അനുസരിച്ച് തുല്യവും വിപരീതവുമായ സംവേഗം മുകളിലേക്കുണ്ട്. അതുകൊണ്ട് റോക്കറ്റ് മുകളിലേക്ക് പോകുന്നു. വസ്തുവിന്റെ ദ്രവ്യമാനത്തിന്റെയും (mass) പ്രവേഗത്തിന്റെയും (velocity) ഗുണനഫലമാണ് സംവേഗം. വാണം കത്തിക്കുന്നതിന് മുമ്പ് ആകെ സംവേഗം പൂജ്യമാണ്, കാരണം അത് നിശ്ചലമാണ്. അതുകൊണ്ട് കത്തിച്ചുകഴിഞ്ഞാലും ആകെ സംവേഗം പൂജ്യമായിരിക്കണം. അതായത് ജ്വലനാവശിഷ്ടങ്ങൾ താഴേക്ക് ചലിക്കുമ്പോൾ സംവേഗം താഴോട്ടായിരിക്കും. ഇതിന് തുല്യവും വിപരീതവുമായ സംവേഗം ഉണ്ടായേതീരൂ. എന്നാൽ മാത്രമേ ആകെ സംവേഗം പൂജ്യമാകുകയുള്ളൂ. ഇത് സാദ്ധ്യമാകുന്നത് വാണത്തിന് മുകളിലേക്ക് ചലനം കിട്ടുന്നതുകൊണ്ടാണ്. ഈ സംവേഗം ആവശ്യാനുസരണം ഉണ്ടെങ്കിൽ മാത്രമേ വാണം മുകളിലേക്ക്

ഉയരുകയുള്ളു. സംവേഗത്തിന്റെ ദിശ വസ്തുവിന്റെ ചലനദിശയിൽ തന്നെയാണ്. ചലനത്തിന്റെ അള വാണ് സംവേഗം (p=mv).

കരിമരുന്ന് പ്രയോഗത്തിലെ വാണത്തിന്റെ വരവോടെ യുദ്ധാവ ശ്യങ്ങൾക്കും അത് വികസിപ്പിച്ചെ ടുത്തു. നൂറ്റാണ്ടുകളുടെ ചരിത്രമു ണ്ടിതിന്. ഭൗതികവും രസതന്ത്രവും കൈകോർത്ത് ഉയരുന്ന കാഴ്ച യാണ് റോക്കറ്റിന്റെ ചീറിപ്പായൽ. ആഘോഷവേളകളിൽ ഉപയോഗി ക്കുന്ന വാണത്തിന്റെ ഘടനയും നിർമ്മാണവും പ്രവർത്തനവും പരി ശോധിക്കാം.

ഘടന

വാണം എന്നത് ഒരറ്റം അടച്ചതും മറ്റേ അറ്റത്ത് സുഷിരവുമുള്ള ചെറിയ ലോഹക്കൂടാണ്. കരിമരുന്ന് ഉറപ്പിച്ച് നിറച്ച ചെറിയ അറയും അതിന്റെ ഒരറ്റത്ത് നോസിൽ എന്നുവിളിക്കുന്ന ചെറിയ സുഷിരവു മാണിതിലുള്ളത്. നോസിലിന് മുകളിലായി കരിമരുന്ന് കത്തുന്നതിനൊരു ഭാഗമുണ്ട്. ഇവിടെയാണ് കരിമരുന്ന് കത്തി നോസിലിലൂടെ പുറത്തേക്ക് വരുന്നത്.

ഈ അറ പോലെയുള്ള ഭാഗത്തെയാണ് ജ്വലന അറ (Combustion chamber) എന്നു വിളിക്കുന്നത്. വെടിമരുന്ന് കത്തി താഴേക്ക് വരുമ്പോൾ വാണത്തിന് മുകളിലേക്ക് ഒരു തള്ളൽ ബലം കിട്ടുന്നു. ഈ ചലനത്തെ പ്രൊപ്പൽഷൻ എന്നും ഇതിനുപയോഗിക്കുന്ന പദാർത്ഥത്തെ പ്രൊപ്പലന്റ് എന്നും വിളിക്കുന്നു. പ്രൊപ്പലന്റിൽ ഇന്ധനവും ഓക്സീകാരിയുമുണ്ട്. വെടിമരുന്നിൽ ഗന്ധകവും കരിപ്പൊടിയും ഇന്ധനങ്ങളും, പൊട്ടാസ്യം നൈട്രേറ്റ് ഓക്സീകാരിയുമാണ്. വെടിമരുന്നിൽ രണ്ടും ഒരുമിച്ച് ചേർത്ത് വച്ചിരിക്കുകയാണ്. ഇതിനെ മോണോപ്രൊപ്പലന്റ് എന്നു വിളിക്കുന്നു. എന്നാൽ ക്രയോജനിക് റോക്കറ്റ് എഞ്ചിനിൽ ദ്രവീകരിച്ച ഓക്സിജനും (ഓക്സീകാരി) ഹൈഡ്രജനും (ഇന്ധനം) വെവ്വേറെ സൂക്ഷിക്കുന്നു. ജ്വലന സമയത്ത് ഇവയെ ദഹന അറയിൽ (കമ്പസ്റ്റിൻ ചേമ്പറിൽ) കൊണ്ടുവന്ന് കത്തിക്കുകയാണ് പതിവ്. ഇന്ധനത്തെയും ഓക്സീകാരി യെയും വെവ്വേറെ സൂക്ഷിക്കുകയും ശേഷം ഒരുമിച്ച് ചേർത്ത് ദഹിപ്പി ക്കുകയും ചെയ്യുന്നവയെ ബൈപ്രൊപ്പലന്റ് എന്നു വിളിക്കുന്നു. ഇന്ധ നത്തെയും ഓക്സീകാരിയെയും ഉറപ്പിച്ച് നിർത്തുന്നതിനും ഷോക്കി നെയും മറ്റും അതിജീവിച്ച് സ്ഥിരത നല്കുന്നതിനും 'ബൈൻഡർ'

പദാർത്ഥം കൂടി ചേർക്കാറുണ്ട്. കാർബണിക പദാർത്ഥമാണിതെങ്കിൽ ഇന്ധനമായും പ്രവർത്തിക്കും.

എന്തിനാണ് വെടിമരുന്ന് ഉറപ്പിച്ച് കട്ടപോലെ വച്ചിരിക്കുന്നതെന്ന് നോക്കാം. ഇത് അയഞ്ഞരൂപത്തിലാണെങ്കിൽ കത്തിക്കുമ്പോൾ മരുന്നിലെ സുഷിരങ്ങളിലൂടെ തീ വേഗം ഉള്ളിലേക്ക് പടർന്ന് ദഹനം അനിയന്ത്രിതമാകുകയും വാണത്തിന്റെ ചലനത്തിലുള്ള നിയന്ത്രണം നഷ്ടപ്പെടുകയും ചെയ്യും. മറിച്ച് നല്ലതുപോലെ ഉറപ്പിച്ച് വച്ചിരുന്നാൽ മരുന്നിന്റെ പ്രതലത്തിൽ തീപിടിച്ച് അതിന്റെ ഉള്ളിലേക്ക് പാളി പാളികളായി, ലംബമായി കത്തിയിറങ്ങും.

പ്രതലത്തിലെ ഏതൊരു ബിന്ദുവും ജ്വലിച്ച് ലംബമായി ഉള്ളിലേക്ക് പോകുമെന്നത് കണ്ടെത്തിയത് പിയോബർട്ട് ആണ്. കത്തുമ്പോൾ അതിന് ചുറ്റുമുള്ള മർദ്ദം നിർണ്ണായകമാണ്. മർദ്ദം കൂടുന്നതിനനുസരിച്ച് കൂടുതൽ താപം കട്ടിമരുന്നിന്റെ ഉള്ളിലേക്ക് കടന്ന് ജ്വലനത്തിന്റെ നിരക്ക് വർദ്ധിപ്പിക്കുന്നു.

നോസിലിന്റെ ധർമ്മം

കരിമരുന്ന് കത്തുമ്പോഴുള്ള താപോർജ്ജത്തെ കുറഞ്ഞ നഷ്ടത്തിൽ വാണത്തിനുള്ള തള്ളലായി മാറ്റുക എന്നതാണ് നോസിലിന്റെ ധർമ്മം. ഇന്ധനം കത്തിക്കയറുമ്പോൾ അതിന്റെ പ്രതലവിസ്തീർണ്ണം കൂടുകയും ഒപ്പം വാണത്തിന്റെ ആകെ ദ്രവ്യമാനം കുറയുകയും വാണം ത്വരിതഗതിയിൽ ഉയരുകയും ചെയ്യുന്നു.

റോക്കറ്റിന്റെ സഞ്ചാരപഥം

നോസിലിലൂടെ പുറത്തേക്ക് പോകുന്ന ജ്വലനാവശിഷ്ടത്തിന്റെ

ചലനത്തിന് വിപരീതമായി വാണം പോകുന്നു. വാണത്തിന്റെ സഞ്ചാര പഥത്തിന് ഏറെ വ്യതിയാനം വരാതെ നോക്കണം. ഇതിന് വാണത്തിന്റെ മോട്ടോറിനോട് ചേർന്ന് ഒരു വാൽ പിടിപ്പിച്ചിട്ടുണ്ട്. ഇത് വാണത്തിന്റെ സഞ്ചാരപഥത്തിന് സ്ഥിരത നല്കുന്നു.

വാണത്തിൽ പ്രയോഗിക്കപ്പെടുന്ന ബലങ്ങൾ ഏതൊക്കെയാണെന്ന് നോക്കാം.

1. വാണത്തിനെ മുന്നിലേക്ക് തള്ളുന്ന ബലം
2. വായു പ്രതിരോധം: വാണത്തിന്റെ ചലനത്തിന് എതിർ ദിശയിൽ (Drag force)
3. വാണത്തിന്റെ ചലനദിശയ്ക്ക് ലംബമായി വരുന്ന ബലം. ഈ ബലത്തെ ക്രോസ് വിന്റ് ബലം (cross wind force) എന്നു പറയുന്നു. വാണത്തിന്റെ ചലനത്തിന് ലംബമായി കാറ്റുകൊടുക്കുന്ന ബലമാണിത്.
4. വാണത്തിന്റെ ഭാരം ഗുരുത്വകേന്ദ്രത്തിലൂടെ താഴോട്ട് അനുഭവപ്പെടുന്നു.

വാണത്തിന് ലഭിക്കുന്ന തള്ളൽബലം ഭാരത്തെയും വായു പ്രതിരോധത്തെയും അധികരിച്ച് വാണത്തിനെ മുന്നോട്ടുകൊണ്ടുപോകുന്നു. വാണത്തിന്റെ ദിശ മാറ്റുന്ന കാറ്റും വായു പ്രതിരോധബലവും തരുന്ന പരിണതബലം റോക്കറ്റിനെ വ്യതിചലിപ്പിച്ച് പോകാതെ ഗുരുത്വകേന്ദ്രത്തിന്റെ ചലനത്തിന് അനുസരണമായി നിർത്തി, ഒതുക്കിക്കൊണ്ടു പോകുന്നു. ഈ സ്ഥിരത ലഭിക്കണമെങ്കിൽ ഗുരുത്വാകർഷണ കേന്ദ്രം സെന്റർ ഓഫ് പ്രഷറിന്റെ മുകളിലായിരിക്കണം. വാണം നിർമ്മിക്കുമ്പോൾ അതിന്റെ ഗുരുത്വകേന്ദ്രം വാണത്തിന്റെ വാൽ തുടങ്ങുന്നതിന് അല്പം മുകളിലാകുന്ന വിധത്തിൽ വാലിന്റെ നീളം ക്രമീകരിക്കുന്നു. മുളയുടെ തുണ്ടാണ് വാലായി ഉപയോഗിക്കുന്നത്.

വാണം മുകളിലെത്തിക്കഴിയുമ്പോൾ വെടി പൊട്ടുന്നു. ഒപ്പം കുട പുറത്തേക്ക് വരും. വർണ്ണപ്പകിട്ടും ഉണ്ടാകാം. അതിനുള്ള മരുന്ന് ഗുളിക രൂപത്തിൽ വാണത്തിന്റെ മുകൾ ഭാഗത്തായി സൂക്ഷിക്കുന്നു. ഇതിനെ പേലോഡ് എന്നു പറയുന്നു. ഉപഗ്രഹവിക്ഷേപണ റോക്കറ്റിൽ ഇത് ഉപഗ്രഹമാണ്. ഇവിടെ കുടയും വിവിധ വർണ്ണങ്ങളിൽ പൊട്ടുന്നതിനുള്ള ഗുളികയുമാണ് പേലോഡ്.

വാണത്തിന്റെ നിർമ്മാണത്തിൽ ഏറ്റവും കൂടുതൽ സാമർത്ഥ്യം വേണ്ടുന്നത് 'നോസിൽ' നിർമ്മാണത്തിലാണ്. വെടിമരുന്നിന്റെ ശക്തിക്കനുസരിച്ച് കൃത്യമായ സുഷിരം നേർത്ത കമ്പിപോലെ എന്തെങ്കിലും ഉപയോഗിച്ച് നിർമ്മിക്കുന്നു. ഇതിന് ഏറെ പരിചയസമ്പത്ത് ആവശ്യമാണ്. കൂടാതെ കൂടുതൽ അപകടസാദ്ധ്യതയുള്ളതാണ് വാണമെന്ന് ആശാന്മാർ പറഞ്ഞു. ദിശമാറി പാഞ്ഞാൽ ആൾക്കൂട്ടത്തിലേക്കോ മറ്റോ പോയി സ്ഫോടനം നടന്ന് നാശം വിതയ്ക്കും. അതുകൊണ്ടുതന്നെ വാണം കൃത്യമായി വിക്ഷേപിക്കാൻ പരിശീലനം ലഭിച്ചവർ മാത്രമാണ്,

ആവശ്യമുള്ള സ്ഥലത്തു പോയി അത് നിർവ്വഹിക്കുന്നത്.

മദ്ധ്യകേരളത്തിലാണ് വാണത്തിനും പൂവിനും കുരവപ്പൂവിനും ഏറെ പ്രചാരമുള്ളത്. സാധാരണ വാണം, പൊരിവാണം, ഇരുട്ട് വാണം, കളർ വാണം എന്നിങ്ങനെ പലവിധ വാണങ്ങളുണ്ട്. സാധാരണ വാണം ഉയരുമ്പോൾ ഏതാണ്ട് ഒന്നര മീറ്ററോളം തീപ്പൊരി പിന്നിൽ വാലായി കത്തിക്കൊണ്ടിരിക്കും. ഉയരത്തിലെത്തി പൊട്ടി ശബ്ദമുണ്ടാകുന്നു. പൊരിവാണത്തിന്റെ പിന്നിൽനിന്നുള്ള തീപ്പൊരി ഏകദേശം 15 മുതൽ 20 മീറ്റർ വരെ ഉയരത്തിൽ കാണും. സഞ്ചാരപഥത്തിൽ ഉടനീളം തീപ്പൊരി കാണുന്നതുകൊണ്ടാണ് ഇതിനെ പൊരിവാണം എന്ന് വിളിക്കുന്നത്. ഒരു ചീറ്റൽ ശബ്ദം മാത്രം കേൾപ്പിച്ച് ഉയർന്ന് വെടി കേൾപ്പിക്കുന്നതാണ് ഇരുട്ട് വാണം. ഇതിന്റെ പിന്നിൽ തീപ്പൊരി വാലില്ല. വാണത്തിലാണെങ്കിൽ അവസാനം പൊട്ടൽ ശബ്ദത്തിനൊപ്പം കളർഗുളികകൾ കത്തി വർണ്ണശോഭ ഉണ്ടാക്കുന്നു. ചിലതിൽ കുട നിവർന്ന് വരുന്നതും നിർമ്മിക്കാറുണ്ട്.

സാധാരണ വാണം

ഒരു സാധാരണ വാണം നിർമ്മിക്കുന്നത് എങ്ങനെയെന്ന് നോക്കാം. ഒരു നാകത്തകിട് ചുരുട്ടി കുഴൽ രൂപത്തിലാക്കി വെളുത്തീയവും നവസാരവും ചേർത്ത് വിളക്കി യോജിപ്പിക്കുന്നു. ഈ കുഴലിന് 100 മില്ലിമീറ്റർ നീളവും 25 മില്ലിമീറ്റർ വ്യാസവും ഉണ്ടാകണം. കുഴലിന്റെ ഒരറ്റം, നടുക്ക് ചെറിയ ദ്വാരമുള്ള തകരച്ചില്ലിട്ട് അടയ്ക്കുന്നു. ഈ കുറ്റിയിൽ നനവുള്ള ചെങ്കല്ല് പൊടി ഇട്ട് നല്ലവണ്ണം ഇടിച്ചൊതുക്കി 12 മില്ലിമീറ്റർ കനത്തിൽ ഉറപ്പിക്കുന്നു. ചുവട്ടിൽ കൂടി വ്യാസത്തിന്റെ 1/5 വലിപ്പത്തിൽ (5 മില്ലിമീറ്റർ) ദ്വാരമിടുന്നു. ഇതാണ് വാണത്തിന്റെ നോസിൽ (Nozzle). ഈ ദ്വാരം തല്ക്കാലം ചകിരി തിരുകികയറ്റി അടച്ചുവയ്ക്കുന്നു. ചകിരിയുടെ അഗ്രം ചെങ്കല്ല് കട്ടയുടെ മുകൾഭാഗം കടന്ന് പോകാതിരിക്കാൻ ശ്രദ്ധിക്കണം. ശേഷം കുറ്റിയിൽ ചീറ്റ് മരുന്ന് നിറയ്ക്കുന്നു. 10 പലം വെടിയുപ്പും രണ്ടര പലം ഗന്ധകവും 3 പലം കരിക്കട്ടക്കരിയും അരച്ചെടുക്കുന്നു.

തൂക്കങ്ങളെല്ലാം വെള്ളിക്കോൽ ഉപയോഗിച്ചാണ് ചെയ്യുന്നത്. വെള്ളിക്കോൽ ഒരു ചെറിയ തേക്കിൻതടിയുടെ ദണ്ഡാണ്. ഒരു വശം അല്പം കനം കൂടിയിരിക്കും. അറ്റം തേഞ്ഞു പോകാതിരിക്കാൻ ചെമ്പ് തൊപ്പി ഇട്ടിരിക്കും. കനം കുറഞ്ഞ അറ്റത്ത് തുണിയിൽ മരുന്ന് തൂക്കിയിടുന്നു. കനം കൂടിയ ഭാഗത്തിനടുത്തായി തൂക്കിപ്പിടിക്കും. തൂക്കി നിർത്തുന്ന ഭാഗം ഭാരത്തിനനുസരിച്ച് അടയാളപ്പെടുത്തിയിട്ടുണ്ട്. ഇരുമ്പ് പടികൾ തൂക്കാൻ ആവശ്യമില്ല എന്നുള്ളതാണ് പ്രത്യേകത. അളവുകൾ പലത്തിലാണെന്ന് മാത്രം. ഒരു പലം ഏകദേശം 86 ഗ്രാം ആണ്. ആയുർവ്വേദത്തിൽ ഇത് 48 ഗ്രാമിന് തുല്യമാണ്.

കുറ്റിയിൽ ഇട്ടുറപ്പിച്ച മരുന്നിന് 57 മില്ലിലിറ്റർ കനം ഉണ്ടായിരിക്കണം.

ഒരു വാഷർ മരുന്നിന് മുകളിൽ വച്ചാണ് അടിച്ചുറപ്പിക്കുന്നത്. ഏതാണ്ട് 100 മുതൽ 150 തവണ വരെ തല്ലി ഉറപ്പിക്കുന്നു. ഇപ്രകാരം ഉറപ്പിച്ച കരിമരുന്നാണ് വാണത്തിന്റെ ചീറ്റുമരുന്ന് (Propellant). മരുന്ന് നല്ലതു പോലെ ഉറയ്ക്കാതിരുന്നാൽ കത്തുമ്പോൾ ചിട്ടയില്ലാതെ കത്തി ഉന്നത മർദ്ദമുണ്ടായി കൈയിലിരുന്നു തന്നെ സ്ഫോടനമുണ്ടാകാം. ആവശ്യ ത്തിന് ബലത്തിൽ ഉറപ്പിച്ചാൽ കൈയിലിരുന്ന് വെടിതീർന്ന് അപകടം ഉണ്ടാകില്ല. അതുപോലെ തന്നെ തിരുകിവച്ച ചകിരി, ചെങ്കല്ല് കഴിഞ്ഞ്

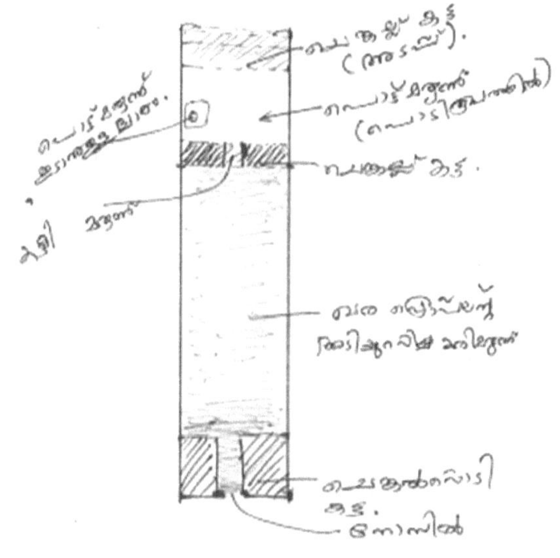

സാധാരണ വാണത്തിന്റെ ഘടന

കയറ്റിയാൽ കൂടുതൽ ഭാഗത്തെ ചീറ്റുമരുന്ന് കത്തി അപകടമുണ്ടാകും.

മരുന്നുകട്ടയ്ക്ക് മുകളിൽ സാധാരണ മണൽ കോരിയിട്ട് വീണ്ടും ചെങ്കല്ല് ഇട്ട് ഇടിച്ച് ഉറപ്പിക്കുന്നു. ശേഷം മുകൾഭാഗത്തെ തകിടിന്റെ അറ്റം മടക്കി കുറ്റി അടയ്ക്കുന്നു. ഇനിയാണ് സ്ഫോടനമരുന്ന് നിറയ്ക്കുന്നത്. മണൽ ഇട്ട ഭാഗത്ത് ഒരു ചെറിയ സുഷിരമിട്ട് അതിലൂടെ മണൽ ചോർത്തിക്കളയുന്നു. ഈ ദ്വാരത്തിലൂടെ ഒരു ചെറിയ കരണ്ടി കരിമരുന്ന് പൊടി (പൊട്ടുമരുന്ന്) അകത്തിടുന്നു. മരുന്ന് പൊടി പുറ ത്തേക്ക് വരാത്ത വിധം നാലഞ്ച് പാളി പേപ്പർ ചുറ്റി ദ്വാരം നല്ലതുപോലെ അടയ്ക്കുന്നു.

ചുവട്ടിൽനിന്ന് ചകിരി ഊരി മാറ്റിയ ശേഷം ദ്വാരത്തിന്റെ അളവ് 5 മില്ലിമീറ്റർ തന്നെ ആണോ എന്ന് ഉറപ്പുവരുത്തുന്നു. ശേഷം ഈ സുഷി രത്തിലൂടെ മരുന്ന് കയറ്റി അടയ്ക്കുന്നു. ചുവട് ഭാഗത്ത് ഒരു കറുത്ത പൊട്ടുപോലെ കാണാം. (ചിത്രം കാണുക.)

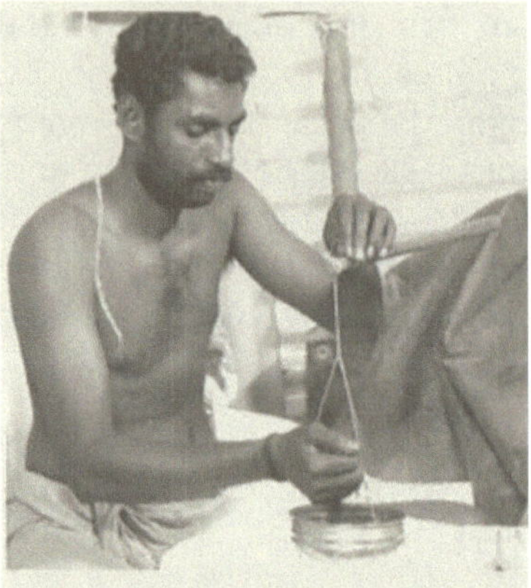

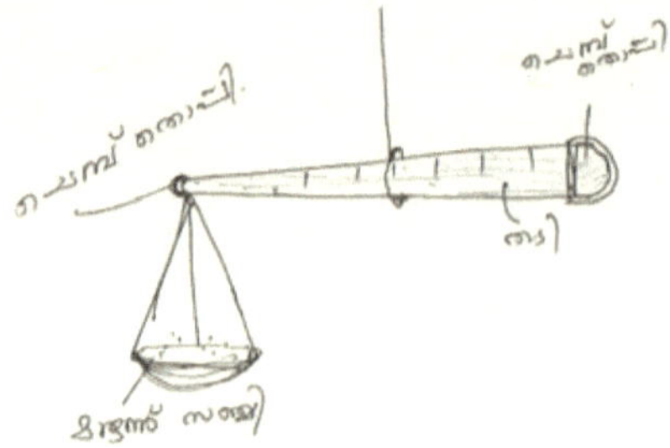

വെള്ളിക്കോൽ

ഇനി വാണത്തിന്റെ സഞ്ചാരത്തിന് സ്ഥിരത നല്കുവാൻ പനയോല ഈർക്കിൽ കൊണ്ട് വാൽ പിടിപ്പിക്കുന്നു. ഇതിനെ വാണക്കോൽ എന്നു പറയുന്നു. സ്ഥിരത കിട്ടുന്നതിന് വാണവും ഈർക്കിലും ചേരുന്ന ഭാഗത്ത് തുലനം ചെയ്യുമ്പോൾ വാൽഭാഗം ശകലം ഉയർന്ന് നില്ക്കണം. സാധാരണ വാണം തയ്യാറായിക്കഴിഞ്ഞു.

ഉയരട്ടെ

ചകിരി പിരിച്ചെടുത്ത് തിരിയുണ്ടാക്കുന്നു. ഈ തിരിയെ പൊരുത്ത് എന്നു പറയുന്നു. പൊരുത്ത് കത്തിച്ച് വാണത്തിന്റെ ചുവട്ടിൽ കാണിക്കുകയും വാണത്തിന്റെ കറുത്ത പൊട്ട് കത്തി ചുവട്ടിലെ മരുന്നിലൂടെ തീ ഉള്ളിലെത്തുന്നു. വാണം കൈയിൽനിന്ന് ആവശ്യമുള്ള ദിശയിലേക്ക് ചെറിയ ഉന്തലോടെ വിടുന്നു. ഖരരൂപത്തിലുള്ള പ്രൊപ്പലന്റ് കത്തി ദ്വാരത്തിലൂടെ ചീറ്റലോടെ പുറത്തേക്ക് വരികയും തീപ്പൊരി വാൽ ഉണ്ടാകുന്നു. ഇതിന് വിപരീതമായി വാണം മുകളിലേക്ക് ഉയരുകയും ചെയ്യുന്നു. ഖര ഇന്ധനം കത്തിത്തീരുമ്പോൾ മുകൾഭാഗത്തെ ചെങ്കല്ല് ദ്വാരത്തിലൂടെ തീ അകത്തെ പൊട്ടുമരുന്നിൽ ചെന്ന് സ്ഫോടനമുണ്ടാക്കി ശബ്ദത്തോടെ ചിന്നിച്ചിതറുന്നു.

പൊരിവാണം

പൊരിവാണം നിർമ്മിക്കുന്നതിന് മരുന്നിന്റെ കൂട്ടിലാണ് വ്യത്യാസം. സാധാരണ വാണത്തിലെ ചീറ്റുമരുന്നിന്റെ 10 പലമെടുത്ത്, 1 പലം തള്ളുമരുന്നും, 1 പലം ചിരട്ടക്കരിയും ചേർത്ത് കല്ലിൽ അരച്ചെടുത്ത് ചീറ്റുമരുന്ന് (പ്രൊപ്പലന്റ്) ആയി ഉപയോഗിക്കുന്നു. ചിരട്ടക്കരിപ്പൊടിയുടെ സാന്നിദ്ധ്യം കൊണ്ടാണ് നീണ്ട തീപ്പൊരി വാലുണ്ടാകുന്നത്.

ഇരുട്ട് വാണം

10 പലം വെടിയുപ്പും 3 പലം കട്ടക്കരിയും മാത്രം ചേർത്ത് അരച്ചെടുക്കുന്നു. ഈ കൂട്ടിൽ ഗന്ധകമില്ല. ഈ മരുന്നാണ് വാണത്തിൽ ഉപയോഗിക്കുന്നത്. ഗന്ധകത്തിന്റെ അസാന്നിദ്ധ്യം മൂലമാണ് വാണം വെട്ടമില്ലാതെ ഉയർന്ന് പോകുന്നത്.

കളർവാണം

സാധാരണ വാണത്തിന് മുകളിൽ വർണ്ണഗുളികകളുംകൂടി കെട്ടിവച്ച് വിടുന്നതാണ് കളർവാണം. വാണത്തിൽ കുടയും കെട്ടിവെച്ച് വിട്ട് വിരിയിച്ചിറക്കാവുന്നതാണ്. റോക്കറ്റിൽ കൊണ്ടുപോയി വിക്ഷേപിക്കുന്ന ഘടകത്തെ പേലോഡ് എന്നു വിളിക്കുന്നു. സാധാരണ റോക്കറ്റ് വിക്ഷേപണത്തിൽ ഉപഗ്രഹമാണ് പേലോഡ്. വാണത്തിൽ കുടയോ കത്തി നിറം തരുന്ന കളർഗുളികയോ ആണ് പേലോഡ്. നേരത്തെ വിവരിച്ച വാണത്തിൽ പരമാവധി 200 ഗ്രാം വരെ കൊണ്ടുപോകാവുന്നതാണ്. കളർവാണത്തിന്റെ നിർമ്മാണത്തിൽ അല്പം വ്യത്യാസമുണ്ട്.

സാധാരണ വാണത്തിന്റെ ചീറ്റുമരുന്ന് (ഉറപ്പിച്ച മരുന്ന്) തീരുന്നതിന് അല്പം താഴെ വശത്തായി ഒന്നര മില്ലിമീറ്റർ വലിപ്പത്തിൽ ശ്രദ്ധയോടെ ഒരു ദ്വാരമിടുന്നു. മൂന്ന് കരിമരുന്ന് തിരികൾ ഈ ദ്വാരത്തിനടുത്തായി ചേർത്ത് നൂൽ വച്ച് കെട്ടുന്നു. ഇതിന് ചുറ്റും നാലുപാളി പേപ്പർ ചുറ്റിയിട്ട് അടിഭാഗം കെട്ടിയ ശേഷം തള്ളുമരുന്നും ആവശ്യത്തിനുള്ള കളർഗുളികയും ഇട്ട് മുകൾഭാഗം മടക്കി നല്ലതുപോലെ ഒട്ടിക്കുന്നു. ശേഷം വാണക്കോൽ പിടിപ്പിക്കുന്നു. (ചിത്രം കാണുക.)

വശത്തിലുള്ള ദ്വാരത്തിൽ തിരി ചേർത്തുപിടിപ്പിച്ച വാണം

പ്രവർത്തനം

വാണം ഉയർന്ന് ചീറ്റൽ മരുന്ന് കത്തിത്തീരുന്നതിന് അല്പം മുമ്പ് സൈഡിൽ ഇട്ടിരുന്ന ദ്വാരത്തിലൂടെ തീ കടന്ന് മൂന്ന് തിരികളിലും പിടിക്കുന്നു. ഇത് തള്ളുമരുന്നിനെയും ഒപ്പം കളർ ഗുളികയെയും കത്തിക്കുന്നു. തള്ളുമരുന്നിട്ട പൊതി പൊട്ടിത്തെറിക്കുകയും ഗുളികകൾക്ക് തീപിടിച്ച് വർണമുത്തുകൾ ആകാശത്ത് വിരിയുകയും ചെയ്യുന്നു. ഈ സമയം കൊണ്ട് വാണത്തിന്റെ മുകളിലെ ചെങ്കല്ലിൽ ഇട്ട ദ്വാരത്തിലൂടെ തീ കടന്ന് വാണത്തിലെ മുകൾഭാഗത്തിലെ പൊട്ടു മരുന്നും കത്തി സ്ഫോടനശബ്ദമുണ്ടാകുന്നു. എല്ലാം വളരെ ചെറിയ ഇടവേളയിലാണ് സംഭവിക്കുന്നത്.

വെള്ളിവാണം

കത്തിച്ചുവിടുമ്പോൾ വാണത്തിന്റെ മുകളിൽ നിന്ന് തെങ്ങിൻ പൂക്കുലപോലെ തീമുല്ലപ്പൊട്ടുകൾ പറന്നിറങ്ങുകയും ചുവട്ടിലൂടെ പൊരിയില്ലാതെ ഉയരുകയും ചെയ്യുന്നതാണ് വെള്ളിവാണം.

നിർമാണം

വെള്ളിവാണത്തിന് സാധാരണ വാണത്തെക്കാൾ അല്പം നീളവും വണ്ണവും കൂടുതലായിരിക്കണം. മുകളിലോട്ട് കത്തി പുറത്തേക്ക് വരുന്ന ജ്വാലയും കണികകളും മറ്റും താഴേക്ക് ബലം പ്രയോഗിക്കും. ഇതിനേക്കാൾ കൂടിയ ബലം മുകളിലേക്ക് കിട്ടുന്നതിനു വേണ്ടിയാണിത്. തകിടുകുറ്റിയുടെ ചുവട് ചെറിയ ദ്വാരമുള്ള ചില്ലിട്ട് അടയ്ക്കുന്നു. ഈ കുറ്റിയിൽ ചെങ്കല്ല് പൊടിയിട്ട് അടിച്ച് ഉറപ്പിക്കുന്നു. വ്യാസത്തിന്റെ അഞ്ചിലൊന്ന് വലിപ്പമുള്ള ദ്വാരം ചുവട്ടിലെ ചില്ലിലിടുന്നു. ചകിരി തിരുകിക്കയറ്റി അടച്ചശേഷം ഇരുട്ടു മരുന്ന് അടിച്ചുറപ്പിക്കുന്നു. ഏകദേശം കുറ്റിയുടെ മദ്ധ്യഭാഗം വരെ ഉറച്ച മരുന്ന് ഉണ്ടാകണം. മരഅച്ച് മരുന്നിന് മുകളിൽ വച്ചശേഷം കൊട്ടുവടി കൊണ്ട് അടിച്ചുറപ്പിക്കുന്നു.

ഇതിന് മുകളിൽ 5 മില്ലിമീറ്റർ കനത്തിൽ ചെങ്കല്ല് പൊടി അടിച്ചുറപ്പിച്ചെ

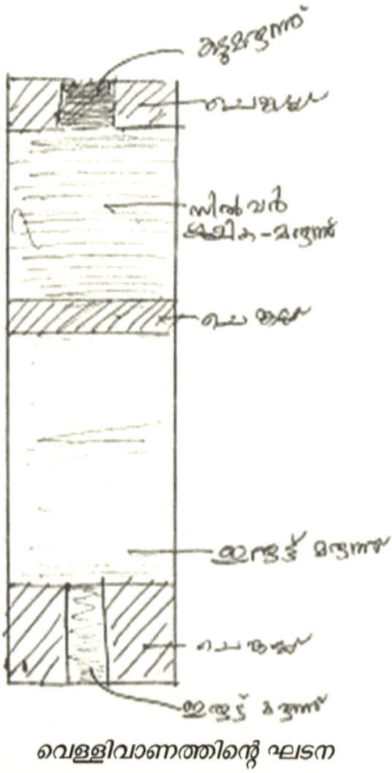

വെള്ളിവാണത്തിന്റെ ഘടന

ടുക്കുന്നു. മുകൾ ഭാഗവുമായി ചുവട്ടിലെ മരുന്നിന് ബന്ധമില്ല. ഇതിനു മുകളിൽ സിൽവർ ഗുളികയുടെ മരുന്ന് വളരെ നേർത്ത നനവിൽ തയ്യാറാക്കുന്നു. നനവ് കൂടിയാൽ അപകടമുണ്ടാകും. ഈ മരുന്ന് മരഅച്ച് വച്ച് കൊട്ടുവടികൊണ്ട് അടിച്ചുറപ്പിക്കുന്നു. ഇതിന് മുകളിൽ വീണ്ടും ചെങ്കല്ല് പൊടി അടിച്ചുറപ്പിച്ച് അതിനു നടുവിൽ നാലിൽ ഒന്ന് വലിപ്പത്തിൽ ദ്വാരമിടുന്നു. ഈ ദ്വാരത്തിലൂടെ കറുത്ത പൊട്ടിന്റെ കടുമരുന്ന് വിരൽകൊണ്ട് ദ്വാരത്തിൽ ഉറപ്പിക്കുന്നു. വെള്ളിവാണം തയ്യാറായി കഴിഞ്ഞു.

പ്രവർത്തനം

പൊരുത്ത് വച്ച് മുകളിൽ ആദ്യം തീ കൊടുക്കുന്നു. മരുന്ന് കത്തിപ്പിടിച്ചു കഴിയുമ്പോൾ വാണത്തിന്റെ ചുവട്ടിൽ തീ കൊളുത്തുന്നു. തീ കത്തി നോസിലിലൂടെ കയറി ഉള്ളിൽ നിന്ന് ചീറ്റുമരുന്ന് കത്തി താഴേക്ക് ചീറിപ്പായുന്നു. ആവശ്യമുള്ള ദിശയിലേക്ക് വാണത്തിന് ഒരു ഉന്ത് കൊടുത്ത് വിടുക. മുകളിൽ നിന്ന് മരുന്ന് കത്തി പുറത്തേക്ക് വരികയും വാണം ഉയരുകയും ചെയ്യും. ചുവട്ടിൽ തീപ്പൊരി കാണില്ല. വെള്ളക്കതിർമണികൾ പൂത്തുലയുകയായി. ചാരുതയാർന്ന ദൃശ്യം കാണുകയായി.

മൊട്ടുപൂവ്

മൊട്ടുപൂവ് കത്തിച്ചുകഴിയുമ്പോൾ ഏകദേശം 10 ആൾ പൊക്കത്തിൽ ഉയർന്ന് ചുവന്ന തീപ്പൊരികൾ ഉതിർക്കുകയും അവ ഓരോന്നും രണ്ടും മൂന്നുമായി വിടർന്ന് മനോഹരമായ കാഴ്ചയൊരുക്കുന്നു. ഒരു കെട്ടിടത്തിന്റെ വ്യാപ്തിയിലാണ് ഇത് പടർന്ന് നില്ക്കുക. മരുന്നിലുണ്ടായിരുന്ന ഇരുമ്പ് തരികളാണ് ചുവന്ന് മിനുങ്ങി ഉയർന്ന് പടരുന്നത്.

നിർമ്മാണം

ഒന്നേകാൽ അടി നീളവും മുക്കാൽ അടി വ്യാസവും മൂന്ന് മില്ലിമീറ്റർ കനവുമുള്ള തകിട് കുഴൽ വെൽഡ് ചെയ്തു ഉണ്ടാക്കുന്നു. ചുവട്ടിൽ വ്യാസത്തിന്റെ നാലിൽ ഒന്ന് വലിപ്പത്തിൽ ദ്വാരമുള്ള തകിട് ഇട്ട് വെൽഡ് ചെയ്യുന്നു. തകിട് ചേരുന്ന വശത്ത് പശയും മണ്ണും ചേർത്ത് അടച്ച് സുഷിരങ്ങളില്ലെന്ന് ഉറപ്പാക്കുന്നു.

കുറ്റിയിൽ ചെങ്കല്ലുമണ്ണും ഇരുമ്പുപൊടിയും ഏകദേശം നാല് വിരൽ കനത്തിൽ ഇടിച്ചുറപ്പിക്കുന്നു. ചെങ്കല്ലിലും 1/4 ദ്വാരം ഇട്ടിരിക്കണം. ഒരു നാലുമുടി കനം ദ്വാരത്തിന് കൂട്ടിയിട്ടിരിക്കണം. കാരണം ചകിരിയിൽ അടച്ചാണ് പിന്നീട് മരുന്ന് ഇടുന്നത്. ഏതെങ്കിലും കാരണവശാൽ മരുന്ന് കൂടുതൽ കത്തിയാൽ അവശിഷ്ടങ്ങൾ തടസ്സമില്ലാതെ പുറത്തുപോയി സ്ഫോടനം ഒഴിവാക്കുന്നതിനാണിത്. മൊട്ടുപൂവിനുള്ള ഏകദേശം 2

കിലോഗ്രാം മരുന്ന് മൂന്ന് തവണയായി നിറച്ച് ഉറപ്പിക്കുന്നു. 10 പലം വെടിയുപ്പും രണ്ടര പലം ഗന്ധകവും ഒന്നേകാൽ പലം കരിപ്പൊടിയും അരച്ച് തയ്യാറാക്കുന്നു. ഇതിൽ 10 പലമെടുത്ത് രണ്ടര പലം ജീരകവലിപ്പത്തിലുള്ള ഇരുമ്പുതരികളും കരിമരുന്നിൽ ചേർക്കുന്നു. മരുന്നിന്റെ പരുവം പരിശോധിക്കാൻ ചില മാർഗ്ഗങ്ങളുണ്ട്. കൃത്യമായ പരുവത്തിലെ മരുന്ന് വളരെ നേർത്ത ഈർപ്പത്തിൽ കുറ്റിയിൽ ഇടിച്ചുറപ്പിക്കുന്നു. തടിഅച്ചും കൊട്ടുവടിയും ഉപയോഗിച്ചാണ് മരുന്ന് ഉറപ്പിക്കുന്നത്. മൂന്ന് തവണയായി മരുന്നിട്ട് ഉറപ്പിച്ച ശേഷം ചെങ്കൽ പൊടിയിട്ട് കൂടം വച്ച് അടിച്ചുറപ്പിക്കുന്നു. ഇതിനുമുകളിൽ 5 മില്ലിമീറ്റർ കനമുള്ള തകിട് വാഷർ കയറ്റി മുറുകെ അടയ്ക്കുന്നു. ഇതിന് പുറത്തുകൂടി ഒരു നീണ്ട ഇരുമ്പ് ദണ്ഡ് കുറ്റിയുടെ വശങ്ങളിലെ ദ്വാരത്തിലൂടെ കടത്തി വാഷറിനെ ബലപ്പെടുത്തിവയ്ക്കുന്നു. ചകിരി മാറ്റി പൂവിന്റെ മരുന്ന് വിരൽ കൊണ്ട് കുത്തി നിറയ്ക്കുന്നു.

കത്തിക്കുന്നതിനായി മരുന്നുകുറ്റി തലകീഴായി കുറച്ചു ഭാഗം താഴ്ന്നിരിക്കത്തക്കവിധം മണ്ണിൽ കുഴിച്ചുവയ്ക്കുന്നു. മുകളിൽ പൊരുത്ത് വച്ച് തീ കത്തിക്കുന്നു. മരുന്ന് കത്തി ദ്വാരത്തിലൂടെ പത്ത് ആൾ പൊക്കത്തിൽ ഉയർന്ന് ചുവന്ന് പൊരികൾ പടർന്ന് പന്തലിച്ച് കാണുന്നു. നല്ല അമർച്ചയോടെ മൊട്ടുപൂവ് കത്തുന്നു. കണ്ണെടുക്കാതെ നോക്കിനിന്നു പോകും.

കുരവപ്പൂവ്

ഓടക്കുഴൽ വിളിപോലെ രാഗഭദ്രമായ സംഗീതമില്ലെങ്കിലും മുഹൂർത്തങ്ങളിൽ സ്ത്രീകളുടെ കുരവയിടീൽ ഹൃദ്യമായി സൃഷ്ടിക്കുവാൻ കരിമരുന്നിന് കഴിയും. അതാണ് കുരവപ്പൂവ്. മൂന്ന് കുരവ അഞ്ച് കുരവ എന്നിങ്ങനെ പലവിധത്തിൽ ഇവ നിർമ്മിച്ചെടുക്കാവുന്നതാണ്.

നിർമ്മാണം

മുളമുട്ട് നടുക്ക് വരുന്നവിധം മുള മുറിച്ചെടുത്താണ് കുരവപ്പൂവ് ഉണ്ടാക്കുന്നത്. ഏകദേശം 37 മില്ലിമീറ്റർ കനത്തിൽ നടുക്കത്തെ മുള മുട്ടിന് മുകളിൽ ചെങ്കല്ലുമണ്ണ് അടിച്ചുറപ്പിക്കുന്നു. നാല് യൂണിറ്റ് വ്യാസത്തിന് മൂന്നര എന്ന കണക്കിന് മുളമുട്ടിൽ നീളമുള്ള ഇരുമ്പുദണ്ഡ് വച്ച് ദ്വാരമിടുന്നു. ഈ ദ്വാരം തുണി തിരുകി അടയ്ക്കുന്നു. ഊരാനുള്ള ഒരു ചരട് കൂടി കെട്ടി പുറത്തേക്ക് ഇട്ടാണ് ഇത് ചെയ്യുന്നത്. 4 കിലോഗ്രാം വെടിയുപ്പ് ഓരോ കിലോഗ്രാം വീതം കരിപ്പൊടിയും ഗന്ധകവും ഒരു നിശ്ചിത അളവ് ഇരുമ്പുപൊടിയും ചേർന്ന കൂട്ട് ആവശ്യത്തിന് കുറ്റിയിൽ ഇട്ട് അടിച്ച് ഉറപ്പിക്കുന്നു. ഇതിന് മുകളിലായി ഒരു കിലോഗ്രാം വെടിയുപ്പ്, 250 ഗ്രാം ഗന്ധകം, 600 ഗ്രാം കരിപ്പൊടി എന്നിവ ചേർന്ന മിണ്ടാമരുന്നിൽ നിന്ന് ഒരളവ് എടുത്ത് നേരത്തെ ഉറപ്പിച്ച മരുന്നിന് മുകളിലിട്ട് ഉറപ്പിക്കുന്നു. മരഅച്ചും ഉലക്കയും ഉപയോഗിച്ചാണ് മിണ്ടാമരുന്ന് ഉറപ്പിക്കുന്നത്. ഇത്

രണ്ടു പ്രാവശ്യം കൂടി ആവർത്തിക്കുന്നു. അങ്ങനെ മൂന്ന് ഭാഗങ്ങളിലായി കുരവ മരുന്നും മിണ്ടാമരുന്നും ക്രമമായി തടി ഉലക്കകൊണ്ട് അടിച്ചുറപ്പിക്കുന്നു. ഏറ്റവും മുകളിൽ ചെങ്കല്ലുമണൽ ഇട്ട് അടിച്ചുറപ്പിക്കുന്നു. മുളമുട്ടിലെ തുണി നീക്കംചെയ്ത് മരുന്ന് തിരുകി അടയ്ക്കുന്നു.

മുളയുടെ വശങ്ങൾ ചീകിക്കളയുന്നു. പശയും ചണവും ചേർത്ത് ചുറ്റുന്നു. മുളയുടെ അടുത്ത പകുതിയിൽ നാലുവിരൽ ഇടവിട്ട് അകലത്തിൽ നഖളളി കൊണ്ട് 20 ഡിഗ്രി ചായിച്ച് അഞ്ച് ദ്വാരങ്ങൾ ഒന്നിനു മുകളിൽ ഒന്നായി ഉണ്ടാക്കുന്നു. മുളയുടെ മൂന്ന് വശങ്ങളിലായി ആകെ 15 ദ്വാരങ്ങൾ ഇടുന്നു. ദ്വാരമുള്ള ഭാഗം മുകളിൽ വരത്തക്കവിധം കുറ്റി കുറച്ചു ഭാഗം താഴ്ത്തി കുഴിച്ചിടുന്നു.

തിരി തീകത്തിച്ച് കുറ്റിക്കുള്ളിലേക്കിടുന്നു. മരുന്ന് കത്തി സുഷിരത്തിലൂടെ മുകളിലേക്ക് പോകുകയും ദ്വാരത്തിലൂടെ കാറ്റ് അകത്തേക്ക് തള്ളിക്കയറി 'കുരവയിടീൽ' കേൾപ്പിക്കുന്നു. മിണ്ടാമരുന്ന് കത്തുമ്പോൾ മുകളിലേക്ക് ചീറ്റി പുറത്തേക്ക് വരാത്തതുകൊണ്ടാണ് ഇടയ്ക്ക് മിണ്ടാത്തത്.

കേരളത്തിൽ വിവിധതരം പൂവ് നിർമ്മിക്കുന്നതിൽ ഏകദേശം 160 വർഷത്തെ പാരമ്പര്യത്തിന്റെ ഉടമയാണ് തുറവൂർ പുരുഷോത്തമൻ പിള്ള ആശാൻ. തെക്കൻ കേരളത്തിൽ വിദഗ്ദ്ധമായ കരിക്കിൻ പൂവ് നിർമ്മാണം നടത്തുന്നത് പുത്തൂർ പത്മനാഭപിള്ള ആശാനാണ്. കരിക്കിനകത്ത് വിദഗ്ദ്ധമായി പൂവ് നിർമ്മിക്കുന്ന ആശാനാണ് മാലൂർ പ്രസന്നൻ. കോലം തുള്ളലിൽ ഒഴിച്ചു കൂടാനാവാത്ത ഇനമാണ് കുരവ പൂവ്. സ്ത്രീകളുടെ പ്രിയപ്പെട്ട ഇനം കുരവപ്പൂവ്. പള്ളികളിലും ഇത് കത്തിക്കാറുണ്ട്.

മത്താപ്പ്

മത്താപ്പ് (Fountains) വെടിക്കെട്ടിൽ പ്രയോഗിച്ച് കാണുന്നില്ലെങ്കിലും കുട്ടികൾക്ക് ഏറ്റവും പ്രിയങ്കരമായ ഒന്നാണിത്. പതിനായിരങ്ങൾക്ക് ഒരുമിച്ച് കണ്ട് ആസ്വദിക്കാൻ തക്ക വലിപ്പം ഇതിന്റെ പ്രകാശധാരയ്ക്ക് ഇല്ലാത്തതുകൊണ്ടാകാം വെടിക്കെട്ടിൽ മത്താപ്പ് കാണാത്തത്. കത്തിച്ചു കഴിഞ്ഞാൽ തീമുത്തുകൾ തറയിൽ നിന്നുയർന്ന് വർണ്ണശബളമായ തീധാര തീർത്ത് കൗതുകമുണർത്തുന്നു. ചെറിയ മത്താപ്പുകൾ സിലിണ്ടർ ആകൃതിയിലാണ്. രണ്ടു സെന്റിമീറ്റർ മുതൽ 20 സെന്റിമീറ്റർ വരെ വ്യാസമുള്ള മത്താപ്പുകൾ ലഭ്യമാണ്. ഒത്തിരി മത്താപ്പുകൾ ചരടിൽ തലകീഴായി ഉയരത്തിൽ കെട്ടി കത്തിച്ച് തീമുത്തുകളുടെ ചേതോഹരമായ വെള്ളച്ചാട്ടം നിർമ്മിക്കാറുണ്ട്.

മത്താപ്പ് കത്തുമ്പോഴുള്ള വർണ്ണം അതിലടങ്ങിയിരിക്കുന്ന രാസപദാർത്ഥത്തിന്റെ സ്വഭാവത്തിനനുസരിച്ചാണ്. കരിമരുന്നിൽ ചേർക്കുന്ന ഈ ഘടകം ഉത്സർജ്ജകം (Emitter) എന്ന് അറിയപ്പെടുന്നു. മത്താപ്പിൽ കരിമരുന്ന് ഒരു തള്ളുമരുന്നായും (Propellant) പ്രവർത്തിക്കുന്നു.

മത്താപ്പ്

മത്താപ്പിൽ തീ കൊളുത്തുമ്പോൾ കരിമരുന്ന് പ്രതിപ്രവർത്തിച്ച് ചൂടുപിടിച്ച വാതകം ഉണ്ടാവുകയും അത് എമിറ്റർ കണികകളെ ചൂടാക്കി മുകളിലേക്ക് ഉയർത്തുകയും ചെയ്യുന്നു. ഈ കണികകൾ വായുസമ്പർക്കത്തിൽ വരികയും ജ്വലിച്ച് ജലധാര സൃഷ്ടിക്കുകയും ചെയ്യുന്നു. എമിറ്റർ പദാർത്ഥമായി ഉപയോഗിക്കുന്നത് കാർബൺ, അലൂമിനിയം, ഇരുമ്പ്, മഗ്നീഷ്യം-അലൂമിനിയം സങ്കരം എന്നിവയാണ്. ആന്റിമണി ട്രൈസൾഫൈഡ് (Sb_2S_3) തിളക്കം വർദ്ധിപ്പിക്കുന്നതിന് ഉപയോഗിക്കുന്നു.

നോസിലിൽ കൂടി ശക്തമായി പുറത്തേക്ക് വരുന്നതിന് 84 ശതമാനം കരിമരുന്നും 16 ശതമാനം കരിപ്പൊടിയും മിശ്രിതത്തിലെടുക്കുന്നു. സ്വർണ്ണനിറത്തിലെ സ്പാർക്ക് കിട്ടുന്നതിന് 54 ശതമാനം നൈറ്ററും 9 ശതമാനം ഗന്ധകവും 13 ശതമാനം കരിപ്പൊടിയും 24 ശതമാനം ഇരുമ്പ് പൊടിയും ഉപയോഗിക്കുന്നു. വെള്ളി നിറത്തിലെ സ്ഫുലിംഗങ്ങൾ (Sparks) ലഭിക്കുന്നതിന് 38 ശതമാനം കരിമരുന്നും 28 ശതമാനം നൈറ്ററും 27 ശതമാനം ഗന്ധകവും 7 ശതമാനം ടൈറ്റാനിയവും ചേർന്ന മിശ്രിതം ഉപയോഗിക്കുന്നു.

പ്രവർത്തനം

കത്തിച്ചുകഴിയുമ്പോൾ ഉറപ്പിച്ചുവെച്ച കരിമരുന്ന് കത്തി താഴേക്ക് നീങ്ങുകയും താപവും ചൂട് വാതകവും ഉണ്ടാകുകയും ചെയ്യുന്നു. ഉയരുന്ന ചൂടുവാതകം ടൈറ്റാനിയം കണികകളെ ചൂടാക്കുകയും മത്താപ്പ് കുറ്റിയിൽ നിന്ന് ഉയർത്തുകയും ചെയ്യുന്നു. മുകൾഭാഗത്തെ ചെറിയ സുഷിരങ്ങളിലൂടെ ഇത് പുറത്തേക്ക് വരുന്നു.

ഉയരുന്ന ടൈറ്റാനിയം കണികകൾ വായുസമ്പർക്കത്തിൽ വരികയും കത്തുകയും ചെയ്യുന്നു. തന്മാത്രകൾ ഉയർന്ന ഊഷ്മാവിൽ എത്തുമ്പോൾ അവയുടെ ഭ്രമണ നിലകൾ ഉത്തേജിക്കപ്പെടുകയും അതിന്റെ ഫലമായി പ്രകാശം, ഇൻഫ്രാറെഡ്, അൾട്രാവയലറ്റ് എന്നീ വികിരണങ്ങൾ ഉത്സർജിക്കുകയും ചെയ്യുന്നു. രണ്ട്, തന്മാത്രയിലെ ആറ്റത്തിലുള്ള ഇലക്ട്രോണുകൾ ഉയർന്ന ഊർജ്ജനിലയിൽനിന്ന് താഴ്ന്ന നിലയിലേക്ക് വരുമ്പോൾ പ്രകാശവും, അൾട്രാവയലറ്റ് ആയും പുറത്തേക്ക് വരും. മൂന്ന്, കണികകളുടെ ഊഷ്മാവ് വളരെ ഉയർന്നതാകയാൽ ബൾബിലെ ഫിലമെന്റിലെ പോലെ പ്രകാശം പുറത്തേക്ക് വരുന്നു. പ്രകാശത്തിന്റെ അളവും തിളക്കവും അതിലെ രാസപ്രവർത്തനത്തിന്റെ തന്മാത്രകളുടെയും ആറ്റത്തിന്റെയും വിവിധ ഊർജ്ജനിലകളെ ആശ്രയിച്ചിരിക്കും.

ചീനപ്പടക്കം

കഴിഞ്ഞ 10 വർഷക്കാലമായി പടക്ക വ്യാപാരത്തിൽ വലിയ വ്യത്യാസമുണ്ടായി. ചൈനക്കാരുടെ പടക്കനിർമ്മാണവിദ്യ ശിവകാശിയിൽ യന്ത്രങ്ങൾ ഉപയോഗിച്ച് വൻതോതിൽ ചീനപ്പടക്കങ്ങൾ ഉല്പാദിപ്പിക്കാൻ തുടങ്ങി. ചെറിയ അമിട്ടുകൾ 100 എണ്ണം ഒരു പെട്ടിയിൽ ക്രമീകരിച്ചുവെച്ചിരിക്കും. പെട്ടി അതുപോലെ തറയിൽ വെച്ച് തിരി കത്തിച്ചാൽ ഒരമിട്ട് പോയി പൊട്ടി കഴിയുമ്പോൾ അടുത്തത് ഉയരുകയും പൊട്ടുകയും ചെയ്യുന്നു. അങ്ങനെ തുടർച്ചയായി 100 എണ്ണം ഉയർന്ന് പൊട്ടുന്നു. ഓരോ തവണയും തീ കൊടുക്കേണ്ട എന്നുള്ളതാണ് ഇതിന്റെ പ്രത്യേകത. ഒന്നിൽ നിന്ന് അടുത്തതിലേക്ക് കത്തിപ്പിടിക്കുന്നു. 12 മുതൽ 240 വരെ ചെറിയ അമിട്ടുകൾ നിറച്ച പായ്ക്കറ്റുകൾ ലഭ്യമാണ്. ഓരോന്നും മുകളിൽ പോയി പൊട്ടി വർണ്ണങ്ങൾ വിരിയുന്നു. 300 രൂപ മുതൽ 10000 രൂപ വരെ വിലയ്ക്കുള്ള അമിട്ട് പായ്ക്കറ്റുകൾ ലഭ്യമാണ്. കമ്പിത്തിരി, മത്താപ്പ്, ഓലപ്പടക്കം, മാലപ്പടക്കം, കറങ്ങുന്ന ഗുളികകൾ എന്നിങ്ങനെയുള്ള ഇനങ്ങൾ നല്ലവണ്ണം പായ്ക്ക് ചെയ്തത് വിപണിയിൽ ലഭ്യമാണെന്നുള്ളത് ജനങ്ങളെ ആകർഷിക്കുന്ന ഘടകമാണ്. 300 കോടിയുടെ ചീനപ്പടക്കമാണ് ദീപാവലിക്ക് കേരളത്തിൽ കത്തിച്ചത്.

പടക്കത്തിലും ഗിഫ്റ്റ് പായ്ക്കറ്റുകൾ ലഭ്യമാണ്. വിവിധ ഇനം പടക്കങ്ങൾ ഒരു പെട്ടിയിൽ നിറച്ച് വാങ്ങാൻ കിട്ടും. ഇനം തിരിച്ച് തെരഞ്ഞെടുക്കാൻ നിൽക്കേണ്ട. 'ഫാസ്റ്റ് ലൈഫ്' കാർക്ക് സൗകര്യപ്രദമായ രീതിയിൽ ഒരുക്കിയിട്ടുണ്ട്. എല്ലാം തന്നെ ചൈനക്കാരുടെ യന്ത്രങ്ങളിൽ അവരുടെ കരിമരുന്ന് കൂട്ടുകളിൽ, ആകർഷകമായ പായ്ക്കറ്റുകളിൽ, തമിഴ്നാട്ടിലെ ശിവകാശി കേന്ദ്രമായി നിർമ്മിക്കുന്നു. ഇന്ത്യയിലെ കരിമരുന്ന് വ്യവസായത്തിന്റെ 80 ശതമാനവും ശിവകാശി കേന്ദ്രീകരിച്ചാണ്. കേരളത്തിലേക്കും മറ്റു സംസ്ഥാനങ്ങളിലേക്കും അവിടെ നിന്ന് സപ്ലൈ ചെയ്യുന്നു. അടുത്ത കാലത്തായി ഇതൊരു വൻവ്യവസായമായി മാറിക്കഴിഞ്ഞു.

കേരളത്തിൽ ഏറ്റവും കൂടുതൽ പടക്കം പൊട്ടിക്കുന്നത് കോഴിക്കോടും സമീപപ്രദേശങ്ങളിലുമാണ്. ഇത്തരം പടക്കങ്ങൾ കൂടുതലായി വിറ്റഴിയുന്നത് മലബാർ പ്രദേശങ്ങളിലാണ്. വിഷു, ദീപാവലി, പെരുന്നാൾ എന്നീ വിശേഷങ്ങൾക്ക് വൻതോതിൽ പടക്കം ചെലവാകുന്നുവെന്നും വിവാഹത്തിന് വരെ പടക്കം പൊട്ടിച്ച് ആഹ്ളാദം പ്രകടിപ്പിക്കാറുണ്ടെന്നും കോഴിക്കോട്ടെ ഒരു പടക്കവ്യാപാരിയായ പ്രദീപ് കെ ഉത്സാഹപൂർവ്വം പറഞ്ഞു. മിഠായിത്തെരുവിൽ ഇപ്പോൾ പടക്കക്കടകൾ ഇല്ല. തിരക്ക് കുറഞ്ഞ ഭാഗങ്ങളിലാണ് കടകൾ അധികവും. കോഴിക്കോട്ടെ പടക്കക്കടകളിൽ വർഷം തോറും പടക്കക്കച്ചവടം പുരോഗമിക്കുന്നുവെന്നും സൂചിപ്പിച്ചു. കത്തിച്ച് ദൂരെ മാറി നിന്നാൽ മതിയെന്നത് ഇത്തരം പെട്ടിപ്പടക്കങ്ങളുടെ പ്രത്യേകതയാണ്. അപായം തീരെ കുറവുള്ള രീതിയിൽ ലഭ്യമാകുന്നതിനാലാണ് കൂടുതൽ ഉപഭോക്താക്കൾ ഉണ്ടാകുന്നതെന്നും സൂചിപ്പിച്ചു. ലോകത്ത് ആകെ ഉല്പാദിപ്പിക്കുന്ന പടക്കങ്ങളുടെ 80 ശതമാനവും ചീനപ്പടക്കങ്ങളാണ്. ഇന്ത്യ ഈ രംഗത്ത് ഇനിയും ഒട്ടേറെ സഞ്ചരിക്കേണ്ടിയിരിക്കുന്നു. ചൈനക്കാരുടെ ഉപജീവനത്തിൽ നിർണ്ണായകമായ പങ്ക് പടക്കനിർമ്മാണത്തിനും കയറ്റുമതിക്കുമുണ്ട്.

6

അമിട്ടുകൾ

തീ കൊളുത്തുമ്പോൾ ഒരു കുറ്റിയിൽനിന്ന് കരിമരുന്നും മറ്റും നിറച്ച കടലാസുപന്ത് വെടിശബ്ദത്തോടെ ഉയർന്ന് പൊട്ടി വർണ്ണങ്ങൾ തരികയോ കുടകളും ഹാരങ്ങളും തരികയോ വീണ്ടും പലതവണ പൊട്ടി ശബ്ദവും വെളിച്ചവും ഉണ്ടാക്കുകയോ ചെയ്യുന്ന ഇനത്തെ അമിട്ട് (Shell) എന്നു വിളിക്കുന്നു. അമിട്ട് വിക്ഷേപിക്കാൻ ഉപയോഗിക്കുന്ന ചുവട് അടച്ച കുറ്റിയെ അമിട്ട് കുറ്റി (Mortar tube) എന്ന് വിളിക്കുന്നു.

അമിട്ട് കുറ്റിയിൽനിന്നുയരുന്നു

കളർ രാസഗുളികകളും പൊട്ടുമരുന്നും (Bursting charge) മറ്റും നിറച്ച പന്തിനടിയിൽ അടിമരുന്ന് വച്ചുകെട്ടി തിരി കുറ്റിക്ക് പുറത്തേക്ക് വരുംവിധം താഴ്ത്തി വയ്ക്കുന്നു. പുറത്തേക്കിട്ട തിരിയിൽ തീ കൊളുത്തുമ്പോൾ അത് കത്തി കുറ്റിയുടെ ഉള്ളിലൂടെ കടന്ന് അടിമരുന്നിന് തീ പിടിച്ച് സ്ഫോടന ശബ്ദത്തോടെ മരുന്നുപന്ത് പൊങ്ങിപ്പോകുന്നു. ഇതാണ് പ്രൊപ്പൽഷൻ (Propulsion) ഘട്ടം.

അടിമരുന്ന് കത്തിക്കിട്ടിയ തീയിൽനിന്ന് തന്നെ അമിട്ടിന്റെ ചുവട്ടിലെ ഫ്യൂസിന് തീ പിടിക്കുന്നു. അമിട്ട് ഉയരുന്നതിന് അനുസരിച്ച് ഫ്യൂസിലൂടെ തീ ഉള്ളിലേക്ക് കത്തിക്കയറുന്നു. അമിട്ട് പരമാവധി ഉയർന്നശേഷം അമിട്ടിനുള്ളിലെ പൊട്ടുമരുന്നിന് തീ പിടിച്ച് സ്ഫോടനമുണ്ടാകുന്നു. ശബ്ദവും ഒപ്പം അതിൽ ഇട്ടിരിക്കുന്ന നിറങ്ങളുടെ രാസഗുളികകളും കത്തി വൈവിദ്ധ്യമാർന്ന വർണ്ണങ്ങളുണ്ടാകുന്നു.

കരിമരുന്ന് പ്രയോഗത്തിൽ തീവ്രശബ്ദവും വൈവിദ്ധ്യമാർന്ന വർണ്ണങ്ങളും രൂപങ്ങളും സൃഷ്ടിക്കാൻ കഴിയുന്ന ഒരിനമാണ് അമിട്ട്. ഏതാനും ചില ഇനം അമിട്ടുകളെക്കുറിച്ച് ചുരുക്കിപ്പറയാം.

ഒറ്റനില അമിട്ട്

കുറ്റിയിൽ നിന്ന് ഉയർന്ന് ഒരു തവണ മാത്രം പൊട്ടി ശബ്ദവും വിവിധ വർണ്ണപ്പൊട്ടുകളും വിരിയിക്കുന്നതാണ് ഒറ്റനില അമിട്ട്. ചിലപ്പോൾ ശബ്ദം മാത്രം ഉണ്ടാക്കുന്നതുമാകാം. അമിട്ടുകുറ്റിയുടെ വ്യാസമനുസരിച്ച് അമിട്ടുകളുടെ വലിപ്പവും ശക്തിയും വ്യത്യസ്തമായിരിക്കും. 6, 8, 10, 12 (150, 200, 250, 400 മില്ലി മീറ്റർ) എന്നീ ഇഞ്ചളവിൽ അമിട്ട് കുറ്റികൾ തയ്യാറാക്കാറുണ്ട്. അതിൽ അല്പം കുറഞ്ഞ വലിപ്പത്തിൽ അമിട്ടും തയ്യാറാക്കാം.

കടലാസിൽ നിർമ്മിച്ച പന്തിന്റെ മുകൾ ഭാഗം വെട്ടിമാറ്റി പൊട്ടുന്നതിനുള്ള കരിമരുന്നും അവശ്യം വേണ്ട കളർ ഗുളികകളും നിറച്ച് അടച്ച് നല്ലതുപോലെ ഒട്ടിച്ചെടുക്കുന്നു. ഒരറ്റത്ത് ഫ്യൂസും പിടിപ്പിക്കുന്നു. ഫ്യൂസിൽ നിന്നും തീയെടുത്ത് തിരി അകത്ത് കൊടുക്കുന്നു. അമിട്ട് ഉയർന്നതിനുശേഷമേ തീ അമിട്ടിനുള്ളിൽ എത്തുകയുള്ളു. ഈ വിധത്തിലാണ് ഫ്യൂസ് നിർമ്മിക്കുന്നത്. ഒരു ഭാഗത്തുനിന്നും തീയെടുത്ത് ഒരു നിശ്ചിത സമയം കഴിഞ്ഞ് അടുത്ത ഭാഗത്തെത്തിക്കുന്ന സംവിധാനമാണ് ഫ്യൂസ്. കടലാസ് കുഴലിൽ തിരി കയറ്റി കൃത്യമായ അളവിൽ മരുന്ന് ചേർത്ത് ഉറപ്പിച്ച ഘടകമാണ് ഫ്യൂസ്.

ലളിതമായ അമിട്ടിലാണെങ്കിൽ തീ ഉള്ളിലെത്തിക്കഴിഞ്ഞാൽ ഉള്ളിൽ നിറച്ചിരുന്ന വെടിമരുന്ന് (ഉള്ളുമരുന്ന്) കത്തി സ്ഫോടനത്തോടെ ചിതറുകയും ഒപ്പം മരുന്നിനൊപ്പം ഉണ്ടായിരുന്ന വിവിധയിനം രാസഗുളികകൾ കത്തുകയും ചെയ്യുന്നു. ഈ കളർ ഗുളികകൾ വിവിധ വർണ്ണങ്ങൾ തരുന്നു. കലായത്തിൽ ഉപയോഗിക്കുന്ന കളർഗുണ്ടിന് സമാനമാണ് ഇത്തരം അമിട്ടുകൾ.

അമിട്ടുകുറ്റികൾ (Mortar tubes)

എന്നിരുന്നാലും അസംഖ്യം സാദ്ധ്യതകൾ അമിട്ട് തുറന്നു തരുന്നു. ആശാന്റെ വൈദഗ്ദ്ധ്യം അനുസരിച്ച് മാല മുതൽ ജീവനുള്ള പ്രാവിനെ വരെ അമിട്ടിൽ ഉയർത്തി, പൊട്ടിയ അമിട്ടിൽനിന്ന് പറന്ന് അകലുന്ന കാഴ്ചകൾ പ്രേക്ഷകർക്ക് നല്കിയ ആശാന്മാരുമുണ്ടായിരുന്നു. ഇതിന് സമർത്ഥരായിരുന്നു എൻ ആർ പണിക്കർ ആശാനും കണ്ടൻകാളി ആശാനും.

നാടൻ അമിട്ട് നിർമ്മാണം

വെടിക്കെട്ടിൽ കത്തിക്കുന്ന ഒറ്റനില അമിട്ട് കരകൗശല രീതിയിൽ നമ്മുടെ നാട്ടിൽ നിർമ്മിക്കുന്നത് എങ്ങനെയെന്ന് മനസ്സിലാക്കാം. അമിട്ടുകളുടെ വലിപ്പം അവ എത്ര വ്യാസമുള്ള കുറ്റിയിൽ വെച്ചാണ് ഉയർത്തിവിടുന്നത് എന്ന് നോക്കിയിട്ടാണ്. സാധാരണയുള്ള കുറ്റി അളവുകൾ 125 എം എം (5 ഇഞ്ച്), 150 എം എം (6 ഇഞ്ച്), 200 എം എം (8 ഇഞ്ച്), 250 എം എം (10 ഇഞ്ച്), 300 എം എം (12 ഇഞ്ച്) എന്നിങ്ങനെയാണ്. 150 എം എം അഥവാ 6 ഇഞ്ച് അമിട്ട് നിർമ്മിക്കുന്നതിന്റെ വിവിധ വശങ്ങൾ നോക്കാം.

ആദ്യം വേണ്ടുന്നത് അഞ്ചര ഇഞ്ച് വ്യാസമുള്ള ഒരു കടലാസ് പന്ത് (ഗുണ്ട്) ആണ്. ഇതിനായി ഒരു ഉരുണ്ട തടിയിൽ ഒരു പ്ലാസ്റ്റിക് കടലാസ് പൊതിഞ്ഞ്, നൂലുകൊണ്ട് പുറത്ത് തടിയച്ചിനോട് ചേർത്ത് കെട്ടിവെക്കുന്നു. ഈ ഗോളത്തിന്റെ പുറത്തായി പനച്ചിക്കാപ്പശ തേച്ച കടലാസ് പാളികൾ ഒട്ടിച്ചെടുക്കുന്നു.

തടിയച്ചും കടലാസുകൊണ്ടുള്ള പന്തുനിർമാണവും

ഇതിനെ രണ്ട് ചിരട്ടകൾ പോലെ അതായത് അർദ്ധഗോളങ്ങളായി അച്ചിൽനിന്ന് മുറിച്ച് വേർപെടുത്തുന്നു. ഈ രണ്ട് പകുതി പേപ്പർ ഗോളങ്ങളെയും മുക്കാൽ ഇഞ്ച് വീതിയുള്ള റിബ്ബൺ പോലിരിക്കുന്ന രണ്ട് പാളി പേപ്പർ ഒട്ടിച്ച് ഒന്നിപ്പിക്കുന്നു. ഒരുമിച്ച് ചേർത്തുണ്ടാക്കിയ ഗുണ്ടിന് പുറത്ത് ഒന്നൊന്നായി ഏകദേശം 8 കടലാസുകൾ പശതേച്ച് ഒട്ടിച്ചെടുക്കുന്നു. ഇതിന്റെ മുകൾഭാഗം ഒരു തമര് കൊണ്ട് അണിവിരൽ വലിപ്പത്തിൽ ഒരു ദ്വാരമുണ്ടാക്കുന്നു. ഉണങ്ങിയശേഷം ഒരു കടലാസ് കുമ്പിൾ ഈ ദ്വാരത്തിൽ കയറ്റി അടച്ചുവെക്കുന്നു. ഈ കടലാസ് പന്ത് തലകീഴായിവച്ച് മുകൾഭാഗം ഒരു പർപ്പടകത്തിന്റെ വലിപ്പത്തിൽ വട്ടംകീറി തുറന്ന് വയ്ക്കുന്നു. പൂർണ്ണമായും മുറിച്ച് മാറ്റുകയില്ല. ഈ തുറന്ന വായിൽ കൂടി ആവശ്യമുള്ള നിറം കിട്ടുന്നതിനുള്ള കളർ ഗുളികകൾ ഏതാണ്ട് രണ്ട് കൈക്കുടന്നയിൽ ഇടുന്നു. ഇതിൽ 3 ചെറിയ കളർ ഗുണ്ടുകൾ ഇറക്കി വെക്കുന്നു. ഓരോ ചെറിയ കളർ ഗുണ്ടിനും ഐസ്ക്രീം ബോളിന്റെ വലിപ്പമുണ്ടാകും. ഈ കളർ ഗുണ്ടിൽ നിറം തരുന്ന ഗുളികകളും പൊട്ടുന്നതിനുള്ള മരുന്നും നിറച്ചിരിക്കും.

അമിട്ടുകൾ

ഒപ്പം ഒന്നര നെല്ല് കടക്കു

ഒറ്റനില അമിട്ട്. മുകളിൽ ഫ്യൂസ് ഒട്ടിച്ച ഭാഗം കാണാം. ഇവിടെയാണ് കുറ്റിയ്ക്ക് പുറത്തേക്കുള്ള തിരി ബന്ധിപ്പിക്കുന്നത്.

ന്നവിധം നീളം വരുന്ന ഫ്യൂസ് കടത്തി ഒട്ടിച്ചെടുക്കുന്നു. 3 ചെറിയ ഗുണ്ടുകളും വലിയ ഗുണ്ടിനകത്ത് ഉൾഭിത്തിയോട് ചേർത്തും മൂന്ന് ഫ്യൂസുകൾ നടുക്ക് വരത്തക്കവണ്ണവും വയ്ക്കുന്നു. വീണ്ടും കളർ ഗുളികകൾ ഇടുന്നു. കൂടാതെ പൊട്ടുമരുന്ന് അളന്ന് ഉള്ളിലേക്കിടുന്നു. അമിട്ട് പന്ത് പൊട്ടിക്കുന്നതിന് ഉള്ളിൽ ഇടുന്ന വെടിമരുന്നിനാണ് പൊട്ടുമരുന്ന് എന്ന് പറയുന്നത്. ഗുണ്ട് പൂർണ്ണമായും നിറഞ്ഞിരിക്കണം. ഗുളികകളും മരുന്നും നിറച്ച ഗുണ്ടിന്റെ മുകൾഭാഗം നേരത്തെ മുറിച്ച് തുറന്ന് വച്ച ഗുണ്ടിന്റെ ഭാഗം എട്ടോ ഒൻപതോ പേപ്പർപാളി കൊണ്ട് അടച്ച് പശതേച്ച് നല്ലതു പോലെ ഒട്ടിച്ച് അടയ്ക്കുന്നു.

അമിട്ട് നേരെ കീഴ്മേൽ മറിച്ച് വയ്ക്കുന്നു. കടലാസ് കുമ്പിൾ എടുത്ത് മാറ്റിയ ശേഷം ഫ്യൂസ് കടത്തിവെക്കുന്നു. പുറത്തേക്ക് നില്ക്കുന്ന ഫ്യൂസിന്റെ ഭാഗത്തിന് ചുറ്റും നൂൽകൊണ്ട് വരിഞ്ഞ് കെട്ടുന്നു. തീ അടിക്കുമ്പോൾ ഒരു കാരണവശാലും ഫ്യൂസ് അകത്തേക്ക് കയറാൻ പാടില്ല. ഫ്യൂസിനെ നല്ലതുപോലെ വശങ്ങളിൽ കടലാസ് ഒട്ടിച്ച് ഗുണ്ടിനോട് ചേർത്ത് ഉറപ്പിച്ച് നിർത്തുന്നു. നിർണ്ണായകമായ പങ്കാണ് ഫ്യൂസിനുള്ളത്. ഫ്യൂസാണ് കൃത്യസമയത്ത് തീ എടുത്ത് അകത്ത് കൊടുത്ത് സ്ഫോടനം ഉണ്ടാക്കുന്നത്. കൂടുതൽ വൈദഗ്ദ്ധ്യം ആവശ്യമുള്ള ജോലിയാണിത്.

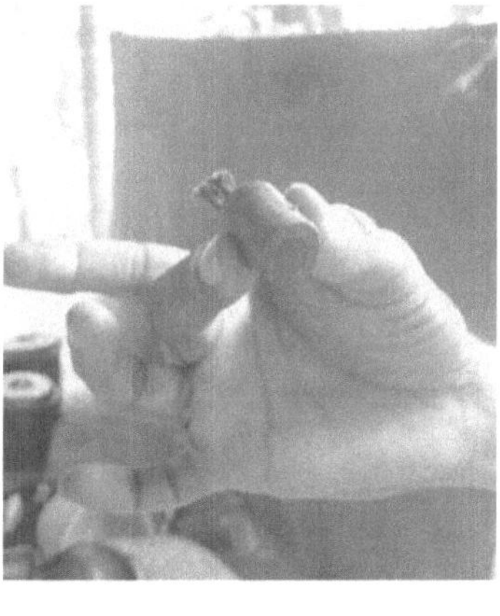

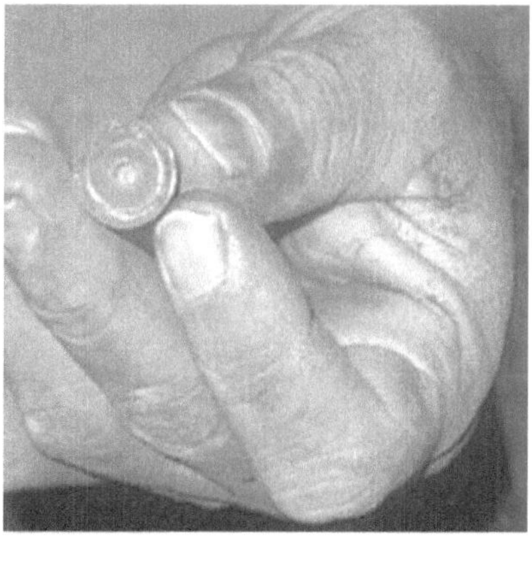

ഫ്യൂസ്

ഫ്യൂസ് ഒരു ചെറിയ കടലാസ് കുഴലാണ്. ഇതിൽ പെൻസിൽ കയറ്റാവുന്ന ദ്വാരമുണ്ട്. ഇതിലൂടെ കരിമരുന്ന് ലേശം വെള്ളം ചേർത്ത് കുഴച്ച് നിറച്ച് നല്ലതുപോലെ അടിച്ചുറപ്പിക്കുന്നു. ഒരു നെല്ല് നീളത്തിൽ

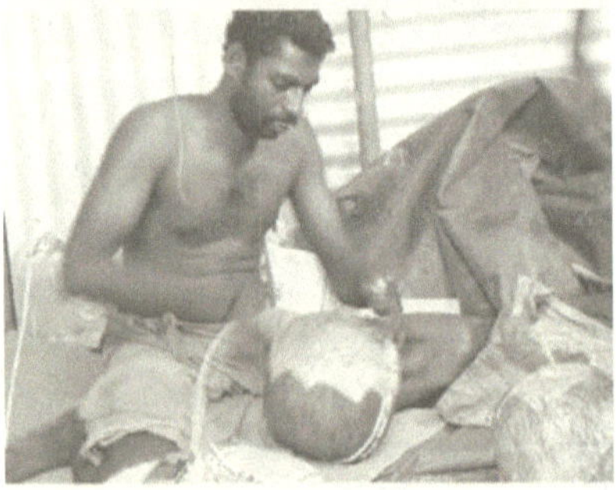

ഫ്യൂസിൽ തിരി വച്ച് കെട്ടുന്നു (ആദ്യചിത്രം). അമിട്ടിനടിയിൽ തള്ളുമരുന്ന് വച്ച് മൂന്നാല് പത്രക്കടലാസുകൾ കൊണ്ട് പൊതിയുന്നു (രണ്ടാമത്തെ ചിത്രം).

മരുന്ന് നിറയ്ക്കും. അര നെല്ല് നീളത്തിൽ രണ്ട് തിരികളും മരുന്നും കയറ്റി ഉറപ്പിച്ചു വെക്കുന്നു. ഗുണ്ടിനുള്ളിൽ വച്ചിരിക്കുന്ന ചെറിയ ഗുണ്ടുകളിലും ഫ്യൂസ് ഉണ്ട്. ഫ്യൂസിന്റെ ഒരറ്റം പരന്നും മറ്റേ അറ്റം രണ്ട് തിരിയോടുകൂടിയുമിരിക്കും.

നാലു പത്രക്കടലാസ് ഒന്നിനുമുകളിൽ ഒന്നായി തലങ്ങനെയും വിലങ്ങനെയും ഇടുന്നു. അതിനുമുകളിൽ ഏകദേശം 100 ഗ്രാം കരിമരുന്ന് ഇടുന്നു. ഈ മരുന്ന് കത്തുമ്പോഴുള്ള കുറ്റിയിലെ തള്ളലുകൊണ്ടാണ് അമിട്ട് ഉയരുന്നത്. അതുകൊണ്ടാണ് ഇതിനെ തള്ളുമരുന്ന്, കടുമരുന്ന് എന്നൊക്കെ വിളിക്കുന്നത്. നല്ല ശക്തിയുള്ള മരുന്നിന് കാക്കയുടെ കഴുത്തിന്റെ നിറമുണ്ടായിരിക്കും. തിരിയുടെ അഗ്രം മരുന്നിലും ബാക്കി ഭാഗം ഗുണ്ടിന്റെ പുറത്തുകൂടി ചുറ്റി മുകളിലെ ഫ്യൂസും ചേർത്ത് കെട്ടി

നിർമാണം കഴിഞ്ഞ അമിട്ടുകൾ

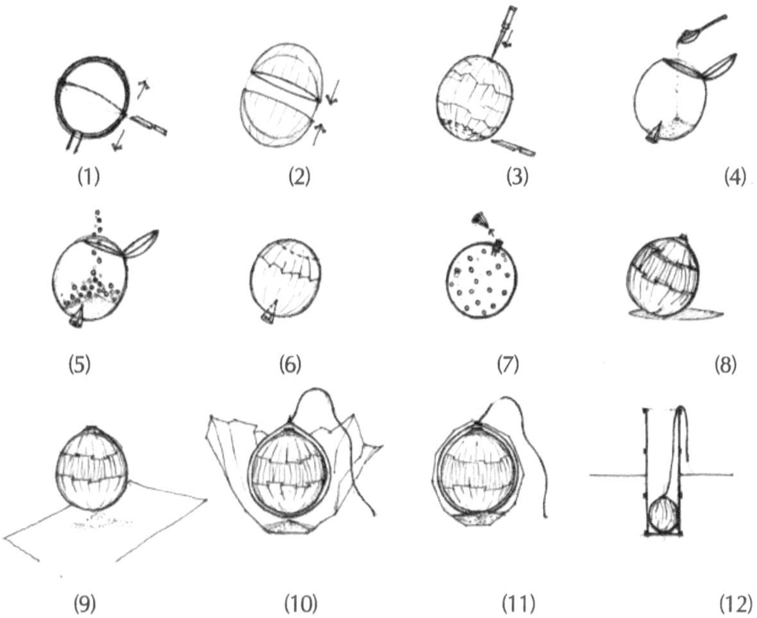

അമിട്ടുനിർമ്മാണത്തിന്റെ വിവിധ ഘട്ടങ്ങൾ

പുറത്തേക്കിടുന്നു. അടിമരുന്ന് വച്ച കടലാസ് നല്ലതുപോലെ ഗുണ്ടിനെ പൊതിഞ്ഞ് ചണം കൊണ്ട് കെട്ടി മുറക്കുന്നു. തിരി പുറത്തേക്ക് നീട്ടി ഇട്ടിരിക്കും. അമിട്ട് തയ്യാറായിക്കഴിഞ്ഞു.

കുട അമിട്ട്

അമിട്ട്കുറ്റിയിൽ നിന്ന് ഉയർന്ന് പൊങ്ങി പൊട്ടിക്കഴിയുമ്പോൾ അതിനുള്ളിൽ നിന്ന് കുട, മാല, ബൊമ്മ എന്നിങ്ങനെ പലതും ആകാശത്തേക്ക് വിക്ഷേപിക്കാവുന്നതാണ്. റോക്കറ്റ് ഉപഗ്രഹത്തെ വിക്ഷേപിക്കുന്നതു പോലെയാണിത്. റോക്കറ്റ് ശാസ്ത്രത്തിന്റെ ഭാഷയിൽ ഇവയൊക്കെ പേലോഡുകളാണ് (Payloads). അമിട്ടിനുള്ളിൽ ഇവകളെ സൂക്ഷിച്ചു ക്രമീകരിക്കുന്നതിലാണ് ആശാന്റെ സാമർത്ഥ്യം കുടികൊള്ളുന്നത്. അമിട്ടിന്റെ വലിപ്പം പറയുന്നത് അമിട്ടുകുറ്റിയുടെ വ്യാസ

ത്തിലാണ്. ഉദാഹരണമായി, 8 ഇഞ്ച് (200 മില്ലിമീറ്റർ) അമിട്ട് എന്നാൽ 8 ഇഞ്ച് കുറ്റിയിൽ ഇറക്കി കത്തിച്ച് ഉയർത്താവുന്നത് എന്നർത്ഥം.

നിർമ്മാണം

എട്ടിഞ്ച് കുട അമിട്ട് നിർമ്മിക്കുന്നതെങ്ങനെയെന്ന് നോക്കാം. ഏകദേശം ഏഴര ഇഞ്ച് വലിപ്പമുള്ള കടലാസുപന്ത് നിർമ്മിച്ചെടുക്കുന്നു. ഇതിന്റെ പകുതിക്കു മുകളിൽ വച്ച് വട്ടത്തിൽ മുറിച്ചുമാറ്റുന്നു. ശേഷിച്ച പന്തിന്റെ അടിഭാഗത്ത് ദ്വാരമിട്ട് കടലാസ് കുമ്പിൾ കയറ്റി അടച്ചുവയ്ക്കുന്നു. പന്തിനുള്ളിലേക്ക് 75 മുതൽ 100 ഗ്രാം വരെ തള്ളുമരുന്നിടുന്നു. പന്തിന്റെ മുറിച്ച ഭാഗത്തു കൂടി കടത്താവുന്ന വിധത്തിൽ കാർഡ് ബോർഡ് വട്ടത്തിൽ വെട്ടിയെടുക്കുന്നു.

ബോർഡിന്റെ മദ്ധ്യഭാഗത്തായി കുടത്തിരി കയറ്റുന്നതിനായി ദ്വാരമിടുന്നു. കുട നിർമ്മിക്കുന്നതിന്റെ വിശദാംശങ്ങൾ ചിത്രത്തിൽ കാണിച്ചിരിക്കുന്നു. ബട്ടർ പേപ്പർ മുറിച്ചു മടക്കിയാണ് കുടയുണ്ടാക്കുന്നത്. അതിന്റെ അഗ്രങ്ങൾ നൂലിൽ കെട്ടി യോജിപ്പിക്കുന്നു.

കുടയുടെ നൂലറ്റങ്ങൾ ഒരുമിച്ച് ചേർത്ത് ലാത്തിരി പിടിപ്പിക്കുന്നു. ലാത്തിരി എന്താണെന്ന് നോക്കാം. അരയടി നീളവും നാലുവിരൽ വീതിയുമുള്ള തുണിയിൽ കരിമരുന്ന് വിതറുന്നു. തിരിയുടെ അഗ്രം പുറത്തേക്ക് വരുന്ന വിധം തുണിയുടെ പുറത്ത് വച്ച് തുണി പിരിച്ചെടുക്കുന്നു. ഇതാണ് ലാത്തിരി. തുണിയിൽ നിർമ്മിച്ച തിരിയാണിത്. സാധാരണ തിരിയിൽ പേപ്പർ ആണ് ചുറ്റുക. ലാത്തിരിയുടെ അറ്റത്ത് തിരിയുണ്ട്.

ലാത്തിരി

കുടയുടെ നൂലറ്റത്ത് പിടിപ്പിച്ച ലാത്തിരിയുടെ അഗ്രത്തിലുള്ള തിരി കാർഡ്ബോർഡിന്റെ ദ്വാരത്തിലൂടെ കടത്തിവയ്ക്കുന്നു. മരുന്നിട്ട പന്തിൽ കാർഡ് ബോർഡ് താഴ്ത്തി അമർത്തിവയ്ക്കുന്നു. കുടയുടെ അഗ്രത്തിലെ തിരി തള്ളുമരുന്നിൽ തൊട്ടിരിക്കും.

കാർഡ്ബോർഡിന്റെ പുറത്ത് ആർട്ട് പേപ്പറുള്ള (മിനുസമുള്ള പേപ്പർ) മാസികയുടെ ഏതാനും കടലാസ് രണ്ടായി കീറി എടുക്കുന്നു. ഈ പേപ്പർ

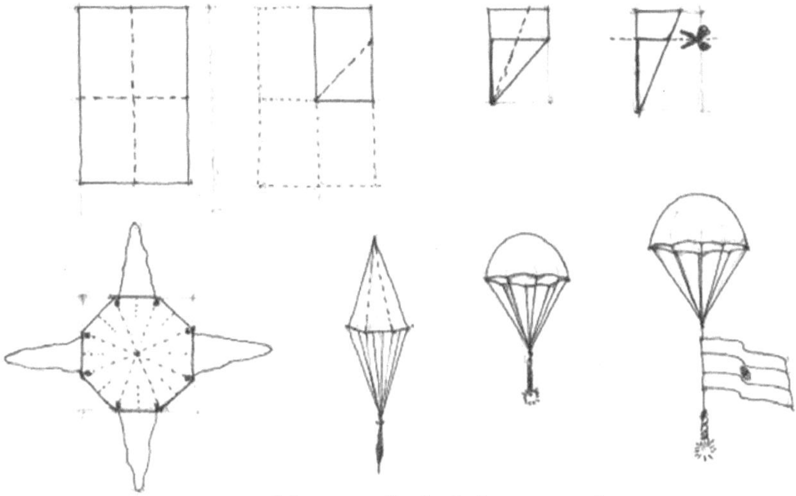

കുടനിർമ്മാണത്തിന്റെ വിവിധ ഘട്ടങ്ങൾ

കഷണങ്ങൾ ബോർഡിന്റെമേൽ പന്തിനകത്ത് തൊട്ടിരിക്കുംവിധം മുകളിലേക്ക് വട്ടത്തിൽ വയ്ക്കുന്നു. കടലാസുകൾ പന്തിനകം മറച്ചിരിക്കും. കാർഡ്ബോർഡിന്റെ മുകളിൽ അറക്കപ്പൊടി (saw dust) ഇട്ട് തുറന്ന വട്ടത്തോളം നിറയ്ക്കുന്നു. ഇപ്പോൾ പേപ്പറുകൾ പന്തിന്റെ ഉള്ളിൽ നല്ലതുപോലെ തൊട്ട് ചേർന്നിരിക്കും. കുടയുടെ തിരി മാത്രം ബോർഡിനുള്ളിലും കുട പുറത്തുമാണ് വച്ചിരിക്കുന്നത്. ഇപ്പോൾ കുട യെടുത്ത് അങ്ങോട്ടുമിങ്ങോട്ടും മടക്കി അറക്കപ്പൊടിയുടെ മുകളിൽ ഭദ്രമായി വയ്ക്കുന്നു. അതിന്റെ ബാക്കി നൂൽ മടക്കി കുടയുടെ മുകളിൽ തന്നെ വയ്ക്കുന്നു. ഒരു ദ്വാരത്തിൽ ഏകദേശം 10 കുടകൾ വരെ കടത്തിവയ്ക്കാവുന്നതാണ്. ഇതിന്റെ പുറത്ത് ഒരു തുണ്ട് കടലാസ് വച്ച് അതിന്റെമേൽ അടുത്ത കുട മടക്കിവയ്ക്കുന്നു. അതിന്റെ ബാക്കി നൂലും കുടയ്ക്കുമുകളിൽ മടക്കിവയ്ക്കുന്നു. എല്ലാകുടകളും വച്ച ശേഷം അകത്ത് നിന്ന് മുകളിലേക്ക് വച്ചിരിക്കുന്ന പേപ്പറുകൾ മടക്കി കുടകൾ ഭദ്രമായി മറയ്ക്കുന്നു. ഇതെല്ലാം വച്ച് കഴിയുമ്പോൾ എല്ലാം കൂടി തുറന്നവട്ടത്തിന് അല്പം മുകളിലായി മുഴച്ചിരിക്കും. ഇനി പന്തിന്റെ മൂടിവച്ച് അടച്ചശേഷം പുറത്തുകൂടി നൂൽകൊണ്ട് അടപ്പുമാറിപ്പോകാതെ കെട്ടിവയ്ക്കുന്നു. നാലു കടലാസ് തുണ്ട് കൊണ്ട് ജോയിന്റ് ഭാഗം ഒട്ടിക്കുന്നു. ഉണങ്ങുന്നതിന് മുമ്പ് നൂൽ മുറിച്ച് ഊരിമാറ്റുന്നു. പന്തിന്റെ പുറത്ത് പതിനഞ്ച് പാളി പേപ്പർ ഒന്നിനുമുകളിൽ ഒന്നായി പശതേച്ച് ഒട്ടിക്കുന്നു.

പന്ത് തലകീഴായി കടലാസ് വച്ച് കുമ്പിൾ ഊരിമാറ്റി ഫ്യൂസ് കട ത്തിവയ്ക്കുന്നു. ഫ്യൂസിന് ചുറ്റും നൂലുകൊണ്ട് കെട്ടിയശേഷം പേപ്പർ

ഉമേഷും കഴക്കൂട്ടം സുരേന്ദ്രൻ ആശാനും (മുകളിൽ).
ശാസ്തവട്ടം മധു ആശാനുമായി ഗ്രന്ഥകാരൻ (താഴെ)

ഒട്ടിച്ച് ബലപ്പെടുത്തുന്നു. ഫ്യൂസിലെ തിരി അമിട്ടിനുള്ളിലെ തള്ളുമരുന്നിൽ തൊട്ടിരിക്കും.

പ്രത്യേകം ശ്രദ്ധിക്കാനുള്ളത് ഇതാണ്. അറക്കപ്പൊടി അമിട്ടിനുള്ളിൽ നിറഞ്ഞിരിക്കണം. വായുശേഖരം ഉള്ളിൽ പാടില്ല.

നിവർത്തിയിട്ട പത്രക്കടലാസിൽ 225 ഗ്രാം തള്ളുമരുന്നിട്ട ശേഷം അമിട്ട് അതിനുമുകളിൽ വയ്ക്കുന്നു. ഫ്യൂസ് മരുന്നിൽ തൊട്ടിരിക്കും വിധം വയ്ക്കണം. നീളമുള്ള തിരിയുടെ അഗ്രവും മരുന്നിൽ തൊട്ടിരിക്കണം. പത്രക്കടലാസ് മുകളിലേക്ക് മടക്കി അമിട്ടിനെ ചുറ്റിപ്പൊതിഞ്ഞ് കെട്ടുന്നു. അമിട്ടിന് ഭാരം കുറവായതുകൊണ്ട് അല്പം കൂടുതൽ തള്ള് മരുന്ന് ഉപയോഗിക്കും. സാധാരണ 8 ഇഞ്ചിന് 200 ഗ്രാമാണ് ഉപയോഗിക്കുക. അമിട്ട് ശ്രദ്ധയോടെ കുറ്റിയിൽ ഇറക്കിവയ്ക്കുന്നു. നീണ്ട തിരി അമിട്ട് കുറ്റിക്ക് പുറത്തേക്ക് ഇട്ടിരിക്കും. ഇതിലാണ് തീ കൊളുത്തുക. തിരിയിൽ തീ കൊളുത്തുമ്പോൾ അമിട്ടിന് ചുവട്ടിൽ വച്ചിരുന്ന തള്ളുമരുന്നിന് തീ പിടിച്ച് ഉന്നതമർദ്ദത്തിൽ അമിട്ട് കുറ്റിയിൽനിന്ന് മുകളിലേക്ക് തെറിച്ചുപോകുന്നു.

ഒപ്പം അമിട്ടിന്റെ ഫ്യൂസിനും തീപിടിക്കും. അമിട്ട് ഏകദേശം മുകളിൽ എത്തിക്കഴിയുമ്പോൾ ഫ്യൂസിലൂടെ തീ അമിട്ടിനുള്ളിൽ എത്തി സ്ഫോടനം ഉണ്ടാകുകയും പന്തും ബോർഡും പേപ്പറും അറക്കപ്പൊടിയുമെല്ലാം കുടയെ വിട്ടകലുകയും ചെയ്യുന്നു. കുട കാറ്റിൽ പെട്ട് വിടരുന്നു. തിരിയിലൂടെ ലാത്തിരിക്ക് തീപിടിച്ച് കുടയുടെ അഗ്രം നീണ്ട ദീപനാളമാകും. ഉള്ളിൽ വച്ചിരുന്ന കാർഡ്ബോർഡും കുത്തനെ വെച്ച പേപ്പറും അറക്കപ്പൊടിയും കുടയെ തീപിടിക്കാതെ സൂക്ഷിക്കുകയും യഥാസമയം കുടയിൽനിന്ന് വിട്ടുമാറിക്കൊടുക്കുകയും ചെയ്യുന്നു. അമിട്ട് പൊട്ടുമ്പോഴുണ്ടാകുന്ന തീ ഉള്ളുപൊതിഞ്ഞ കടലാസിന്റെ പുറത്തുകൂടി മാത്രമേ പോവുകയുള്ളൂ. കുട സുരക്ഷിതമാണ്. അങ്ങനെ കാറ്റിൽ ഊയലാടി വരുന്ന കുട നയനാനന്ദകരമായ കാഴ്ചയാണ്!

ചല്ലിക്കൂട്

നൂറിനുമേൽ കുഞ്ഞുവാണങ്ങളുടെ ചുവട് കത്തി തീ ചീറ്റി, വെളുത്ത തീമുത്തുകൾ അന്തരീക്ഷത്തിലാകെ കറങ്ങിക്കറങ്ങി വെടിയിൽ കലാശിക്കുന്ന മനം കവരുന്ന കാഴ്ചയാണ് ചല്ലിക്കൂട് അമിട്ട് കത്തുമ്പോഴുണ്ടാകുന്നത്. കുഞ്ഞുവാണങ്ങൾക്ക് വാലില്ലാത്തതുകൊണ്ട് അവ കത്തി അനിയന്ത്രിതമായി തിളക്കത്തോടെ ഓടിക്കളിക്കുന്നു. ആകാശത്ത് തീമുത്തുകളുടെ തത്തിക്കളി കാണാനും സാധിക്കുന്നു.

പകിരി ചല്ലിക്കൂടെന്നും സിൽവർ വാണമെന്നും പേരുണ്ടിതിന്. ചല്ലിക്കൂട് അമിട്ടിന്റെ മർമ്മഭാഗം ഏകദേശം ഒന്നരയിഞ്ച് നീളവും മുക്കാലിഞ്ച് വ്യാസവുമുള്ള നൂറിലധികം ചെറിയ വാണങ്ങളാണ്. തയ്യൽ നൂൽ ചുറ്റി വയ്ക്കാൻ ഉപയോഗിക്കുന്ന തരത്തിലുള്ള പേപ്പർ കുഴലാണ് ഇതിന് ഉപയോഗിക്കുന്നത്. പേപ്പർ ചുരുട്ടി ഒട്ടിച്ച് ഇത് നിർമ്മിക്കാനാവും. ഇതിന്റെ

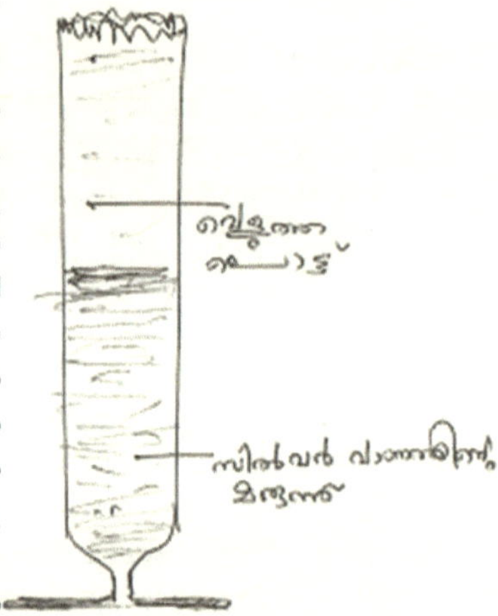

ഒരറ്റത്ത് അല്പം മുകളിലായി ചരട് വലിച്ചുമുറുക്കി വണ്ണം കുറച്ച് വ്യാസത്തിന്റെ നാലിൽ ഒന്ന് വരത്തക്കവിധം ദ്വാരം ചെറുതാക്കുന്നു. ബാക്കിയുള്ള ചെറിയ ഭാഗം ചുമ്മാട് പോലെ അടിച്ചു പരത്തിയെടുക്കുന്നു. ഈ കുഴലിൽ സിൽവർ വാണത്തിന്റെ മരുന്ന് കയറ്റി ഉറപ്പിക്കുന്നു. ഉറച്ച മരുന്നിന് ഒരു വിരൽ കനമുണ്ടായിരിക്കണം. അതിനുമുകളിൽ വെളുത്ത പൊട്ട് മരുന്നിട്ട് മുകൾഭാഗം ബീഡിപോലെ കുത്തിമടക്കുന്നു. ശേഷം നാലുപാളികടലാസ് ചുരുട്ടി ഒട്ടിച്ചെടുക്കുന്നു.

ചുവട്ടിലെ ദ്വാരത്തിൽ നിന്ന് ശകലം മരുന്ന് കളഞ്ഞ ശേഷം കറുത്ത പൊട്ടു മരുന്ന് ചന്ദനം പോലെ തിരുകി വയ്ക്കുന്നു. ഒരു തിരിയെടുത്ത് ഈ ഭാഗം തൊട്ടിരിക്കും വിധം വാണത്തിൽ ചേർത്ത് കെട്ടിവയ്ക്കുന്നു. അമിട്ട് പൊട്ടുമ്പോൾ കറുത്തപൊട്ട് പെട്ടെന്ന് തീയെടുത്ത് അകത്തുകൊടുക്കും. ഈ ചെറുവാണങ്ങൾ അമിട്ടുപന്തിൽ കറുത്ത പൊട്ടിനോടൊപ്പം ഇട്ട് അടച്ച് ഒട്ടിച്ചെടുക്കുന്നു. കറുത്ത മരുന്ന് താരതമ്യേന വേഗത കുറഞ്ഞ് കത്തുന്നതാണ്. അതുകൊണ്ട് ഒട്ടുമിക്ക വാണങ്ങൾക്കും അമിട്ട് കത്തിപ്പൊട്ടുമ്പോൾ തീ എടുക്കാൻ കഴിയുന്നു. അമിട്ടുകുറ്റിയിൽ നിന്ന് ചല്ലിക്കൂട് അമിട്ട് ഉയർന്ന് ആകാശത്ത് പൊട്ടി വർണ്ണക്കാഴ്ച തരുന്നു. ഉല്ലാസത്തിന്റെ നിമിഷങ്ങൾ പകരുന്നു.

മൂളി

ഈ അമിട്ടിന് വണ്ട് എന്നും പേരുണ്ട്. അമിട്ട് പൊട്ടി ഇതിലെ ചെറുവാണങ്ങൾ ടർർ... എന്ന ശബ്ദത്തിൽ മൂളി എങ്ങോട്ടെന്നില്ലാതെ ഓടിനടക്കുന്നതുകൊണ്ടാണിതിനെ മൂളി അഥവാ വണ്ട് എന്ന് വിളിക്കുന്നത്.

ഈ അമിട്ടിന്റെ ഉള്ളിൽ തകിടിൽ നിർമ്മിച്ച ചെറിയ വാലില്ലാവാണങ്ങൾ ആണുള്ളത്. ഒന്നരയിഞ്ച് നീളവും മുക്കാലിഞ്ച് വ്യാസവുമുള്ള തകിട് കുഴലിന്റെ ഒരറ്റം വാഷറിട്ട് അടയ്ക്കുന്നു. ഈ ഭാഗം ചെങ്കല്ലിട്ട് പൊടി നനച്ചിട്ട് ഉറപ്പിച്ച് 5 മില്ലിമീറ്റർ കനത്തിലാക്കുന്നു. ചെങ്കല്ലുകട്ടയുടെ തൊട്ട് മുകളിലായി കുഴലിന്റെ വശത്ത് വ്യാസത്തിന്റെ അഞ്ചിൽ ഒന്ന് വലിപ്പത്തിൽ ദ്വാരമിടുന്നു. അതിലൂടെ തിരി കയറ്റിവയ്ക്കുന്നു. കുഴലിൽ വണ്ടിന്റെ മരുന്ന് കയറ്റി ഉറപ്പിക്കുന്നു. വണ്ടിന്റെ കരിമരുന്നിന് ചീറ്റലും ശക്തിയും കുറവാണ്. മുകളിൽ ഏകദേശം 7 മില്ലിമീറ്റർ ഗ്യാപ്പ് ഉണ്ടാകും. അതിൽ വീണ്ടും നനവുള്ള ചെങ്കൽ കയറ്റി തടിഅച്ചുകൊണ്ട് ഉറപ്പി

ക്കുന്നു. കുഴലിന്റെ മുകൾഭാഗം സോഡാക്കുപ്പിയുടെ അടപ്പിന്റെ അഗ്രം പോലെ അടിച്ച് മടക്കുന്നു. നൂറുക്കണക്കിന് വരുന്ന കുഞ്ഞുവാണങ്ങളുടെ തിരികൾ കൂട്ടി മറ്റൊരു തിരികൊണ്ട് യോജിപ്പിച്ച് വേണമെങ്കിലും അമിട്ട് പന്തിൽ ഇടാവുന്നതാണ്. അമിട്ടിൽ കറുത്ത പൊട്ടുമരുന്ന് കൂടി ഇട്ട് ഒട്ടിച്ച് അടയ്ക്കുന്നു. വണ്ട് ചാകാതിരിക്കാൻ ഇതിന് വെടിയില്ല.

അമിട്ട് പൊട്ടി തീ കത്തി പുറത്തുവരുന്ന ചെറുവാണങ്ങളുടെ വശങ്ങളിൽ ദ്വാരമുള്ളതുകൊണ്ട് വളഞ്ഞുപുളഞ്ഞു മാത്രമാണ് ഇത് സഞ്ചരിക്കുന്നത്. തീ ചീറ്റുന്ന ചെറിയ ടർ .... ശബ്ദവും പുറപ്പെടുവിക്കും. അങ്ങനെ ഇവ മൂളിക്കൊണ്ട് അനിയതമായി ഓടിക്കളിക്കുന്ന പ്രതീതി ഭ്രമവര്യനെ ഓർമ്മിപ്പിക്കും.

ശരം

അമിട്ട് ഉയർന്ന് പൊട്ടി നീലയും പച്ചയും കണ്ണുകളുള്ള കുറെ പാമ്പുകൾ ഇഴഞ്ഞിഴഞ്ഞ് താഴേക്ക് ഇറങ്ങിവന്ന് വെടി തീരുന്നതാണ് ശരം. ചെറുവാണത്തിന്റെ ഒരറ്റത്ത് ജ്വലിപ്പിക്കുന്ന കണ്ണുകളും വാലറ്റത്ത് തീപാറി ആടിയുലഞ്ഞ് ചലിക്കുന്നതുമാണ് ഇതിന്റെ പ്രത്യേകത. ശരം നീലക്കണ്ണൻ, എഴവ് എന്നൊക്കെ ഇരട്ടപ്പേരുകൾ ഇതിന് ഉണ്ട്.. ഇതിന്റെ വാണത്തിന് വാലില്ലാത്തതിനാൽ വളഞ്ഞുപുളഞ്ഞ് ഇഴയും. വാണ ത്തിന്റെ ഒരറ്റത്തിന് ഭാരക്കൂടുതൽ ഉള്ളതുകൊണ്ട് കുനിഞ്ഞ് താഴോട്ട് സഞ്ചരിക്കുന്നു.

മെഷീൻനൂൽ വരുന്ന പേപ്പർ കുഴൽ പോലിരിക്കുന്നതിലാണ് വാണം നിർമ്മിക്കുന്നത്. അല്പം നനവുള്ള സൂര്യകാന്തിയുടെ മരുന്ന് ഒരറ്റത്ത് ഏക ദേശം മുക്കാൽ വിരൽ കനത്തിൽ ഉറപ്പി ക്കുന്നു. 1 കിലോ ബേരിയം നൈട്രേറ്റും 400 ഗ്രാം അലുമിനിയം പൊടിയും 200 ഗ്രാം ഗന്ധകവും ചേർന്നതാണ് സൂര്യകാന്തിയുടെ മരുന്ന്. ഇതിന് മുകളിൽ വെള്ള പൊട്ടു മരു ന്നിടും. തമര് വച്ച് കുത്തിമുറുക്കുന്നു. ശേഷം പേപ്പർചുറ്റി ഒട്ടിച്ചെടുക്കുന്നു. ഉണങ്ങിയെടുത്ത ശേഷം ആവശ്യമുള്ള കളർ ഗുളികയുടെ മരുന്ന് വജ്രപ്പശയിൽ ചാലിച്ച് തീപ്പെട്ടിക്കോ ലിന്റെ അഗ്രത്തിലെന്നപോലെ വാണത്തിന്റെ അറ്റത്ത് പിടിപ്പിക്കുന്നു. ഒന്നുകൂടി കറുത്ത പൊട്ടിൽ ഉരുട്ടിയെടുക്കും. അമിട്ട് പൊട്ടുമ്പോൾ ഇതിന്റെ രണ്ട് അറ്റത്തും തീപിടിപ്പിക്കും. ഭാര ക്കൂടുതൽ ഉള്ളതുകൊണ്ട് മരുന്നുപുരട്ടിയ ഭാഗം തലപോലെ താഴ്ന്ന് ജ്വലിച്ചിറങ്ങും. പിന്നിലൂടെ പുറത്തേക്ക് വരുന്ന മരുന്നിന്റെ

ഫലമായി ആടിയാടി താഴേക്ക് ഇഴഞ്ഞിറങ്ങും. ചുരുക്കത്തിൽ അമിട്ട് പൊട്ടി വിടർന്ന് പാമ്പുകളെപ്പോലെ തിളങ്ങുന്ന കണ്ണുകളോടുകൂടി വളഞ്ഞ് പുളഞ്ഞിറങ്ങും. ചിലപ്പോൾ ജ്വലനത്തോടെ പായുന്ന ശരം പോലെയും തോന്നാം. ശക്തികുറഞ്ഞ മരുന്ന് വാലില്ലാ വാണത്തിന്റെ പിന്നിലൂടെ ചാടുന്നതു കൊണ്ടാണ് പാമ്പിന്റെ വാലാടുന്നപോലെ ഇഴഞ്ഞിറങ്ങുന്നത്.

സൈഡ് കളർ അമിട്ട്

അമിട്ട് ഉയർന്ന് രണ്ടോ മൂന്നോ നാലോ തുല്യഭാഗങ്ങളായി പൊട്ടി ചിട്ടയായി വശങ്ങളിലേക്ക് മാറി അവ ഓരോന്നും വ്യത്യസ്ത നിറങ്ങൾ വാരിവിതറുന്നതാണ് സൈഡ് അമിട്ട്. 3- സൈഡ് കളർ അമിട്ടാണെങ്കിൽ പൊട്ടി മൂന്ന് കഷണങ്ങളായി മൂന്ന് നിറങ്ങൾ വിരിയിക്കും. സാധാരണ യായി തെരഞ്ഞെടുക്കുന്ന നിറങ്ങൾ ചുവപ്പും പച്ചയും വെള്ളയും അല്ലെ ങ്കിൽ ചുവപ്പും പച്ചയും മഞ്ഞയുമാണ്. മഗ്നീഷ്യം പച്ചയാണെങ്കിൽ വെളുത്ത മിന്നൽ കൂടി കിട്ടും. മഗ്നീഷ്യം പൊടിക്ക് വിലക്കൂടുതലാണ്. പി വി സി പച്ചയാണെങ്കിൽ ഇലയുടെ കടുത്ത പച്ചനിറം തരും. 2-സൈഡ് കളർ അമിട്ടാണെങ്കിൽ പൊട്ടി രണ്ടുനിറം തരും. 4-സൈഡ് അമിട്ടുകൾ വരെ നിർമ്മിച്ച് പൊട്ടിക്കാറുണ്ട്. അതിൽ കൂടിയാൽ ആകാശത്ത് വ്യത്യ സ്ത നിറങ്ങൾ വ്യതിരിക്തമായി കാണാൻ പ്രയാസമാകും. വളരെ കൃത്യമായ നിർമ്മാണമാണെങ്കിൽ 3-സൈഡ് അമിട്ട് പൊട്ടി തിരശ്ചീ നതലത്തിൽ 120 ഡിഗ്രി അളവിൽ നിറങ്ങൾ വിരിഞ്ഞിറങ്ങും. സൈഡ് അമിട്ടിൽ ഓരോന്നിലും വിവിധ നിറങ്ങൾ വരുന്ന രീതിയിലും നിർമ്മി ക്കാവുന്നതാണ്. ദശാബ്ദങ്ങൾക്ക് മുമ്പ് എൻ ആർ പണിക്കർ ആശാൻ സൈഡ് അമിട്ടുകൾ സമർത്ഥമായി നിർമ്മിച്ച് കൃത്യതയോടെ പൊട്ടിച്ച് പ്രേക്ഷകരെ ആഹ്ലാദിപ്പിച്ചിട്ടുണ്ട് എന്ന് മകൻ രാജ്കുമാർ ഓർമ്മിച്ചു.

3-സൈഡ് അമിട്ട് നിർമ്മിക്കുന്നതെങ്ങനെയെന്ന് നോക്കാം. ഒരമിട്ട് പന്ത് ഓറഞ്ചിന്റെ അല്ലികൾ പോലെ മൂന്ന് തുല്യഭാഗങ്ങളാക്കുന്നു. ഓരോന്നിലും മരുന്ന് നിറയ്ക്കാനുള്ള ദ്വാരമിടുന്നു. ഈ തുല്യ വലിപ്പമുള്ള 3 ഭാഗങ്ങളെയും സുഷിരങ്ങളുള്ള തകിടുപാളികൊണ്ട് അടയ്ക്കുന്നു. ഇവ മൂന്നും ചേർത്ത് ഒട്ടിച്ച് ഒറ്റ ഗോളമാക്കുന്നു. ഓരോന്നിലും അവയിലെ ദ്വാരത്തിലൂടെ കളർ ഗുളികകളും കറുത്ത പൊട്ടുമരുന്നും നിറയ്ക്കുന്നു. കളർ ഗുളികകൾ പരസ്പരം ഇടകലരാതിരിക്കാനാണ് തകിട് കൊണ്ട് വേർതിരിച്ചെടുക്കുന്നത്. എന്നാൽ ഫ്യൂസിലൂടെ തീ കിട്ടിയാൽ മൂന്ന് അറകളിലും സുഷിരങ്ങളിലൂടെ പെട്ടെന്ന് തീ പടർന്ന് പിടിക്കണം. ഇതിനാണ് സുഷിരങ്ങളുള്ള തകിട് കൊണ്ട് പന്തിലെ അറകളെ വേർപിരിക്കുന്നത്. മുകളിൽ ദ്വാരമിട്ട് ഫ്യൂസ് പിടിപ്പിക്കുന്നു. അടിമരുന്നിട്ട് കെട്ടി അമിട്ട് കുറ്റിയിലിട്ട് കത്തിച്ചുയർത്തി പൊട്ടിക്കാം. ഫ്യൂസിലൂടെ തീ ഉള്ളിൽ കടന്ന് സുഷിരങ്ങളിലൂടെ അകത്താകെ പടർന്ന് കറുത്ത പൊട്ടുമരുന്നിന് തീപിടിച്ച് പൊട്ടി മൂന്ന് കഷണങ്ങളായി വേർപിരിയുന്നു. ഓരോ അറയിലെയും കളർഗുളികകൾ കത്തി മൂന്ന് ദിശകളിൽ തീമു

ത്തുകൾ നിറം പടർത്തുന്നു.

സൂര്യകാന്തി

അമിട്ട് പൊട്ടി ആകാശത്തുനിറഞ്ഞ് നല്ലതുപോലെ കതിരുവീശി സൂര്യകാന്തിപ്പൂവുപോലെ വർണ്ണവക്രങ്ങൾ ഒഴുകി ഇറങ്ങുന്നതാണ് സൂര്യകാന്തി അമിട്ട്. ആറുതരത്തിലുള്ള സൂര്യകാന്തി അമിട്ടുകൾ കാണാറുണ്ട്. മാലൂർ പ്രസേനൻ ആശാൻ ഇത്തരം അമിട്ട് നിർമ്മിക്കുന്നതിൽ മികവ് കാണിക്കാറുണ്ട്. തീക്കനൽ ചുവപ്പ്, ചിക്പുട്ട്, സ്വർണ്ണനിറത്തിൽ മിനുങ്ങുന്നത്, വെള്ളമിന്നൽ, പച്ചമിന്നൽ, മഞ്ഞമിന്നൽ എന്നിങ്ങനെ ആറുതരത്തിൽ ഉണ്ട്. സാധാരണയായി സൂര്യകാന്തിയിൽ ഉപയോഗിക്കുന്ന രാസഗുളികയിൽ ബേരിയം നൈട്രേറ്റും ഗന്ധകവും അലൂമിനിയം പൊടിയുമാണുള്ളത്. ഈ ഗുളിക ഉപയോഗിക്കുമ്പോൾ തീക്കനൽ ചുവപ്പ് സൂര്യകാന്തി ലഭിക്കും.

ഗുളികനിർമ്മാണസാമഗ്രികൾ

മഗ്നീഷ്യം തരികൾ ചേർക്കുമ്പോൾ അമിട്ട് പൊട്ടി സ്വർണ്ണനിറത്തിൽ മിനുങ്ങി മിനുങ്ങി 'ഷ്...' ശബ്ദത്തിൽ, കാറ്റടിക്കുന്ന പ്രതീതിയുണർത്തുന്നു. ചിക്പുട്ട് എന്ന രാസപദാർത്ഥം ചേർക്കുമ്പോൾ അമിട്ട് പൊട്ടി ഒരു രൂപാ വലിപ്പത്തിലുള്ള തിളക്കമാർന്ന നക്ഷത്രങ്ങൾ വിരിഞ്ഞിറങ്ങും. അനുയോജ്യമായ രാസപദാർത്ഥങ്ങൾ ചേർത്ത് വെള്ളമിന്നൽ, പച്ചമിന്നൽ, മഞ്ഞ മിന്നൽ എന്നീ വിധത്തിലുള്ള സൂര്യകാന്തികളും പൊട്ടിച്ചുകാണാറുണ്ട്.

സൂര്യകാന്തിയുടെ ഗുളിക

ഇതിൽത്തന്നെ ഒട്ടേറെ സാദ്ധ്യതകൾ ഉണ്ട്. ഉദാഹരണമായി, സൂര്യകാന്തി അമിട്ട് പൊട്ടിവിരിയുമ്പോൾ അതിനുചുറ്റം സിൽവർ ഗുണ്ടുകൾ പൊട്ടും. അതുപോലെ സിൽവർ അമിട്ട് പൊട്ടുമ്പോൾ അതിനുചുറ്റും ആറുവിധത്തിലുള്ള സൂര്യ

കാന്തികൾ തുടർച്ചയാക്കാം. സൂര്യകാന്തിക്ക് ശക്തികൂടിയ ഉള്ളുമരുന്നുണ്ടെങ്കിൽ മാത്രമേ നല്ലതുപോലെ കതിരുവീശി വിരിഞ്ഞ് ഇറങ്ങുകയുള്ളൂ. വെടിക്കെട്ടിലെ അത്യാകർഷകമായ ഇനമാണ് സൂര്യകാന്തി അമിട്ടുകൾ.

ഒരു കിലോ വെടിയുപ്പും 600 ഗ്രാം കരിയും 150 ഗ്രാം ഗന്ധകവും ചേരുന്നതാണ് സൂര്യകാന്തിയുടെ ഗുളിക. ഇവ പൊടിച്ച് പുട്ടിന് മാവ് നനയ്ക്കുന്നതുപോലെ വജ്രപ്പശതേച്ച് കുഴച്ചെടുക്കുന്നു. ഇത് ലോഹക്കുഴലിൽ കയറ്റി നല്ലതുപോലെ ഇടിച്ചൊതുക്കുന്നു. ശേഷം ലോഹക്കുഴൽ രണ്ടാക്കി പുട്ട് രൂപത്തിലുള്ള മരുന്ന് ഉണക്കി പൊട്ടിച്ച് ചെറിയ കഷണങ്ങളാക്കി എടുക്കുന്നു.

പന്ത്രണ്ട് ഇഞ്ച് അമിട്ടാണെങ്കിൽ ഏകദേശം രണ്ടര ഇഞ്ച് വലിപ്പമുള്ള കഷണങ്ങളാണ് ഗുളികകളായി ഉപയോഗിക്കുക. സാധാരണ സൂര്യകാന്തിക്കാണ് മേൽപ്പറഞ്ഞ മരുന്നു കൂട്ട്. ഒരു പ്രത്യേകതരം രാസപദാർത്ഥമാണ് ചിക്പുട്ട്. കാഴ്ചയിൽ ഉലുവാ പോലിരിക്കും. ഇത് 'പറപറാന്ന്' ശബ്ദത്തിൽ പൊട്ടി സൂര്യകാന്തിയുടെ ഓരോ കാലിലും അനേകം കുഞ്ഞുനക്ഷത്രങ്ങൾ വിരിഞ്ഞിറങ്ങുന്ന പ്രതീതിയുളവാക്കും. ഗുളിക കത്തി വരുമ്പോൾ വാൽമാക്രിയുടേതുപോലെ വാലുണ്ടാകും. ഇലഞ്ഞിപ്പൂക്കൾ കൊഴിഞ്ഞുവീഴുന്നതുപോലെ, എല്ലാ പൂക്കൾക്കും വാലുകാണും. മഞ്ഞ നിറത്തിലുള്ള വാലാണെങ്കിൽ അതിനെ വാൽ മഞ്ഞ എന്നു വിളിക്കുന്നു.

ആശാൻ മനസ്സുവച്ചാൽ പ്രേക്ഷകർ ആവേശം മൂത്ത് ഒറ്റക്കാലിൽ നിന്ന് വെടിക്കെട്ട് കാണും. കാലുകൾ ഇളക്കി മാറി മാറി ചവിട്ടി ആഹ്ലാദത്തിമിർപ്പിൽ മുന്നോട്ട് പോകും, തടസ്സങ്ങൾ പരിഗണിക്കാതെ...

കളർ മാറ്റം

അമിട്ട് പൊട്ടി ഒരു നിറം വിരിഞ്ഞിറങ്ങി നിമിഷങ്ങൾക്കുള്ളിൽ അതിലെ കത്തുന്ന ഗുളികകൾ മറ്റൊരു നിറമായി ജ്വലിച്ചിറങ്ങും. ഉദാഹരണമായി, അമിട്ട് പൊട്ടി ആദ്യം പച്ചനിറം വിടരുകയും അതേ ഗുളികകൾ നിമിഷങ്ങൾക്കുള്ളിൽ വയലറ്റ് നിറത്തിൽ കത്തി തീമുത്തുകളായി വിരിഞ്ഞിറങ്ങുകയും ചെയ്യും. ഒരു നിറത്തിൽ നിന്ന് മറ്റൊരു നിറത്തിലേക്ക് ഞൊടിയിടയിൽ മാറുന്ന അമിട്ടിനെയാണ് കളർമാറ്റം അമിട്ടുകൾ എന്ന് വിളിക്കുന്നത്. പച്ച കത്തി വയലറ്റാകുന്നതെങ്ങനെയെന്ന് നോക്കാം.

പച്ചനിറം തരുന്ന രാസപദാർത്ഥം വജ്രപ്പശയിൽ ചാലിച്ചെടുക്കുന്നു. ഇതിലേക്ക് വയലറ്റ് നിറം തരുന്ന രാസഗുളികകൾ ഇട്ട്, ശർക്കരപുരട്ടി ഉണ്ടാക്കുന്നതുപോലെ ആവരണം ഉണ്ടാക്കിയെടുക്കുന്നു. ഇപ്പോൾ കിട്ടിയ കളർ ഗുളികയുടെ അകത്ത് വയലറ്റും പുറത്ത് പച്ചയുമാണ്. വെളുത്ത വെടിയുപ്പും ഗന്ധകവും കോലരക്കും വയലറ്റ് നിറം തരും. സാധാരണ പച്ചകൂടാതെ പി വി സി ചേർത്ത് തത്തപ്പച്ചയും മഗ്നീഷ്യം

പൊടി ചേർത്ത് മിന്നൽ പച്ചയും തയ്യാറാക്കാവുന്നതാണ്. ഈ ഗുളികകൾ അമിട്ടിലിട്ട് പൊട്ടുമരുന്ന് ചേർത്ത് ഒട്ടിച്ച് ഫ്യൂസും വച്ച് കളർ മാറ്റം തയ്യാറാക്കുന്നു. അമിട്ടുകുറ്റിയിൽ വച്ച് തള്ളുമരുന്നിട്ട് അമിട്ടിനെ ഉയർത്തി പൊട്ടിക്കാവുന്നതാണ്.

നിലയമിട്ട്

കുറ്റിയിൽനിന്നുയർന്ന് പോകുന്നതിനൊപ്പം ഇടവേളയിൽ അമിട്ടിന്റെ കിണ്ണികൾ ഓരോന്ന് പൊട്ടി നിറങ്ങൾ വിരിയുകയും അവസാനം വെടിഗുണ്ട് പൊട്ടിത്തീരുകയും ചെയ്യുന്ന അമിട്ടിനെ നിലയമിട്ട് അഥവാ നിലപ്പൊട്ട് എന്ന് വിളിക്കുന്നു. ട്ടൊ ട്ടൊ ട്ടെയ്...ഒന്നും രണ്ടുമല്ല മുപ്പത്തിയെട്ട് നിലകൾ വരെയുള്ള അമിട്ടുകൾ കത്തിച്ചുള്ള ചരിത്രം കേരളത്തിനുണ്ട്. കണ്ടൻകാളി ആശാൻ, അർജ്ജുനൻ ആശാൻ, അങ്ങനെ കരിമരുന്ന് കലാകാരന്മാരുടെ നീണ്ടനിര തന്നെ ഇവിടെയുണ്ടായിരുന്നു.

ആനുകാലികമായി ഇതിൽ മികവ് കാട്ടുന്നത് പൂഴിക്കുന്ന് ശശി, ചന്ദ്രൻ ആശാന്മാരാണ്. നൂറുവർഷത്തെ പാരമ്പര്യത്തിന്റെ തുടർച്ചയുണ്ടിവർക്ക്. നിലയമിട്ട് തയ്യാറാക്കുന്നതെങ്ങനെയെന്ന് സംഗ്രഹിച്ച് പറയാം. ഉദാഹരണമായി ഒമ്പത് നില അമിട്ട് ആണെന്ന് കരുതുക. ഇത് കുറ്റിയിൽനിന്ന് ഉയർന്ന് എട്ട് തവണ പൊട്ടി വർണ്ണങ്ങൾ വിരിയുകയും ഒമ്പതാമത്തെ ഗുണ്ടുവെടി പൊട്ടി ഉഗ്രൻ ശബ്ദം ഉണ്ടാവുകയും ചെയ്യുന്നു.

ഉറിയിൽ വച്ചിരിക്കുന്ന കുറെ മൺകലങ്ങൾപോലെയാണ് നിലയമിട്ടിന്റെ രൂപവും ഘടനയും. അടിയിലുള്ള കിണ്ണി (പന്ത്)യിൽ നിന്ന് മുകളിലേക്ക് വണ്ണം കുറഞ്ഞുവരുന്ന രീതിയിലാണ് നിർമ്മിക്കുന്നത്. ഈ ഗുണ്ടിനെ ഒരു കടലാസ് കപ്പിലേക്ക് ഇറക്കിവയ്ക്കുന്നു. കടലാസ് കപ്പിനെയാണ് കിണ്ണി എന്നാണ് പറയുന്നത്. ചേരുന്ന ഭാഗത്ത് റിബൺ പോലുള്ള പേപ്പർ പശ തേച്ച് ഒട്ടിക്കുന്നു. ഇതിനെ ബെൽറ്റ് ഒട്ടിക്കുക എന്നാണ് പറയുക. ഉണങ്ങിയ ശേഷം തിരിച്ചുവച്ച് ദ്വാരത്തിലൂടെ കളർഗുളികയും പൊട്ടുമരുന്നും ഇടുന്നു. ഇതിൽ ഫ്യൂസ് വച്ചു കെട്ടി പശതേച്ച പേപ്പർ കൊണ്ട് ഒട്ടിച്ചെടുക്കുന്നു. ഉണങ്ങാൻ കുറഞ്ഞത് ഒരു മണിക്കൂർ വേണ്ടിവരും. ശേഷം അല്പം കൂടി വലിപ്പമുള്ള കിണ്ണി ഒട്ടിക്കുന്നു. മരുന്നിട്ട് ഫ്യൂസ് പിടിപ്പിക്കുന്നു. ഇത് എട്ട് കിണ്ണിവയ്ക്കുന്നതോടെ അവസാനിക്കുന്നു. ചുവട്ടിൽ ഫ്യൂസ് പിടിപ്പിക്കുന്നു. കൂടാതെ ഓരോ കിണ്ണിയിലും തീ വേഗം

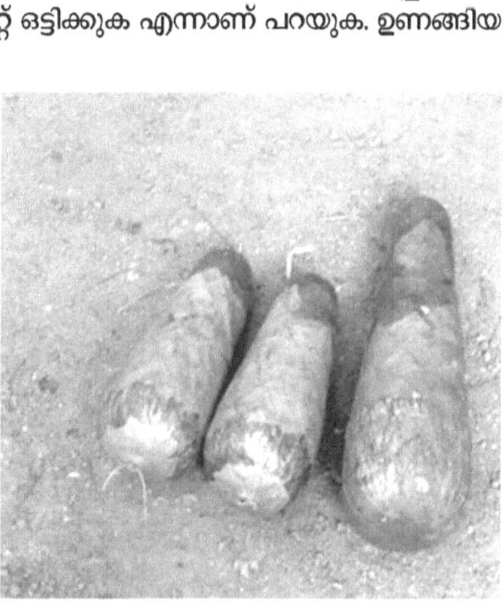

പിടിക്കാൻ ഉള്ളിൽ തിരിയി ട്ടിരിക്കും. കിണ്ണികൾ ചുറ്റി പേപ്പർ ഒട്ടിച്ചെടുക്കുന്നു. നിലകളുടെ എണ്ണം കൂടുന്തോറും ശ്രമവും കൂടുന്നു. ആശാന്മാരുടെ കഴിവ് പ്രദർശിപ്പിക്കാൻ പറ്റിയ ഇനമാണ് കൂടുതൽ നിലകളുള്ള അമിട്ടുകൾ. കാണികൾ കൃത്യമായി നില എണ്ണിക്കൊണ്ടിരിക്കും. വളരെ രസകരമാണ് ഈയിനം അമിട്ടുകൾ.

അടുക്കിക്കെട്ട്

നിലയമിട്ടുകൾ കുത്തനെ അടുക്കിവച്ച് കെട്ടി, അമിട്ട് കുറ്റിയിൽ തള്ളുമരുന്നിട്ട് ഉയർത്തി പൊട്ടിക്കുന്നതിനെയാണ് അടുക്കിക്കെട്ട് എന്ന് വിളിക്കുന്നത്. ചിത്രം കാണുക. ഓരോ കിഴങ്ങും നിലയമിട്ടുകളാണ്. ഉദാഹരണമായി 8 ഇഞ്ച് കുറ്റിയിൽ 5 കിഴങ്ങുകൾ കെട്ടിവയ്ക്കാവുന്ന

താണ്. ഓരോ കിഴങ്ങിലും അഞ്ച് സ്റ്റെപ്പ് കിണ്ണിയും ഒരു വെടിയും ഉണ്ടാകും. 8 ഇഞ്ചിൽ ഓരോ കിഴങ്ങിലും 10 കിണ്ണിയും ഒരു വെടിയും വരെ പ്രയോഗിച്ചിട്ടുണ്ട്. ഓരോ കിഴങ്ങും ഒരേ നിറത്തിലെ ഗുളികക ളായിരിക്കും. വിവിധ കിണ്ണികളിൽ നിറയ്ക്കുക. എല്ലാത്തിലും പൊട്ടു മരുന്നും ഫ്യൂസും ഉണ്ടായിരിക്കും. ഇങ്ങനെ നിർമ്മിക്കുവാൻ പ്രായോ ഗികമായി എളുപ്പമാണ്. അല്ലാത്ത പക്ഷം നിറത്തിനനുസരിച്ച് കിണ്ണി യുടെ പേപ്പർ കനത്തിന് വ്യത്യാസം വരുത്തേണ്ടിവരും.

നന്ദിയോട് രാമചന്ദ്രൻ ആശാ ന്റെ കുടുംബം ഇത് മനം കവരുന്ന ഇനമാക്കി ആകാശത്ത് വിരിയി ച്ചത് കാണാൻ ഇടയായി. അടുക്കി ക്കെട്ടിയ കിഴങ്ങുകൾ സാധാരണ അമിട്ടുകളെപോലെ അടിമരുന്നിട്ട്

കെട്ടി കുറ്റിയിൽ ഇറക്കി തീ കൊളുത്തി കത്തിക്കുന്നു.

ഇത് ഉയർന്ന് പൊട്ടി ഓരോ കിഴങ്ങും 10 തവണ പൊട്ടി വെടിയും കേൾപ്പിക്കുന്നു. അങ്ങനെ ആകാശത്ത് 50 സ്റ്റെപ്പ് കളറും 5 വെടിയും തുരുതുരാ സൃഷ്ടിച്ച് വർണ്ണപ്പൂരം തന്നെ വിരിയിച്ചിറക്കുന്നു. ഹായ് എന്തുരസമെന്ന് ആരും അറിയാതെ പറഞ്ഞുപോകും.

7

കരിമരുന്നുവിദ്യയിലെ ഇന്ദ്രജാലക്കാർ

കടലുകടന്ന നിലാത്തിരി

തൃശൂർ ദേവസി ആശാനെ അത്താണിയിലുള്ള അദ്ദേഹത്തിന്റെ വീട്ടിൽ ചെന്നു കണ്ടു. ദുഃഖം തളം കെട്ടി നിന്ന അന്തരീക്ഷമായിരുന്നു അവിടെ. കുറെ നേരത്തെ മൗനത്തിനുശേഷം സംസാരിച്ചുതുടങ്ങി. നാട്ടിലും വിദേശത്തും വളരെ മികച്ച വെടിക്കെട്ടുകൾ നടത്തിയ അനുഭവസമ്പന്നനായ ആശാനോട് ഈ മേഖലയെക്കുറിച്ചുള്ള ഒട്ടേറെ വിവരങ്ങൾ ചോദിച്ചറിഞ്ഞു.

ദേവസി ആശാന്റെ അച്ഛൻ ഇ ഡി ദേവസിയും വെടിക്കെട്ട് വിദ്യ വശമാക്കിയിരുന്നു. മകൻ ദേവസിയും കുട്ടിക്കാലത്തുതന്നെ അച്ഛനെ സഹായിക്കുകയും ഈ വിദ്യയിൽ ആകൃഷ്ടനാവുകയും ചെയ്തു.

വെടിക്കെട്ട് വിദ്യയിലെ സങ്കീർണ്ണമായ പാഠങ്ങൾ ദേവസി ഉൾക്കൊണ്ടത് കേരളം കണ്ട ഏറ്റവും മികച്ച കമ്പക്കെട്ടു വിദഗ്ദ്ധനായിരുന്ന കരേരക്കാട്ടിൽ ആന്റണി ജോസിന്റെ (തൃശൂർ ജോസ്) ശിഷ്യത്വത്തിലൂടെയാണ്. ഏകദേശം 8 വർഷത്തോളം നീണ്ട പരിശീലനം ലഭിച്ചു. കാജ് (KAJ) ഫയർവർക്സ് നടത്തിയിരുന്നത് തൃശൂർ ജോസ് ആയിരുന്നു. ശബ്ദവും വർണ്ണഭംഗിയും പരിഗണിച്ചാൽ ലോകത്തെ തന്നെ മികച്ച വെടിക്കെട്ട് തൃശൂർ പൂരത്തിനോടനുബന്ധിച്ചുള്ളതാണ്. വർണ്ണഭംഗി മാത്രം നോക്കിയാൽ ചൈനയും സ്പെയിനും ഫ്രാൻസും മറ്റ് രാജ്യങ്ങളും വളരെയേറെ മുന്നിലാണെന്ന് ദേവസി ആശാൻ വ്യക്തമാക്കി. ഈ രാജ്യക്കാരുമായി ദേവസി ഗൾഫ് രാജ്യങ്ങളിൽ വച്ച് മത്സരിച്ചിട്ടുണ്ട്. ചീനപ്പടക്കത്തെക്കുറിച്ചും അദ്ദേഹത്തിന് നല്ല അവഗാഹമുണ്ട്. തൃശൂർ പൂരത്തിന് ഒട്ടേറെ തവണ ജോസ് മികച്ച കരിമരുന്ന് പ്രയോഗം നടത്തി മുക്തകണ്ഠം പ്രശംസ നേടിയിട്ടുണ്ട്. സൗമ്യനും മിതഭാഷിയും ലളിത ജീവിതരീതിക്കാരനുമായിരുന്നുവെന്ന് ശിഷ്യൻ ദേവസി ഗുരുവിനെ അനു

സ്മരിച്ചു. പൂരവെടിക്കെട്ടിൽ ഒട്ടേറെ തവണ തൃശൂർ ജോസ് ആശാൻ തന്റെ അനിതരസാധാരണമായ വൈദഗ്ദ്ധ്യം പ്രകടിപ്പിച്ചിട്ടുണ്ട്. ദുബായിലെ ഫുജറയിൽ അദ്ദേഹംനടത്തിയ കരിമരുന്ന് വിദ്യ അവിസ്മരണീയമാണെന്ന് ദേവസി ഓർമ്മിച്ചു. ജോസിന്റെ പിതാവ് കരേരക്കാട്ടിൽ ഔസേപ്പ് ആന്റണി തൃശൂർ സീതാറാം മില്ലിലെ ജോലി ഉപേക്ഷിച്ചാണ് കമ്പക്കെട്ട് മേഖലയിൽ എത്തിപ്പെട്ടത്. പൊന്നുവീട്ടിൽ ഗോപാലൻ നായർ തയ്യാറാക്കിയ കൈയെഴുത്തുപുസ്തകം വായിച്ചും പരീക്ഷിച്ചുമാണ് ഈ വിദ്യ കരേരക്കാട്ടിൽ ഔസേപ്പ് മനസ്സിലാക്കിയത്. വി നാരായണപ്പണിക്കർ ആശാനാണ് മിന്നൽ വെടി ആദ്യമായി തൃശൂരിൽ പൊട്ടിക്കുന്നത്. 2011 ൽ 70-ാം വയസ്സിൽ വാർദ്ധക്യസഹജമായ അസുഖത്താൽ തൃശൂർ ജോസ് അന്തരിച്ചു. അദ്ദേഹത്തിന്റെ പിൻതലമുറക്കാർ ഈ രംഗത്തേക്ക് കടന്നുവന്നില്ല. ജോസിന്റെ സഹോദരന്മാരായ വെടിക്കെട്ട് പ്രാഞ്ചി എന്നറിയപ്പെടുന്ന കെ എ ഫ്രാൻസിസ്, കെ എ റപ്പായി എന്നിവർ ഇപ്പോൾ ഈ രംഗത്തുണ്ട്.

കമ്പക്കെട്ടിനോട് കമ്പമുള്ള ഏതൊരാൾക്കും പ്രിയപ്പെട്ട വ്യക്തിയാണ് ദേവസി ആശാൻ. ഷഷ്ട്യബ്ദപൂർത്തിയായ ദേവസി ആശാനോട് തൃശൂരിലെ വെടിക്കെട്ട് ചരിത്രത്തെക്കുറിച്ച് ചോദിച്ചു. ഓർമ്മയിലുള്ള ചില കാര്യങ്ങൾ പറഞ്ഞു തരാമെന്ന് സമ്മതിച്ചു. എല്ലാമൊന്നും ഓർക്കാൻ കഴിയുമെന്ന് തോന്നുന്നില്ലായെന്നും സൂചിപ്പിച്ചു. അദ്ദേഹം തുടർന്നു:

ഓർമ്മച്ചെപ്പ്

തൃശൂരിലെ വെടിക്കെട്ട് വിദ്യ കൊണ്ടുവന്നത് ഏകദേശം 100 വർഷങ്ങൾക്ക് മുമ്പ് സഹോദരന്മാരായ കുരിയായും തോമയുമാണ്. ഇതേ തലമുറയിൽപ്പെട്ടവരാണ് പൊന്നുവീട്ടിൽ ഗോപാലൻനായർ, വി നാരായണപ്പണിക്കർ, വെളുക്കത്തറ മാധവൻ നായർ തുടങ്ങിയവർ. ഇവരുടെ പ്രവർത്തനങ്ങൾ കരിമരുന്ന് പ്രയോഗത്തിന് അടിത്തറയിട്ടു. തൃശൂരിൽനിന്നാണ് പാലക്കാട്, കോഴിക്കോട്, കണ്ണൂർ തുടങ്ങിയ മലബാറിന്റെ വിവിധ ഭാഗങ്ങളിലേക്ക് കരിമരുന്നു പ്രയോഗം വ്യാപിച്ചത്.

ചേലപ്പാടൻ ആന്റണി, പാതിരി കൊച്ചാപ്പു, വടക്കേത്തല കൊച്ചാപ്പു, ഒലവക്കോട് വേലായുധൻ, ചേലപ്പാടൻ റപ്പായി, കാവുശ്ശേരി ഗുരുക്കൾ, കാട്ടാളൻ ജോസ് എന്നിവരാണ് രണ്ടാം തലമുറക്കാർ.

വടക്കേത്തല കൊച്ചാപ്പുവിന്റെ മകൻ പോൾ വടക്കേത്തല, ചേർപ്പിൽ വേലാമു എഴുത്തച്ഛൻ, ചേലക്കാട് സുരേഷ് നായർ, വെന്നൂർ രാജൻ, മുണ്ടത്തിക്കോട് സതീഷ്, ദേശമംഗലം സുരേന്ദ്രൻ, കുണ്ടന്നൂർ സുന്ദരാക്ഷൻ, വേലാമു എഴുത്തച്ഛന്റെ മക്കളായ കൃഷ്ണൻ, ഗോപാലകൃഷ്ണൻ എന്നിവർ ശ്രദ്ധേയരായ ആശാൻമാർ ആണ്.

ഇന്ത്യയിലെ ഏറ്റവും മികച്ച കരിമരുന്ന് പ്രയോഗം തൃശ്ശൂർ പൂരത്തിനാണ്. കൃത്യത കൊണ്ടും വർണ്ണപ്പൊലിമകൊണ്ടും വൈവിദ്ധ്യം

കൊണ്ടും തൃശൂർ പൂരം വെടിക്കെട്ട് ശ്രദ്ധേയമാണ്. നെന്മാറയിലെ നെല്ലിക്കുളങ്ങര ഭഗവതിക്ഷേത്രം, വടക്കാഞ്ചേരിയിലെ രുദ്രമഹാകാളി ഉത്രാളിപ്പൂരം, ചേലക്കരയിലെ അന്തിമഹാകാളൻകാവ്, മരട്, വടക്കേ ചേരുവാരം, എങ്കേക്കാട് എന്നിങ്ങനെ ഒട്ടനവധി ക്ഷേത്രങ്ങളിൽ വെടിക്കെട്ട് നേർച്ചയായി നടത്തപ്പെടുന്നു.

ക്രിസ്ത്യൻ ആരാധനാലയങ്ങളിൽ ഒന്നാമത് പാവറട്ടി സെന്റ് ജോസഫ് പള്ളിയിലെ വെടിക്കെട്ടാണ്. ഒല്ലൂരിലെ വിശുദ്ധ റാഫേൽ മാലാഖ പള്ളിയിലും ഗംഭീര കരിമരുന്ന് പ്രയോഗമാണുള്ളത്. ഒട്ടുമിക്ക ക്ഷേത്രങ്ങളിലും പള്ളി അങ്കണങ്ങളിലും മികച്ച വെടിക്കെട്ടു നടത്തി ജനഹൃദയങ്ങളിൽ സ്ഥാനം നേടാൻ ദേവസിക്കും കൂട്ടർക്കും കഴിഞ്ഞിട്ടുണ്ട്. ഏറ്റവും ശ്രദ്ധേയമായ കാര്യം പൂരത്തിന് ശേഷം വന്ന ചില പത്ര തലക്കെട്ടുകളാണ്. "ആശാനും ശിഷ്യനും ഒത്തിണങ്ങിയ പൂരം വെടിക്കെട്ട്." ആശാൻ ജോസും ശിഷ്യൻ ദേവസിയും പാറമേക്കാവും തിരുവമ്പാടിയും പ്രതിനിധീകരിച്ചുള്ള സൗഹാർദ്ദ മത്സര വെടിക്കെട്ടിനെക്കുറിച്ചാണ് ഈ പത്ര തലക്കെട്ട്.

ഇന്ത്യയെ പ്രതിനിധീകരിച്ച് ഇ ഡി ദേവസി ചൈന, ഫ്രാൻസ്, സ്പെയിൻ എന്നിവിടങ്ങളിൽനിന്നുള്ള കരിമരുന്ന് വിദഗ്ദ്ധരുമായി ഒരു സ്ഥലത്ത് ആഴ്ചകളോളം താമസിച്ചാണ് ദുബായി ഷോപ്പിങ് ഫെസ്റ്റി

വലിലെ കരിമരുന്ന് പ്രയോഗത്തിന് തയ്യാറെടുപ്പ് നടത്തുന്നത്. 1998 മുതൽ ദേവസ്സി ഈ പരിപാടിയിൽ രാജ്യത്തെ പ്രതിനിധീകരിച്ച് പങ്കെടുക്കുന്നു. മകൻ ഇ ഡി ജോഫിയും കൂട്ടിനുണ്ടായിരുന്നു. 2011 ഡിസംബറിൽ തൃശൂരിൽ അവർ നടത്തി വന്നിരുന്ന പടക്കശാലയിൽ സ്ഫോടനമുണ്ടായി മകൻ ജോഫിയെ നഷ്ടപ്പെട്ടു. ജോഫിയുടെ കുട്ടികളായ റിജോയും റിയോയും വിതുമ്പുന്ന അമ്മ പ്രിയയും മുത്തശ്ശി ഓമനയും ദേവസിയുടെ അരികിൽ ഉണ്ടായിരുന്നു.

ദുബായിലെ ഫെസ്റ്റിവൽ പരിപാടിയിൽ പങ്കെടുക്കാൻ മറ്റ് രാജ്യങ്ങളിൽനിന്നും വരുന്ന കരിമരുന്ന് വിദഗ്ദ്ധരുടെ കൂട്ടുതാമസത്തിൽ അദ്ദേഹത്തിന് മറ്റ് രാജ്യക്കാരുമായി ആശയവിനിമയം നടത്താനും വിദ്യകൾ പങ്കിടാനും കരിമരുന്നിന്റെ ചില ഫോർമുലകൾ പരസ്പരം കൈമാറാനും കഴിഞ്ഞു. ഇത് അന്താരാഷ്ട്രതലത്തിലെ കരിമരുന്ന് വിദ്യയെക്കുറിച്ച് ദേവസി ആശാന് ഏറെ ഉൾക്കൊള്ളാനും ഒപ്പം അവർക്കും അറിവ് പകർന്നുകൊടുക്കാനും കഴിഞ്ഞതിൽ അദ്ദേഹം ചാരിതാർത്ഥ്യം പ്രകടിപ്പിച്ചു.

കർണ്ണാടക സർക്കാരിന്റെ മേൽനോട്ടത്തിൽ നടത്തപ്പെടുന്ന മൈസൂർ ദസറ (വിജയദശമി) ആഘോഷങ്ങൾ മൈസൂർ കൊട്ടാരത്തിലാണ് അരങ്ങേറുന്നത്. ഇത് ഒരു ഉടമ്പടിയുടെ ഭാഗമാണ്. നാലുതവണ ഇതിനോടനുബന്ധിച്ച് വെടിക്കെട്ടുനടത്താൻ ദേവസി ആശാന് അവസരങ്ങൾ ലഭിച്ചു. ബീഹാറിലെ റാഞ്ചിയിലും ഭോപ്പാലിലും കർണാടകയിലെ കോളാറിലും അദ്ദേഹം വെടിക്കെട്ടുകൾ നടത്തിയിട്ടുണ്ട്.

മാധവ സാന്നിദ്ധ്യം

2013 ലെ തൃശൂർ പൂരവെടിക്കെട്ടിന്റെ സജ്ജീകരണങ്ങൾ ഒരുക്കുന്ന വേളയിലാണ് വെന്നൂർ രാജൻ ആശാനെ കണ്ടുമുട്ടുന്നത്. തിരക്കിലായിരുന്നെങ്കിലും അല്പസമയം സന്തോഷപൂർവ്വം പങ്കിട്ടു. ഈ പ്രാവശ്യത്തെ പൂരത്തിന് പാറമേക്കാവിന് വേണ്ടി വെടിക്കെട്ട് ഏറ്റെടുത്തത് വെന്നൂർ രാജനാശാന്റെ മകൻ പ്രിജിൽ ആണെന്ന് പറഞ്ഞു. തൃശൂർ പൂരം വെടിക്കെട്ടുൾപ്പെടെ മികച്ച കരിമരുന്ന് പ്രയോഗങ്ങൾ ദശാബ്ദങ്ങളോളം നടത്തിയ വെന്നൂർ മാധവൻ ആശാന്റെ മകനാണ് വെന്നൂർ രാജൻ. പൂരം വെടിക്കെട്ട് ആശാന്മാരുടെ മൂന്നാം തലമുറയിലെ ആണ് പ്രിജിൽ. വെന്നൂർ കൃഷ്ണനും വെന്നൂർ രാധാകൃഷ്ണനും സഹോദരങ്ങളാണ്. 2006 ലെ തൃശൂർ പൂരം വെടിക്കെട്ടിനുവേണ്ടി വെടിക്കെട്ടു സാമഗ്രികളുടെ നിർമ്മാണവേളയിലുണ്ടായ അപകടത്തിൽ വെന്നൂർ രാധാകൃഷ്ണൻ ആശാനും ആറ് സഹപ്രവർത്തകർക്കും ജീവഹാനി സംഭവിച്ചു.

“വെടിക്കെട്ടുകലയിലാണ് എന്റെ ജീവിതം. കണ്ടുവളർന്നതും ഉണ്ടുവളർന്നതും ഈ ചോറാണ്.” വെന്നൂർ രാജൻ ആശാൻ മനസ്സ് തുറന്നു.

പുനർജ്ജനി...

ഓർമ്മയായ കാലം മുതൽ അച്ഛനും വലിയച്ഛനും വെടിക്കെട്ട് ജോലിയിൽ ഏർപ്പെട്ടിരിക്കുകയായിരുന്നു. എന്തെന്നില്ലാത്ത ഒരടുപ്പം ഈ തൊഴിലിനോട് തോന്നി. അച്ഛനായ പി ആർ വേലായുധൻ ആശാനും വലിയച്ഛനായ പി ആർ അയ്യപ്പൻ ആശാനും ദശാബ്ദങ്ങളായി ഈ മേഖലയിലാണ്. കുണ്ടന്നൂർ ജനാർദ്ദനൻ ആശാന് പൈതൃകവും സാഹചര്യവും അനുയോജ്യമായി.

2009 മാർച്ച് 24 ന് കുണ്ടന്നൂരിലുള്ള സ്വന്തം പടക്കനിർമ്മാണ ശാലയിൽ ഉണ്ടായ അപകടത്തിൽ സഹപ്രവർത്തകനായിരുന്ന ഭാസ്കരന്റെ (53) ജീവൻ നഷ്ടപ്പെടുകയും എഴുപത്തിനാല് ശതമാനം പൊള്ളലേറ്റ ജനാർദ്ദനൻ ആശാൻ മാസങ്ങളോളം നീണ്ട ചികിത്സയ്ക്ക് ശേഷം അത്ഭുതകരമായി സാധാരണ ജീവിതത്തിലേക്ക് മടങ്ങിവരുകയും ചെയ്തു. വർഷങ്ങൾ നാല് പിന്നിട്ടെങ്കിലും നിയമനടപടികളിൽ നിന്നും അനാരോഗ്യത്തിൽ നിന്നും പൂർണ്ണമായി മോചനം കിട്ടിയിട്ടില്ല. കുണ്ടന്നൂർ ഫയർവർക്സ് എന്ന സ്ഥാപനം നടത്തി പോരുന്നു. എങ്കിലും വെടിക്കെട്ടിന്റെ ലോകത്തോട് വിട പറയാൻ മനസ്സ് അനുവദിക്കുന്നില്ലായെന്ന് അദ്ദേഹം വെളിപ്പെടുത്തി.

തൃശൂരിൽ വൻതോതിലുള്ള വെടിക്കെട്ടുകൾ ആരംഭിച്ചിട്ട് ഏകദേശം 50 വർഷങ്ങളേ ആയിട്ടുള്ളൂ എന്ന് പറഞ്ഞു. തൃശൂർ പൂരത്തിലെയും നെന്മാറ വേലയിലെ വെടിക്കെട്ടും ശ്രദ്ധേയമായിരുന്നുവെങ്കിലും കഴിഞ്ഞ പത്ത് പതിനഞ്ച് വർഷമായി തൃശൂരിൽ വൻതോതിലുള്ള വെടിക്കെട്ടുകൾ മിക്ക പൂരങ്ങളിലും അരങ്ങേറുന്നു. ഉത്രാളിക്കാവ് തുടങ്ങിയ ക്ഷേത്രങ്ങൾ ഉദാഹരണം. ഏകദേശം മൂന്ന് പതിറ്റാണ്ടോളം വെടിക്കെട്ടിൽ സമർപ്പണ മനോഭാവത്തോടെ പ്രവർത്തിച്ച ആശാൻ 97 മുതൽ 9 വർഷം നെന്മാറയിൽ വെടിക്കെട്ട് നടത്തുകയുണ്ടായി. സാധാരണയായി പകൽ വേളയിൽ ഗുണ്ട്, കുഴിമിന്നൽ, ഡൈനാ എന്നിവ കത്തിക്കുന്നു. രാത്രിയിൽ ഓലപ്പടക്കം, കളർഗുണ്ട്, കളർ അമിട്ട് എന്നീ ഇനങ്ങൾ വിണ്ണിൽ വർണ്ണപ്പൂക്കൾ വിരിയിച്ച് ആനന്ദാനുഭൂതി ഉണർത്തുന്നു. നൂറും നൂറ്റമ്പതും അമിട്ടുകൾ, മഞ്ഞ സ്വർണ്ണനിറം, പല വർണ്ണം, പകിരി എന്നിങ്ങനെ പതിനഞ്ചോളം വിഭാഗത്തിലുള്ള അമിട്ടുകൾ എന്നിവ കത്തിക്കാറുണ്ട്. കൂടാതെ അമിട്ടിൽനിന്ന് ഡൈനയും വർണ്ണങ്ങളും വിരിഞ്ഞിറങ്ങുന്നത് കാതിനിമ്പവും കണ്ണിന് സുന്ദരകാഴ്ചയും ഉണർത്തുന്നു.

മലബാറിൽ വൻതോതിലുള്ള വെടിക്കെട്ടുകൾ തുടങ്ങിവെച്ചത് ഏകദേശം 70 വർഷങ്ങൾക്ക് മുമ്പാണ്. ആയോളി താമു ആശാൻ, വേലു ആശാൻ, കാക്കൂർ രാഘവൻ, രാധാകൃഷ്ണൻ, ഹരീഷ് തിരുമേനി, ഇടപ്പാടം ഗോപി, വെള്ളത്തൂർ രാധാകൃഷ്ണൻ, തിരുവാഴിയോട് ചന്ദ്രൻ, ചീരണി മുഹമ്മദ്, കാവുശ്ശേരി ജയകൃഷ്ണൻ, തത്തമംഗലം ഗോപാലൻ, ഏഷ്യാഡിന് വെടിക്കെട്ടു നടത്തിയ കുഴൽമന്ദം നൊച്ചുള്ളി ഗോവിന്ദൻ, നൊച്ചുള്ളി സുന്ദരൻ, കാട്ടാളൻ ജോസ്, താവൂട്ടി വടക്കാഞ്ചേരി, മായന്നൂർ

കൃഷ്ണൻ ചെട്ടിയാർ, കുന്നകുളം മണിയൻ നായർ, വേലൂർ ജാക്കോബ്, കുണ്ടന്നൂർ പുഴയ്ക്കൽ അയ്യപ്പൻ, ഓട്ടുപാറ ഡാനിയൽ, മുണ്ടത്തിക്കോട് മണിയൻ, അത്തിക്കാവ് രഘു ഇവരൊക്കെയാണ് കേമന്മാരായ ആശാന്മാർ.

മലബാറിൽ ആദ്യകാലത്ത് ഇളർപൂവ്, വാണം, തലച്ചക്രം, ചൂളപ്പൂവ് എന്നിങ്ങനെയുള്ള ഇനങ്ങളായിരുന്നു. ഇപ്പോൾ വെടിക്കെട്ടിൽ കൂടുതലായും ഗുണ്ട്, കുഴിമിന്നൽ, ഡൈനാ, അമിട്ട് എന്നിവയാണ് കത്തിക്കുന്നത്.

ഇനി സമയം കളയാനില്ല

> മദ്ധ്യാഹ്ന സൂര്യന്റെ കൊടുംവെയിലും വെളിച്ചവും ഒന്നോ രണ്ടോ അമിട്ടുകൊണ്ട് തമസ്സകറ്റി യവന മണ്ഡലത്തിൽ അഗ്നിപുഷ്പങ്ങളുടെ മായാപ്രപഞ്ചം സൃഷ്ടിക്കുന്ന ജാപ്പനീസ് മാതൃകയിലുള്ള കരിമരുന്ന് മത്സരങ്ങളിൽ ജപ്പാൻകാരെ തന്നെ പരാജയപ്പെടുത്തിയിട്ടുള്ള പ്രതിഭാശാലിയാണ് ഗോവിന്ദനാശാൻ.

ഇളയമകനായ ജി വാസുദേവൻ (84) അച്ഛനെക്കുറിച്ചുള്ള ഓർമ്മകൾ പങ്കിട്ടു. ഗോവിന്ദനാശാൻ പരവൂരിൽനിന്നും തൃശൂരും പിന്നീട് സിംഗപ്പൂരും ജപ്പാനും ചൈനയും സന്ദർശിച്ച് വെടിക്കെട്ട് സംബന്ധമായ പഠനങ്ങൾ നടത്തി. കൊല്ലം ജില്ലയിൽ പരവൂർ പൊഴിക്കരയിൽ സ്ഥാപിച്ച 'ദേവീവിലാസം ഫയർ വർക്സിന്' (DVFW) വേണ്ടുന്ന ഒട്ടുമിക്ക യന്ത്രസാമഗ്രികളും അദ്ദേഹം സിംഗപ്പൂരിൽനിന്നും കൊണ്ടുവന്നു. 1909 ൽ സ്ഥാപിച്ച ഫാക്ടറിയുടെ ശേഷിപ്പുകൾ ഇന്നുമുണ്ട്. സിംഗപ്പൂരിലും മലേഷ്യയിലും വളരെ പേരുകേട്ട സ്ഥാപനമായിരുന്നു ദേവീ വിലാസം ഫയർവർക്സ്. സഹോദരന്മാരായ ടി ആർ ഗോവിന്ദനും ടി ആർ കൃഷ്ണനും മേൽപ്പറഞ്ഞ രാജ്യങ്ങളിൽ ഏകദേശം ഒരുനൂറ്റാണ്ട് മുമ്പ് വിതരണം ചെയ്ത ഇംഗ്ലീഷിലും തമിഴിലുമുള്ള നോട്ടീസിന്റെ പകർപ്പ് ചിത്രത്തിൽ കൊടുത്തിരിക്കുന്നു. അതിലെ പരസ്യവാചകങ്ങളും മൊഴിമാറ്റി ചുവടെ ചേർത്തിരിക്കുന്നു.

> 1909 ൽ തിരുവിതാംകൂർ ഭരണകൂടത്തിന്റെ അംഗീകാരത്തോടെ പ്രവർത്തനം ആരംഭിച്ച 'ദേവീവിലാസം പടക്ക നിർമ്മാണശാല' ജനങ്ങളുടെ അഭിരുചിക്കനുസരിച്ച് പ്രൗഢവും കലാപരവുമായ പടക്ക ഉല്പന്നങ്ങൾ നിർമ്മിച്ച് ദക്ഷിണേന്ത്യയിലെ സാർവ്വത്രിക അംഗീകൃത സ്ഥാപനമായി മാറി. കഴിഞ്ഞ 5 വർഷമായി ഈ സ്ഥാപനത്തിന്റെ ജൈത്രയാത്രയിൽ നിരവധി യോഗ്യതാ പത്രങ്ങളും, അംഗീകാരങ്ങളും വിവിധ മേഖലകളിൽനിന്നും ലഭിക്കുകയും SMS കൂടാതെ SS എന്നിവിടങ്ങളിൽ സേവനം നടത്തുകയും ചെയ്യുന്നു. സുരക്ഷയിലും നിറപ്പകിട്ടിലും കാലൂന്നി

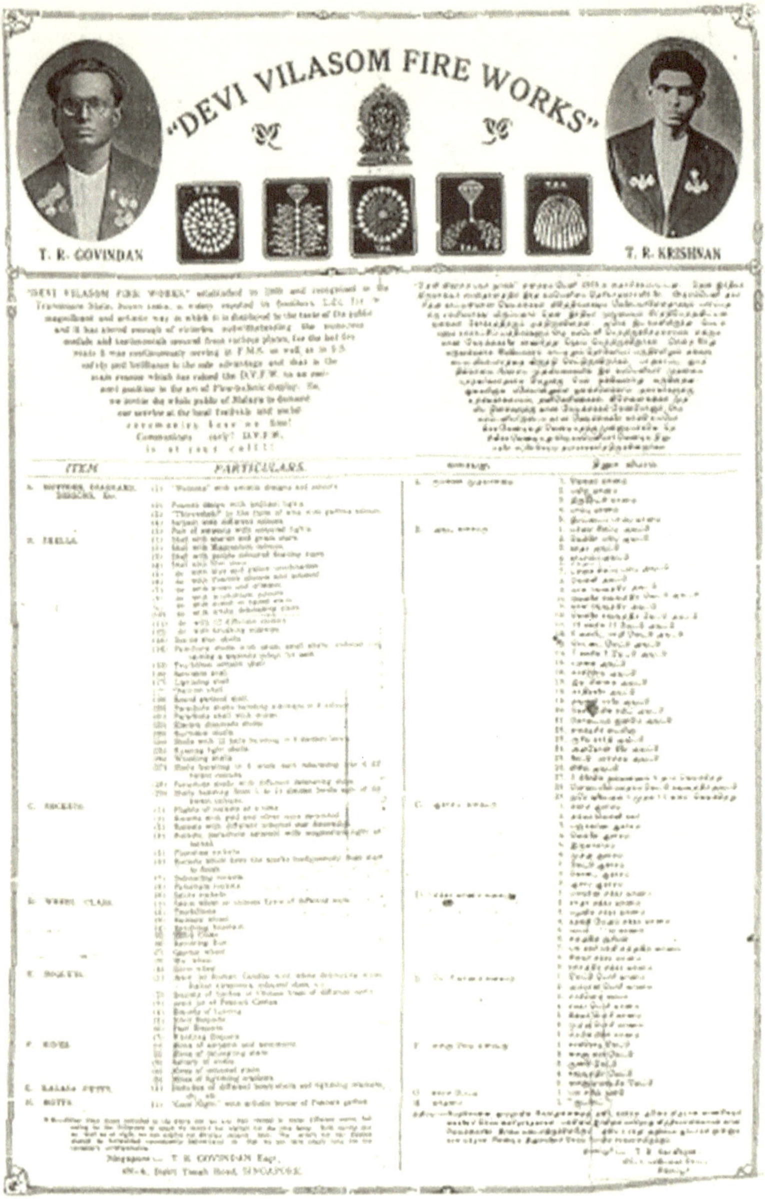
"DEVI VILASOM FIRE WORKS"
T. R. GOVINDAN
T. R. KRISHNAN
ITEM
PARTICULARS

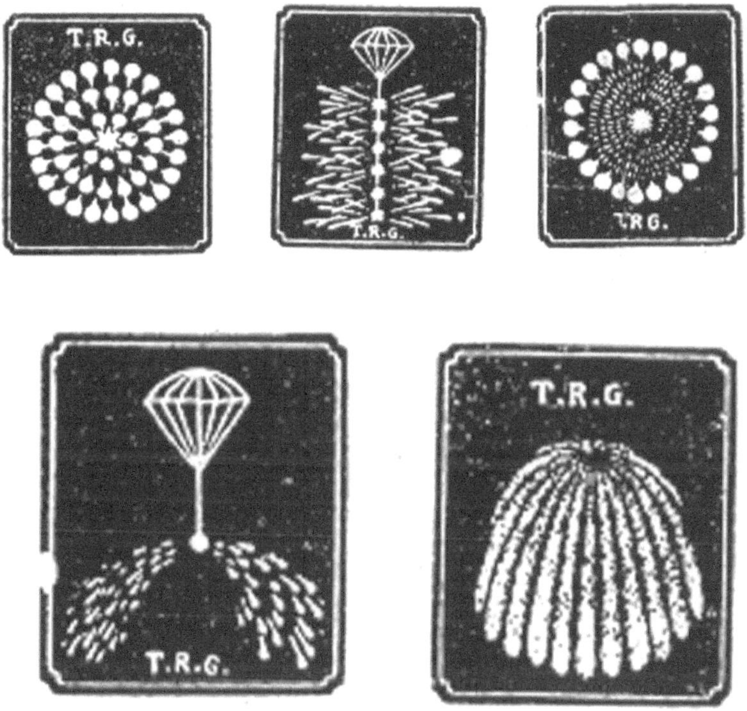

ഒരു നൂറ്റാണ്ടുമുമ്പുള്ള വെടിക്കെട്ടുദൃശ്യങ്ങൾ
(ടി ആർ ഗോവിന്ദൻ)

ക്കൊണ്ടുള്ള പടക്കനിർമ്മാണ സാങ്കേതിക വിദ്യയാണ് ദേവീ വിലാസം ഫയർ വർക്സിന് മഹനീയ സ്ഥാനം നേടിക്കൊടുത്തത്. അതുകൊണ്ട് മലയായിലെ പൊതുജനങ്ങളുടെ സാമൂഹിക ആഘോഷങ്ങൾക്കും ദേവീവിലാസം ഫയർവർക്സിനെ ക്ഷണി ക്കുവാൻ ഞങ്ങളുടെ സേവനം ആവശ്യപ്പെടുവാൻ താല്പര്യ പ്പെടുന്നു.

ഇനിയങ്ങോട്ട് സമയം കളയാനില്ല.

വേഗത്തിൽ ബന്ധപ്പെടുക

കേവലമൊരു വിളിപ്പാടകലെയാണ് ഈ സ്ഥാപനം!

പ്രത്യേക ശ്രദ്ധയ്ക്ക്:-

മുകളിലെ പട്ടികയിൽ വിവരിച്ചിട്ടുള്ളത് കൂടാതെ വൈവിദ്ധ്യവും ആകർഷകത്വവുമുള്ള ഒട്ടനവധി ഉല്പന്നങ്ങളും നാനാവിധ സാമ ഗ്രികളുമുണ്ട്. സമയം കളയേണ്ട. പകലും രാത്രിയും ഞങ്ങളുടെ ഉല്പന്നങ്ങളുടെ പ്രദർശനത്തിന് ഞങ്ങൾ തയ്യാറാണ്. നിങ്ങളുടെ

ആവശ്യത്തിന് സൗകര്യപ്രദമായി ബന്ധപ്പെടാനും നിങ്ങൾക്കു വേണ്ടി സമയം ചെലവഴിക്കാനും ഞങ്ങൾ തയ്യാറാണ്.

ടി ആർ ഗോവിന്ദൻ അവർകൾ

ആത്മവിശ്വാസവും വിനയവും സ്ഫുരിക്കുന്ന വാക്കുകൾ!

കേരളക്കരയിൽനിന്ന് അയൽരാജ്യങ്ങളിൽ വെടിക്കെട്ട് നടത്തി ശ്രദ്ധേയനായ ഗോവിന്ദനാശാൻ മറുനാടുകളിൽ മാത്രമല്ല കേരളത്തിലും അങ്ങോളമിങ്ങോളം ആകാശമുറ്റത്ത് ചേതോഹരങ്ങളായ വർണ്ണപ്പൂക്കളും കമ്പച്ചക്രങ്ങളും ഇംഗ്ലീഷ് അക്ഷരങ്ങളും മെനഞ്ഞ് അവാച്യമായ ആനന്ദാനുഭൂതി സൃഷ്ടിച്ചിട്ടുണ്ട്. ഗോവിന്ദനാശാനോടൊപ്പം അദ്ദേഹത്തിന്റെ സഹോദരൻ ടി ആർ കൃഷ്ണനും സഹായികളും ചേർന്നാണ് എല്ലാം ഒരുക്കിയിരുന്നത്. ഗോവിന്ദനാശാൻ നൂതനരൂപകല്പനയിലും കൃഷ്ണനാശാൻ അതിന്റെ നിർമ്മാണത്തിലും കൂടുതൽ ശ്രദ്ധിച്ചിരുന്നുവെന്ന് ഗോവിന്ദനാശാന്റെ കൊച്ചുമകനായ ടി വി സുഗുണൻ പറഞ്ഞു.

അതിസൂക്ഷ്മമായ കണക്കുകൾ അനുസരിച്ചുള്ള കൂട്ടുകളും കർശനമായ സുരക്ഷ അനുസരിച്ചുള്ള നിർമ്മാണ രീതിയുമായിരുന്നു അവരുടേത്. ജപ്പാൻ സാങ്കേതിക വിദ്യ അടിസ്ഥാനമാക്കിയുള്ളതായിരുന്നു മിക്കയിനങ്ങളും. വിദേശങ്ങളിലെ പഠനം മാത്രമല്ല, അതിന്റെ മികച്ച പ്രയോജനം ആ നാട്ടിൽ തന്നെ ഗോവിന്ദനാശാനും കൃഷ്ണനാശാനും നല്കി. സിംഗപ്പൂർ ഗവൺമെന്റിന്റെ മികച്ച കമ്പക്കെട്ടുകാരനുള്ള സ്വർണമെഡൽ ഗോവിന്ദനാശാന് ലഭിക്കുകയുണ്ടായി. മടങ്ങിയെത്തിയ രണ്ടാശാന്മാരും പരവൂരിന്റെ മാത്രമല്ല കേരളക്കരയിലെതന്നെ വെടിക്കെട്ടുകൾക്ക് പുതിയ മാനങ്ങൾ പകർന്നു.

ഗോദവർമ്മ രാജാവിന്റെ (ജി വി രാജ) വിവാഹത്തോടനുബന്ധിച്ചുള്ള ചടങ്ങിൽ നടത്തിയ അതിഗംഭീരമായ വെടിക്കെട്ടിന് രാജാവിൽ നിന്നും സ്വർണ്ണമെഡൽ ലഭിക്കുകയുണ്ടായി. ശ്രീചിത്തിര തിരുനാൾ ബാലരാമവർമ്മ മഹാരാജാവിൽനിന്നും വിലപ്പെട്ട ഉപഹാരങ്ങൾ ഗോവിന്ദനാശാന് ലഭിച്ചു. കേരളത്തിൽ മടങ്ങിയെത്തിയ ഗോവിന്ദനാശാനും കൃഷ്ണനാശാനും അക്കാലത്തെ പ്രമുഖ വെടിക്കെട്ട് വിദഗ്ദ്ധരായിരുന്ന ചാലയിൽ കൊച്ചുരാമനാശാൻ, ചവറയിൽ അലിയാരാശാൻ, കണ്ടൻ കാളി ആശാൻ, മുട്ടം വാളാക്കുഞ്ഞ് ആശാൻ, മീരാനാശാൻ, ചുനക്കര വേലുപ്പിള്ള ആശാൻ, പുത്തൂർ രാമനാശാൻ തുടങ്ങിയവരുമായി മത്സരക്കമ്പത്തിൽ ഏർപ്പെടുകയും വിജയം വരിക്കുകയും ചെയ്തിട്ടുണ്ട്. പ്രമുഖ തട്ടകങ്ങളായിരുന്നത് കൊല്ലം ജില്ലയിലെ പുറ്റിങ്ങൽ, തലവൂർ, പൊഴിക്കര, കുന്നത്തൂർ, ശാർക്കര, ചവറ, പന്മന, കാപ്പിൽ, ആവണീശ്വരം ക്ഷേത്രങ്ങളായിരുന്നു.

ഗോവിന്ദനാശാന്റെ മികച്ച പ്രകടനങ്ങൾ മുഖ്യമായും കലായത്തിലും സൈഡ് അമിട്ട് കത്തിക്കുന്നതിലുമായിരുന്നു. കൂടാതെ ശരം, നിലയമിട്ട്, നിറംമാറ്റം എന്നിവയിലെല്ലാം അദ്ദേഹം മികവ് കാട്ടി. 'ഇടിയും മിന്നലും മഴയും' എന്ന അമിട്ട് എടുത്തു പറയത്തക്കതാണ്. അമിട്ട്

പൊട്ടുമ്പോൾ കാതടപ്പിക്കുന്ന ഇടിയും കണ്ണഞ്ചിപ്പിക്കുന്ന വെളിച്ചവും ഒപ്പം മഴപോലെ വെള്ളവും പൊഴിഞ്ഞുവീഴും. പന്മനയിൽ നടത്തിയ വെടിക്കെട്ടിൽ എല്ലാ പെട്രോൾ മാക്സ് വിളക്കുകളും കെട്ടുപോയെന്ന് മകൻ ജി വാസുദേവൻ ഉത്സാഹപൂർവ്വം ഓർമ്മിച്ചു. കൂടാതെ ആകാശത്ത് ഇംഗ്ലീഷ് അക്ഷരങ്ങൾ നിറവെളിച്ചത്തിൽ എഴുതി കാണിക്കാറുണ്ടായിരുന്നു. ഒട്ടുമിക്ക ഇനങ്ങളും വിദേശത്തുനിന്നു കൊണ്ടുവന്ന ഉപകരണങ്ങളിലും ഇവിടെ നിർമ്മിച്ചെടുത്തതിലും മെനഞ്ഞെടുത്തവയായിരുന്നു. അതീവ സൂക്ഷ്മതയും കൃത്യതയുമായിരുന്നു മുഖമുദ്ര.

അമിട്ടുകൾ കുലച്ചു പൊട്ടിക്കുന്നതിൽ നാരായണപിള്ള ആശാനും മകൻ ഭാസ്കരക്കുറുപ്പും അനിതര സാധാരണമായ കഴിവ് പ്രകടിപ്പിച്ചു. കമ്പചക്രം നിർമ്മിക്കുന്നതിൽ പ്രശസ്തി നേടിയവരാണ് കാവിള ബാലകൃഷ്ണപിള്ള ആശാനും കാവിള കൊച്ചുരാമൻ ആശാനും. അത്ഭുതാവഹമായ ഒരു കമ്പചക്രം പുറ്റിങ്ങൽ ക്ഷേത്രത്തിൽ പ്രദർശിപ്പിക്കുന്ന വേളയിൽ കൊച്ചുരാമൻ ആശാൻ ഇരുപത്തിനാലാം വയസ്സിൽ മരണപ്പെട്ടു. സഹപ്രവർത്തകരുടെ അനാസ്ഥയാണ് അപകടത്തിന് കാരണമെന്ന് പറയപ്പെടുന്നു. ശരം അമിട്ട് നിർമ്മിക്കുന്നതിൽ അഗ്രഗണ്യനായിരുന്നു കൊച്ചേത്ത് രാഘവനാശാൻ. പരവൂരിന്റെ പാരമ്പര്യം കാക്കാൻ ഇപ്പോൾ നന്നേ കുറവാണ് ആശാന്മാർ. ഒട്ടുമിക്ക ക്ഷേത്രങ്ങളിലും കമ്പക്കെട്ടിന്റെ തയ്യാറെടുപ്പിന് ഉപകരണങ്ങളും കത്തിക്കാനുള്ള സാധനങ്ങളും സൂക്ഷിക്കുന്നതിനും മറ്റുമായി താല്ക്കാലികമായി കമ്പപ്പുരകൾ നിർമ്മിക്കുന്നതാണ് ക്ഷേത്രങ്ങളിലെ സാധാരണ പതിവ്. എന്നാൽ മുഖാമുഖമായി സ്ഥിരമായി നിർമ്മിച്ചിട്ടുള്ള വലിയ രണ്ട് കമ്പപ്പുരകൾ പരവൂർ പുറ്റിങ്ങൽ ദേവീക്ഷേത്രത്തിന്റെ പ്രത്യേകതയാണ്. ഇവിടെ മത്സരക്കമ്പത്തിന്റെ നാന്ദി കുറിക്കുകയും ഒപ്പം മത്സരത്തിന് സ്ഥായീഭാവം നല്കുവാൻ സ്ഥിരമായി നിർമ്മിച്ചിട്ടുള്ള കമ്പപ്പുരകൾ കാരണമായിട്ടുണ്ട്.

ശ്രവ്യദൃശ്യകലയായ വെടിക്കെട്ടിന്റെ കേരള ചരിത്രത്തിൽ അതിപ്രധാനമായൊരു പങ്ക് കൊല്ലം ജില്ലയിലെ ക്ഷേത്രങ്ങൾ വഹിച്ചിട്ടുണ്ട്. പുരാതന ക്ഷേത്രങ്ങളായ പരവൂർ പുറ്റിങ്ങൽ ക്ഷേത്രം, കുഴിത്തറ രാമക്ഷേത്രം, പുതിയകാവ് ദേവീക്ഷേത്രം, ശാസ്താക്ഷേത്രം, കാട്ടുകുളം സുബ്രഹ്മണ്യ ക്ഷേത്രം എന്നിങ്ങനെ നീണ്ട നിരതന്നെയുണ്ട്. എങ്കിലും വെടിക്കെട്ടിൽ ചരിത്രം രചിച്ചത് പരവൂർ പുറ്റിങ്ങൽ ക്ഷേത്രമാണ്.

ഒട്ടേറെ വെടിക്കെട്ട് പ്രതിഭകളെ സംഭാവന ചെയ്ത നാടാണ് കൊല്ലം പരവൂർ. പരവൂർ ഗോവിന്ദനാശാനും കൃഷ്ണനാശാനും ഏറെ ശിഷ്യന്മാരുണ്ടായിരുന്നു. ശ്രദ്ധേയരായവർ സഹോദരങ്ങളായ കാവിള ഗോപാലകൃഷ്ണപിള്ള ആശാനും കാവിള ബാലകൃഷ്ണപിള്ള ആശാനുമാണ്. പൊഴിക്കര നാരായണപിള്ള ആശാൻ, കാവിള കൊച്ചുരാമൻ ആശാൻ, കൊച്ചേത്ത് രാഘവൻ ആശാൻ, കൂടാതെ ഗോവിന്ദനാശാന്റെ മകൻ പൊഴിക്കര വിദ്യാധരൻ ആശാൻ എന്നിവരുടെ പേരും എടുത്ത് പറയേണ്ടതാണ്. ഇദ്ദേഹത്തിന്റെ മകനായ ടി വി സുഗുണൻ കുറേക്കാലം

അച്ഛനുമായി ചേർന്ന് കമ്പക്കെട്ട് നടത്തിയിരുന്നു. അദ്ദേഹവുമായി നടത്തിയ അഭിമുഖത്തിൽ നിന്ന് പരവൂർ ഗോവിന്ദനാശാനെക്കുറിച്ച് ഏറെ വിവരണങ്ങൾ അറിവായി. പ്രത്യേകിച്ച് ദേവീവിലാസം ഫയർ വർക്സിന്റെ സ്ഥലവും അവശേഷിപ്പും. രാജാവ് ഗോവിന്ദനാശാന് സമ്മാനിച്ച 16 ഇഞ്ച് വെങ്കലത്തിൽ നിർമ്മിച്ച കുണുക്കൻ കുറ്റി! കുറ്റിയിൽനിന്ന് തൊടുത്ത് വിടുന്ന അമിട്ടിന്റെ അടിവെടിയുടെ അനുരണനം (Reverberation) മിനിട്ടുകളോളം നിലനില്ക്കുമായിരുന്നുവെന്നും ഒട്ടുമിക്ക മത്സരത്തിലും വിജയം കൊയ്യാൻ സഹായിച്ച കുണുക്കൻ കുറ്റി തുറുപ്പു ചീട്ടായിരുന്നുവെന്നും സുഗുണൻ ആശാൻ പറഞ്ഞു. ഇപ്പോഴും ഈ കുണുക്കൻ കുറ്റി കൊല്ലം സെഷൻസ് കോടതി വളപ്പിൽ കിടപ്പുണ്ട്. അവകാശത്തർക്കവുമായി ബന്ധപ്പെട്ടാണ് കുറ്റി കോടതി കയറിയത്. ലോഹനിർമ്മിതമായ കുറ്റിയിൽ പൊട്ടിക്കുന്ന അമിട്ടിനൊപ്പം കുറ്റിയിലുണ്ടാകുന്ന കമ്പനം, വലിയ മണിപോലെ ഏറെ നേരം പ്രകമ്പനം ചെയ്തുകൊണ്ടേയിരിക്കും. വിസ്മയം ജനിപ്പിക്കുന്ന അമിട്ട് കുറ്റിയാണിതെന്ന് സുഗുണൻ ആശാൻ ഓർമ്മിപ്പിച്ചു.

ഗോവിന്ദനാശാനും ശിഷ്യനായ നാരായണപിള്ള ആശാനും ചേർന്ന് ഒട്ടനവധി വെടിക്കെട്ടുകൾ നടത്തി അഭിനന്ദനങ്ങൾ ഏറ്റുവാങ്ങി.

വെടിക്കെട്ടിലെ കുലപതിയായ ചാലയിൽ കൊച്ചുരാമൻ ആശാൻ ഗോവിന്ദനാശാനെ വെല്ലുവിളിച്ചു. 1929 ലെ മീനഭരണി നാളിൽ പുറ്റിങ്ങൽ ക്ഷേത്രത്തിലായിരുന്നു മത്സരം. ഒട്ടുമിക്ക ഇനങ്ങളിലും ഗോവിന്ദനാശാൻ മുന്നിട്ടുനിന്നു. മത്സരം നിലഅമിട്ടിൽ എത്തി. പതിനൊന്ന് നില പൊട്ടിച്ച കൊച്ചുരാമനാശാനെതിരെ 17 നില അമിട്ട് മറുപടിയായി വിട്ടു. ഒട്ടും വൈകാതെ, കൊച്ചുരാമനാശാൻ 24 നില അമിട്ടുമായി രംഗപ്രവേശനം ചെയ്തു. തന്റെ പുത്തൻ വെങ്കലക്കുറ്റിയിൽ 24 നില അമിട്ട് കയറുന്നില്ല. എങ്കിലും സഹായികളുമായി കുറ്റിയിൽ ഇറക്കിയ അമിട്ടിന് തിരി കൊളുത്തി. അമിട്ട് ഉയരാതെ കുറ്റിയും പൊട്ടി വെങ്കല ചീളുകൾ തെറിച്ച് കാണികളായ അഞ്ചുപേരുടെ ദാരുണമായ അന്ത്യത്തിൽ കലാശിച്ചു. ഒട്ടേറെപേർക്ക് പരിക്കേല്ക്കുകയും ചെയ്തു. അന്ന് നിർത്തിവച്ച വെടിക്കെട്ട് മത്സരം 1974 ലാണ് പുനഃസ്ഥാപിച്ചത്. ആദ്യമത്സരം പൂഴിക്കുന്ന് ഗോവിന്ദൻ ആശാനും അർജ്ജുനപ്പണിക്കർ ആശാനും തമ്മിലായിരുന്നു. 1964 ൽ ഗോവിന്ദനാശാൻ നിര്യാതനായശേഷം ശിഷ്യന്മാരായ നാരായണപിള്ള ആശാനും, ബാലൻപിള്ള ആശാനും കമ്പക്കെട്ട് രംഗം സജീവമാക്കി. 1975 ൽ പുഴിക്കുന്ന് ഗോവിന്ദൻ ആശാനും കാവിള ബാലകൃഷ്ണപിള്ള ആശാനും പുറ്റിങ്ങലിൽ അതിഗംഭീരമായ വെടിക്കെട്ട് മത്സരം കാഴ്ചവയ്ക്കുകയുണ്ടായി.

1978 ൽ കമ്പക്കെട്ട് രംഗത്തെ കുലപതികളായ പരവൂർ ഗോവിന്ദനാശാന്റെയും പൂഴിക്കുന്ന് ഗോവിന്ദനാശാന്റെയും പേരിലുള്ള സ്മാരക എവർറോളിങ് ട്രോഫി പുറ്റിങ്ങൽ മീനഭരണി ഉത്സവാഘോഷസമിതി ഏർപ്പെടുത്തി. 1989 വരെ ഈ ട്രോഫി നിലനിന്നു. ഈ ട്രോഫിയുടെ

അവസാന ജേതാവായ വൈക്കം മണിയൻപിള്ള ആശാൻ 1990 ലെ പോരുവഴി പെരുന്തുരുത്തി മലനടയിൽ വച്ചുണ്ടായ കമ്പക്കെട്ട് അപകടത്തിൽ മരിച്ചതിനെത്തുടർന്ന് ഈ ട്രോഫി സമിതിക്ക് നഷ്ടമായി.

നിലകളിൽനിന്ന് നിലകളിലേക്ക്

കഴക്കൂട്ടം കെ അർജ്ജുനപ്പണിക്കർ 1928 ൽ കഴക്കൂട്ടം കുഞ്ഞനാശാന്റെയും പാർവ്വതിയുടെയും മകനായി പിറന്നു. അച്ഛന്റെ സുഹൃത്തായ അഴൂർ കുഞ്ഞനാശാന്റെ ശിഷ്യനായി കമ്പക്കെട്ട് വിദ്യ അഭ്യസിച്ചു. കൊല്ലം റെയിൽവേയിലെ ജോലി ഉപേക്ഷിച്ചാണ് കമ്പത്തിൽ കമ്പം മൂത്ത് ഈ മേഖലയിൽ അർജ്ജുനൻ കടന്നുവന്നത്. അർജ്ജുനപ്പണിക്കർ തന്റെ ഗുരുവായ അഴൂരിന്റെ മകളായ കനകമ്മയെ വിവാഹം ചെയ്തു. കനകമ്മ കരിമരുന്ന് വിദ്യയിൽ സമർത്ഥയായിരുന്നു. 2005 വരെ, ഏകദേശം 30 വർഷക്കാലം ആറ്റിൻകുഴി കോവിലിൽ (ദേവീക്ഷേത്രം) വാർദ്ധക്യത്തിൽ എത്തിയിട്ടും കരാർ എടുത്ത് വെടിക്കെട്ട് നടത്തിയിരുന്നു. ഈ കലയിൽ ജീവിത സാഫല്യം കണ്ടിരുന്നുവെന്നും സൂക്ഷ്മതയോടും അത്യുത്സാഹത്തോടും ജോലി ചെയ്തിരുന്നുവെന്നും മകൾ ഉഷ ഓർമ്മിച്ചു.

അർജ്ജുനപ്പണിക്കർ - കനകമ്മ ദമ്പതിമാരുടെ ആറുമക്കളും വെടിക്കെട്ട് വിദ്യയിൽ പ്രാഗത്ഭ്യം നേടിയിരുന്നു. അച്ഛനോടൊപ്പം മക്കളും മുപ്പതോളം ജോലിക്കാരും ഒത്തായിരുന്നു കമ്പപ്പുരയിൽ പ്രവർത്തിച്ചിരുന്നത്. കമ്പത്തറയിൽനിന്ന് തൊടുത്തുവിട്ട അമിട്ടുകളും കലായവും ആകാശത്ത് പ്രകാശത്തിലും ശബ്ദത്തിലും ലക്ഷങ്ങൾക്ക് വിസ്മയം നിറച്ചു.

മൂത്തമകൾ ഉഷ പറഞ്ഞു: "ഒരു അമിട്ടുയർന്നുപൊങ്ങി പൊട്ടിയതിൽ നിന്നും ഭദ്രകാളി രൂപം ഒരു ഫലകത്തിൽ തെളിയുകയും മറ്റൊരമിട്ടിൽ വിരിഞ്ഞിറങ്ങിയ മാല ദേവിയുടെ കഴുത്തിൽ അണിയുകയും ചെയ്തു."

പരവൂർ പുറ്റിങ്ങൽ ക്ഷേത്രത്തിലെ മത്സരക്കമ്പത്തിൽ പ്രയോഗിച്ച ഈ ഇനത്തിന് ദശാബ്ദങ്ങൾക്ക് മുമ്പ് 10001 രൂപ ക്യാഷ് അവാർഡ് ലഭിച്ചുവെന്നും ആഹ്ലാദപൂർവ്വം പറഞ്ഞു. ഓർമ്മയിൽ തങ്ങിനില്ക്കുന്ന പ്രകടനങ്ങളിൽ ഒന്നായിരുന്നു ഇതെന്നും അവർ കൂട്ടിച്ചേർത്തു.

അച്ഛൻ ആദ്യവും പിന്നീട് മക്കളും വെടിക്കെട്ട് കലയിൽനിന്ന് വിരമിച്ചു; അമ്മമാത്രം അവസാന നാളുവരെ തുടർന്നു. പൈതൃകമായി കരഗതമായത് സിദ്ധിയോടും സാധനയോടും തുടർന്നു. ജീവനുള്ളിടത്തോളം ഇത് ചെയ്യാതിരിക്കാൻ കഴിയില്ലെന്ന് അമ്മ വിശ്വസിച്ചിരുന്നുവെന്ന്, മകൾ ഗദ്ഗദകണ്ഠയായി പറഞ്ഞു.

ധീരയായ സ്ത്രീസാന്നിദ്ധ്യം

കമ്പക്കെട്ട് കലയിൽ കേരളം കണ്ട ഏറ്റവും സമർത്ഥയും ധീരയു

മായ സാന്നിദ്ധ്യമായിരുന്നു എ കനകമ്മ. അഴൂർ കുഞ്ഞനാശാന്റെ മകളും, കഴക്കൂട്ടം അർജ്ജുനപ്പണിക്കരുടെ ഭാര്യയുമായിരുന്ന എ കനകമ്മ കരിമരുന്നിന്റെ കണക്കിൽ വിദഗ്ദ്ധയായിരുന്നു. അർജ്ജുനപ്പണിക്കർക്ക് ഒരു മാർഗ്ഗദർശിയായിരുന്നു. ഒട്ടുമിക്ക കരിമരുന്ന് ഇനങ്ങളുടെയും കണക്കുകൾ ഹൃദിസ്ഥമായിരുന്നു അവർക്ക്. കമ്പപ്പുരയിലെ നിർമ്മാണത്തിന്റെ സാങ്കേതിക വശങ്ങൾ സമർത്ഥമായി കനകമ്മ നിർവ്വഹിച്ചിരുന്നു. ഭർത്താവിനൊപ്പം കമ്പം കത്തിക്കാൻ പോകുകയില്ലായിരുന്നു. ഭർത്താവ് കരിമരുന്ന് പ്രയോഗത്തിന് പോയിവരുന്ന സമയം മക്കളുമായി ധ്യാനനിമഗ്നയായി കഴിയുമായിരുന്നുവെന്ന് മകൾ ഉഷ നിറകണ്ണുകളോടെ ഓർത്തെടുത്തു.

മരണദിവസത്തിന് തലേന്നുവരെ 65 വയസ്സുണ്ടായിരുന്ന ധീരയായ വനിത ആശുപത്രി കിടക്കയിൽ നിന്ന് ആറ്റിൻകുഴി ദേവിക്ഷേത്രത്തിൽ ചെന്ന് വെടിക്കെട്ട് നടത്തിയിരുന്നു. സമാധി ക്ഷേത്രത്തിലെ ശിവരാത്രിക്ക് പരിക്കുമൂലം യാത്ര ചെയ്യാൻ കഴിയാതിരുന്ന ഭർത്താവിന് പകരം വെടിക്കെട്ട് നടത്തിയത് ഭാര്യ കനകമ്മയായിരുന്നു. അതീവ ശ്രദ്ധയോടെയാണ് കരിമരുന്ന് ജോലിയിൽ ഏർപ്പെട്ടിരുന്നതെന്ന് മകൾ വ്യക്തമാക്കി. 2008 നവംബർ 27 ന് കടുത്ത പ്രമേഹം പിടിപെട്ട് നിര്യാതയായി. 1998 ആഗസ്ത് 15 ന് ഹൃദയാഘാതംമൂലം അർജ്ജുനനാശാൻ നിര്യാതനായി. അർജ്ജുനപ്പണിക്കരുടെ ശ്രദ്ധേയമായ കരവിരുത് നിലപ്പൊട്ട് നിർമ്മാണത്തിലായിരുന്നു. 18 നില മുതൽ 38 നിലവരെ പൊട്ടി കൗതുകമുണർത്തുവാൻ കഴിയുന്ന ഇനമുണ്ടായിരുന്നു. സൂര്യകാന്തി, അടുക്കിക്കെട്ട് എന്നീ ഇനങ്ങൾ നിർമ്മിച്ച് കത്തിക്കുവാൻ വിദഗ്ദ്ധനായിരുന്നു അദ്ദേഹം. ഒട്ടനവധി മത്സരക്കമ്പങ്ങളിൽ വിജയിയായിട്ടുണ്ട് ശ്രദ്ധേയനായ പൂഴിക്കുന്ന് ഗോവിന്ദനാശാനെതിരെ നാല് ദശാബ്ദങ്ങൾക്ക് മുമ്പ് കൊല്ലം ജില്ലയിൽ കൊട്ടാരക്കരയ്ക്കടുത്തുള്ള തലവൂരിൽ ജയിച്ച് സ്വർണ്ണം സമ്മാനമായി നേടിയിട്ടുണ്ട്. തമിഴ്നാട്ടിലുള്ള കുച്ചാലുംമൂട് കമ്പം വിജയിച്ച് ട്രോഫിയും ഒട്ടനവധി സമ്മാനങ്ങളുമായി ലോറിയിൽ വീട്ടിലേക്ക് മടങ്ങിയതാണ് ഓർമ്മയിൽ ഏറ്റവും തിളക്കമുള്ള നിമിഷങ്ങളെന്ന് മകൾ ഉഷ ഉത്സാഹത്തോടെ ഓർത്തു.

കേരളത്തിലെ അഗ്നിവിദ്യ ചരിത്രത്തിൽ നിർണ്ണായകമായ പങ്കാണ് ചാലയിൽ കൊച്ചുരാമൻ ആശാനുള്ളത്. നൂറുകണക്കിന് ശിഷ്യന്മാരെ വാർത്തെടുത്ത അദ്ദേഹത്തിന്റെ പിൻതലമുറയിൽ ശ്രദ്ധേയനായത് മകൻ ഭാസ്കരൻ ആശാനാണ്. അദ്ദേഹത്തിന്റെ മകൻ ബാബുവും രംഗത്തുണ്ടായിരുന്നു. കനകമ്മയുടെ മൂത്ത സഹോദരി സുഭാഷിണിയുടെ മകൾ മണിയെയാണ് ബാബു വിവാഹം കഴിച്ചത്.

ഭാസ്കരൻ ആശാൻ, രമേശൻ, ബാബു, മണി, രണ്ട് കുട്ടികൾ എന്നിവർക്ക് 3 ദശാബ്ദങ്ങൾക്ക് മുമ്പ് തിരുവനന്തപുരം ജില്ലയിലെ മണക്കാട് കൊഞ്ചിറവിളയിലെ പുളിച്ചാണി വീട്ടിലുണ്ടായ കരിമരുന്ന് അപകടത്തിൽ ജീവൻ നഷ്ടപ്പെടുകയുണ്ടായി.

ആനുകാലികമായി വെടിക്കെട്ടിലെ ശ്രദ്ധേയമായ സ്ത്രീ സാന്നിദ്ധ്യം ചെട്ടികുളങ്ങര ക്ഷേത്രത്തിലാണ്. ചെട്ടിക്കുളങ്ങര വേലുപ്പിള്ള ആശാന്റെ മകൾ ചെട്ടിക്കുളങ്ങര ലളിതാംബിക വർഷങ്ങളായി ചെട്ടിക്കുളങ്ങര ക്ഷേത്രത്തിൽ വെടിക്കെട്ട് നടത്തുകയും, കമ്പങ്ങൾ ഏറ്റെടുത്തു നടത്തുകയും ചെയ്യുന്നു.

പാരമ്പര്യത്തിന്റെ നൈരന്തര്യം

വെടിക്കെട്ടിന്റെ പൊരുൾ അറിയാൻ ആദ്യം സന്ദർശിച്ചത് കഴക്കൂട്ടം സുരേന്ദ്രൻ ആശാന്റെ തിരുവനന്തപുരം ജില്ലയിലെ വേങ്ങോട് വെള്ളായണിയിലുള്ള പടക്കനിർമ്മാണശാലയിലായിരുന്നു. ആശാന്റെ മകൻ ഉമേഷ് ആണ് സുഹൃത്തായ സിബിയെയും എന്നെയും കൂട്ടിക്കൊണ്ട് പോയത്. ഏകദേശം മൂന്നര ഏക്കർ വിസ്തൃതിയുള്ള ജനവാസം തീരെ കുറവുള്ള മലമുകളിലാണ് വെടിക്കെട്ട് നിർമ്മാണകേന്ദ്രം. പടക്കങ്ങളും അമിട്ടുകളും ഗുണ്ടുകളും മറ്റും നിർമ്മിക്കുന്നതിനുള്ള പുരകൾ, ഫയർ എഞ്ചിൻ സൈറ്റിൽ എത്തുന്നതിനുള്ള വഴി തെളിയിച്ചിട്ടുമുണ്ട്. വിവിധ സ്ഥലങ്ങളിലായി കരിമരുന്ന്, ഓലപ്പടക്കം, അമിട്ടുകൾ, ഗുണ്ടുകൾ എന്നിവ നിർമ്മിക്കുന്നതിനുള്ള ക്രമീകരണങ്ങളും സാമഗ്രികളും ഉണ്ട്.

അർജ്ജുനപ്പണിക്കരുടെ സഹോദരനായ ദാമോദരന്റെ മകനാണ് കഴക്കൂട്ടം സുരേന്ദ്രൻ ആശാൻ. ഇദ്ദേഹത്തിന്റെ മക്കളായ ഉമേഷും ദീപുവും സജീവമായി ഈ രംഗത്ത് പ്രവർത്തിക്കുന്നു. വളരെയേറെ വിദഗ്ദ്ധർ ഇവിടെ പടക്കം, അമിട്ട് എന്നിവ നിർമ്മിക്കുന്നതിൽ ഏർപ്പെട്ടിരിക്കുന്നു. പുസ്തകത്തിലെ ഏറെ ചിത്രങ്ങളും ഇവിടെ നിന്ന് എടുത്തിട്ടുള്ളതാണ്. പേരൂർ കരുനല്ലൂർ ഭഗവതി ക്ഷേത്രം, കഴക്കൂട്ടം മഹാദേവർ ക്ഷേത്രം തുടങ്ങി ഒട്ടനവധി മത്സരക്കമ്പത്തിൽ ഇദ്ദേഹം വിജയിച്ചിട്ടുമുണ്ട്. സൂര്യകാന്തി, സിൽവർ അമിട്ട്, ഗുണ്ട് അമിട്ട്, പൂരം അമിട്ട് എന്നിവയാണ് സുരേന്ദ്രൻ ആശാന്റെ ഇഷ്ട ഇനങ്ങൾ. ഇവിടെ വച്ചാണ് അർജ്ജുനപ്പണിക്കർ ആശാന്റെ ഇഷ്ട ശിഷ്യരിൽ ഒരാളായ കഴക്കൂട്ടം രാജു ആശാനെ പരിചയപ്പെടുന്നത്.

പഠിത്തത്തിൽ താല്പര്യമുണ്ടായിരുന്നിട്ടും പഠനം തുടരാൻ കഴിയാതിരുന്നപ്പോഴാണ് അമ്മാവൻ മണി മുഖാന്തിരം അർജ്ജുനപ്പണിക്കർ ആശാന്റെയടുത്ത് എത്തിച്ചേരുന്നത്. ശിഷ്യനിൽ സംപ്രീതനായ അർജ്ജുനപ്പണിക്കർ മേനംകുളം ആറാട്ടു വഴിയിലെ അർദ്ധനാരീശ്വര ക്ഷേത്രസന്നിധിയിൽ ദീപാരാധന നേരത്ത് ശിഷ്യന് ഒരു കൈയെഴുത്ത് പ്രതി നല്കി. അർജ്ജുനപ്പണിക്കരുടെ ഗുരുവായ അഴൂർ കുഞ്ഞനാശാൻ വെടിക്കെട്ടു കലയിലെ അനുഭവങ്ങൾ കുറിച്ചിട്ട പുസ്തകമായിരുന്നു അത്. കരിമരുന്ന് പ്രയോഗത്തിന്റെ ചില വിശിഷ്ട ചേരുവകൾ തയ്യാറാക്കലും അതിന്റെ സ്കെച്ചുകളും യൂറോപ്യൻ കണക്കുകളുമായിരുന്നു ഉള്ളടക്കം. നീ ഈ പണിയിൽ മിടുക്കനാകും എന്ന് അനുഗ്രഹിക്കുകയും ചെയ്തുവെന്ന് രാജു ആശാൻ ഓർമ്മിച്ചു. ഏറ്റവും വിശ്വസ്തനും സമർ

ത്ഥനും മാത്രമേ ഈ കൈയെഴുത്തു പ്രതി നല്കാവൂ എന്ന് അതിൽ രേഖപ്പെടുത്തിയിരുന്നു. രാജു ആശാൻ നെഞ്ചോട് ചേർത്ത് സൂക്ഷിക്കുന്ന കൃതിയാണിത്. പുസ്തകം ഒരു വഴികാട്ടിയായി. 40 വർഷത്തെ അനുഭവപരിചയമുള്ള രാജു ആശാൻ ചുവപ്പ് ചല്ലി, പച്ച ചല്ലി, വിപ്ലവം എന്നിങ്ങനെയുള്ള അമിട്ടുകൾ നിർമ്മിക്കുന്നതിൽ സമർത്ഥനാണ്. 2008 ൽ കിളിമാനൂർ മഹാദേവ ക്ഷേത്രത്തിൽനിന്ന് പൊന്നാടയും പരവൂർ പുറ്റിങ്ങൽ ക്ഷേത്രത്തിലെ വെടിക്കെട്ടിലെ ഏറ്റവും നല്ല സിൽവർ അടുക്കിക്കെട്ടിന് ക്യാഷ് അവാർഡും ലഭിച്ചിട്ടുണ്ട്.

2013 ലെ പരവൂർ പുറ്റിങ്ങൽ ക്ഷേത്രത്തിലെ വെടിക്കെട്ടിനോടനുബന്ധിച്ചാണ് ശാസ്തവട്ടം മധു ആശാനെ പരിചയപ്പെടുന്നത്. കഴക്കൂട്ടം അർജ്ജുനപ്പണിക്കരുടെ സഹോദരിയുടെ മകനാണ് ഇദ്ദേഹം. ഗുരു അർജ്ജുനപ്പണിക്കരാണ്. ഏകദേശം 15 വർഷമായി സ്വന്തമായി വെടിക്കെട്ട് ഏറ്റെടുത്ത് ചെയ്യുന്നു. വളരെ കുറഞ്ഞ സമയംകൊണ്ട് ശിവലിംഗം, അടുക്കിക്കെട്ട് തുടങ്ങിയ ഇനം നിർമ്മിക്കുന്നതിൽ അദ്ദേഹം സാമർത്ഥ്യം തെളിയിച്ചിട്ടുണ്ട്.

നന്ദിയോടെ

തിരുവനന്തപുരം ജില്ലയിലെ വെടിക്കെട്ട് കലയ്ക്ക് അടിസ്ഥാനമിട്ടത് ചാലയിൽ കൊച്ചുരാമൻ ആശാനാണ്. ഇദ്ദേഹത്തിന്റെ ഭാര്യാ സഹോദരൻ എൻ ആർ പണിക്കർ (എൻ രാമപ്പണിക്കർ), പൂഴിക്കുന്ന് ഗോവിന്ദൻ ആശാൻ എന്നിവർ ശിഷ്യരിൽ പ്രമുഖരായിരുന്നു. ഒരുപക്ഷേ, ഈ ആശാന്മാരുടെ ശിഷ്യപരമ്പരയാണ് ജില്ലയിലെ ഒട്ടുമിക്ക വെടിക്കെട്ട് കലാകാരന്മാരും. ഒട്ടുമിക്കവരും തിരുവനന്തപുരം ജില്ലയിലെ പാലോടിനടുത്ത് നന്ദിയോട് എന്ന സ്ഥലം കേന്ദ്രീകരിച്ചാണ് നിർമ്മാണ പ്രവർത്തനങ്ങൾ നടത്തുന്നത്. കേരളത്തിൽ ഏറ്റവും കൂടുതൽ ലൈസൻസീസ് ഉള്ളത് ഇവിടെയാണ്. ഈ രംഗത്തെ ട്രേഡ് യൂണിയൻ ആരംഭിച്ചതും ഇവിടെയാണ്. പടക്കങ്ങളും വെടിക്കെട്ട് ഇനങ്ങളുമെല്ലാം തന്നെ കൈത്തൊഴിലായി നിർമ്മിക്കുന്നുവെന്നുള്ളതുമാണ് ശ്രദ്ധേയമായ കാര്യം. നന്ദിയോട് നിന്ന് ഉല്പന്നങ്ങൾ പാകാത്ത ഇടങ്ങൾ കുറവാണ്. ആയിരക്കണക്കിന് ആളുകൾ ഈ മേഖലയിൽ ഉപജീവനം നേടുന്നു. രണ്ട് ട്രേഡ് യൂണിയനുകൾ പ്രവർത്തിക്കുന്നുമുണ്ട്.

ആദ്യകാല ആശാന്മാരെ അന്വേഷിച്ച് നന്ദിയോട് എത്തി. അന്വേഷണത്തിൽ എൻ ആർ പണിക്കർ ആശാന്റെ ശിഷ്യനായ നന്ദിയോട് രാമചന്ദ്രൻ ആശാന്റെ വീട് കണ്ടുപിടിച്ചു. ആശാൻ അടുത്ത ദിവസത്തെ വെടിക്കെട്ടിനുള്ള ഇനങ്ങൾ തയ്യാറാക്കുന്ന തിരക്കിലായിരുന്നു. എങ്കിലും കുറച്ചുസമയം പങ്കിട്ടു. ഈ മേഖലയിൽ നേരിടുന്ന പ്രശ്നങ്ങളെക്കുറിച്ചും മറ്റും സംസാരിച്ചു. പ്ലസ്ടുവിന് പഠിക്കുന്ന മകനും പടക്കപ്പുരയിൽ ജോലി ചെയ്യുന്നുണ്ടായിരുന്നു. രാമചന്ദ്രൻ ആശാന്റെ ഗുരു എൻ ആർ പണിക്കരുടെ വീട് അടുത്താണെന്ന് പറഞ്ഞു.

എൻ ആറിന്റെ കുടുംബവീട്ടിൽ ട്രാൻസ്പോർട്ടിൽ ജോലിചെയ്യുന്ന മകൻ എസ് രാജ്കുമാറിനെ പരിചയപ്പെട്ടു. അച്ഛനെക്കുറിച്ച് അദ്ദേഹം സംസാരിച്ചു. വെടിക്കെട്ട് കലയിൽ ശ്രദ്ധേയനായിരുന്ന എൻ ആർ കുട അമിട്ട് നിർമ്മിക്കുന്നതിൽ സമർത്ഥനായിരുന്നുവെന്ന് പറഞ്ഞു. അമിട്ട് ഉയർന്ന് കുട വിരിഞ്ഞിറങ്ങുന്നത് അക്കാലത്ത് ഒരു വിസ്മയക്കാഴ്ച തന്നെയായിരുന്നു.

മറ്റൊന്ന് രണ്ടും മൂന്നും നാലും നിലകളിലുള്ള സൈഡ് അമിട്ട് നിർമ്മിക്കുന്നതിലായിരുന്നു മിടുക്ക്. കുറ്റിയിൽനിന്ന് അമിട്ട് ഉയർന്ന് പൊട്ടി രണ്ടായി വശങ്ങളിലേക്ക് മാറി വീണ്ടും പൊട്ടി വ്യത്യസ്ത വർണ്ണങ്ങൾ വിരിയുന്നതാണ് 2 നില സൈഡ് അമിട്ട്. 4 നില അമിട്ട് ആണെങ്കിൽ ഉയർന്ന് പൊട്ടി നാലായി പിരിഞ്ഞ് ഓരോന്നും വീണ്ടും പൊട്ടി മനോഹരങ്ങളായ തീമുല്ലപ്പൂക്കൾ വിരിയിക്കും. കമ്പച്ചക്രവും ചല്ലിക്കൂടും അന്ന് കരവിരുതോടെ നിർമ്മിക്കുമായിരുന്നു. എല്ലാം വളരെയേറെ സമയമെടുത്തു നിർവ്വഹിക്കുമായിരുന്നു. ഇപ്പോൾ അത്രയും സമയം ചെലവഴിച്ച് കാണാറില്ലെന്ന് രാജ്കുമാർ സൂചിപ്പിച്ചു.

രാമചന്ദ്രൻ ആശാൻ ഓർമ്മയിൽനിന്ന് പറഞ്ഞ ആശാന്മാരുടെ പേരുവിവരം ചുവടെ ചേർക്കുന്നു.

ചാലയിൽ കൊച്ചുരാമൻ ആശാൻ
എൻ ആർ പണിക്കർ ആശാൻ
പൂഴിക്കുന്ന് ഗോവിന്ദൻ ആശാൻ
കഴക്കൂട്ടം കുഞ്ഞനാശാൻ
അഴൂർ കുഞ്ഞനാശാൻ
മുരുക്കുംപുഴ ചന്ദ്രശേഖരൻ ആശാൻ
അത്തിച്ചൽ ആശാൻ
ആറ്റിങ്ങൽ മീരാൻ ആശാൻ
പരവൂർ ടി ആർ ഗോവിന്ദൻ ആശാൻ
പരവൂർ ടി ആർ കൃഷ്ണൻ ആശാൻ

കഴക്കൂട്ടം അർജ്ജുനപ്പണിക്കർ ആശാൻ
പൂഴിക്കുന്ന് മണിയൻ ആശാൻ
പൂഴിക്കുന്ന് ശശി ആശാൻ
നെയ്യാറ്റിൻകര തങ്കരാജ് ആശാൻ
നെയ്യാറ്റിൻകര അജി ആശാൻ
നന്ദിയോട് ശിവദാസൻ ആശാൻ
നന്ദിയോട് സുരേന്ദ്രൻ ആശാൻ
നന്ദിയോട് രാജൻ ആശാൻ
നന്ദിയോട് എൻ എൻ സുരേഷ് ആശാൻ
നന്ദിയോട് കെ രാമചന്ദ്രൻ ആശാൻ
പാലോട് സുകുമാരൻ ആശാൻ

കഴക്കൂട്ടം വാമദേവൻ ആശാൻ
കള്ളിക്കാട് രാജപ്പൻ ആശാൻ
ആനക്കുഴി നന്ദകുമാർ ആശാൻ
ആനക്കുഴി ശശി ആശാൻ
ശാസ്തവട്ടം മധു ആശാൻ
നന്ദിയോട് രാജേന്ദ്രൻ ആശാൻ
കൃഷ്ണൻകുട്ടി ആശാൻ
കടയ്ക്കൽ സാബു ആശാൻ
കടയ്ക്കൽ പുരുഷോത്തമൻ ആശാൻ
കോട്ടയം ഷാജി ആശാൻ
കോട്ടയം ജോസ് ആശാൻ
വള്ളികുന്നം ഗംഗാധരൻ
കറ്റാനം നാണുക്കുട്ടൻ ആശാൻ
കൊട്ടിയം സുകുമാരൻ ആശാൻ
പുത്തൂർ രാമൻ ആശാൻ

ഉൾക്കൊള്ളാൻ കഴിയാതെ...

"ഇന്നും ഇന്നലെയുമല്ല ഞാൻ കമ്പപ്പുര കാണാൻ തുടങ്ങിയിട്ട്. മദ്യപിക്കാതെ ജോലി ചെയ്താൽ ഒരപകടവും ഉണ്ടാകില്ലെന്ന് മക്കളോടും പറയാറുണ്ട്. ഇന്നലെ എന്താണ് സംഭവിച്ചതെന്ന് ഒരു പിടിയും കിട്ടുന്നില്ല." പേരുകേട്ട കമ്പക്കാരനായിരുന്ന മാലൂർ കുമാരന്റെ ഭാര്യ മാലൂർ പട്ടം കാലായിൽ ലക്ഷ്മിയുടെ വാക്കുകൾ.

അവരുടെ ഏഴുമക്കളിൽ മാലൂർ പ്രസേനൻ മാത്രമാണ് അച്ഛന്റെ പാരമ്പര്യം കാത്ത് വെടിക്കെട്ട് രംഗത്ത് തുടർന്നത്. മാലൂർ പ്രസേനന്റെ അച്ഛൻ 15 വർഷങ്ങൾക്ക് മുമ്പ് മരിച്ചുപോയി. 75 വർഷങ്ങളായി ഈ രംഗത്തുള്ള കുടുംബമാണ് മാലൂരിന്റേത്. ഒട്ടേറെപ്പേരുടെ ആശ്രയവും ഉപജീവനവും ഈ കുടുംബവുമായി ബന്ധപ്പെട്ടിരുന്നു. 2013 ജനുവരി 19 ന് ഒരു കൂട്ടർ കമ്പം ബുക്ക് ചെയ്യാൻ വീട്ടിൽ എത്തിയിരുന്നു. അഡ്വാൻസ് പണം പ്രസേനൻ കൈപ്പറ്റി ലക്ഷ്മിക്ക് കൈമാറി അനുഗ്രഹവും വാങ്ങി. ലക്ഷ്മിയും പണ്ട് കാലത്ത് പടക്കം കെട്ടാൻ പോകുമായിരുന്നു. ഞായറാഴ്ച രാവിലെ ഒമ്പതരയ്ക്ക് കമ്പപ്പുരയിലെ ജോലിക്കാർക്ക് ഭക്ഷണവുമായി പ്രസേനന്റെ മകൻ വീട്ടിനടുത്തുള്ള കമ്പപ്പുരയിൽ പോയി. അല്പനിമിഷം കഴിഞ്ഞ് കാതടപ്പിക്കുന്ന സ്ഫോടന ശബ്ദമുണ്ടായി.

പടക്കശാല ഉടമയായ പ്രസേനന്റെ മകനും പത്തനാപുരം സെന്റ് സ്റ്റീഫൻസ് കോളേജിലെ രണ്ടാംവർഷ ബി എസ് സി വിദ്യാർത്ഥിയുമായ ആദർശ് (19), മുഖ്യ കമ്പക്കെട്ടുകാരൻ നൂറനാട് വള്ളികുന്നം വടക്കേഭാഗത്ത് കേശവൻ ആശാൻ (56), സമീപവാസിയും ജീവനക്കാരനുമായ കോണത്ത് വീട്ടിൽ പൊടിയൻ (55) എന്നിവരാണ് സ്ഫോ

ടനത്തിൽ മരിച്ചത്. നിരപ്പുവിള കോളനിയിൽ രാജ് ഭവനിൽ നടരാജൻ (55) തലനാരിഴയ്ക്ക് രക്ഷപെട്ടു. രണ്ടു മൂന്ന് ദിവസങ്ങൾക്ക് ശേഷം ആ വീട്ടിൽ ചെന്നു. ദുഃഖാർത്തരായ മാതാപിതാക്കളും ബന്ധുക്കളും സുഹൃത്തുക്കളും ഉണ്ടായിരുന്നു. പ്രസേനന്റെ വെടിക്കെട്ട് നടക്കുന്ന ഒട്ടുമിക്ക സ്ഥലങ്ങളിലും ആ പ്രദേശത്തുള്ളവരെല്ലാം തന്നെ വണ്ടിപിടിച്ച് പോയി പങ്കെടുക്കുമായിരുന്നു. മരണശേഷമുള്ള കർശനമായ നിയമ നടപടികളിൽ വ്യാകുലതയുടെ ആഴം കൂടി. 75 വർഷത്തെ പരിചയം. ആദ്യത്തെ അപകടം.

പട്ടാഴി ക്ഷേത്രത്തിൽ നടന്ന മത്സരക്കമ്പത്തിൽ കഴിഞ്ഞ മൂന്ന് തവണയും മാലൂർ പ്രസേനനായിരുന്നു ഒന്നാം സ്ഥാനം. കൊല്ലം പേരൂർ ക്ഷേത്രത്തിൽ നടന്ന മത്സരക്കമ്പത്തിലും സ്വർണ്ണമെഡൽ നേടി. നിയമനടപടികളിലൂടെയുള്ള യാത്രയിലും കരിമരുന്നിന്റെ തീപ്പൂക്കൾ പ്രസേനൻ ആശാന്റെ മനസ്സിൽ എപ്പോഴും ഉണ്ടാകും.

വൈക്കത്തിന്റെ സ്വർണ്ണത്തിളക്കം

കേരളത്തിൽ അങ്ങോളമിങ്ങോളമുള്ള ദേവസ്വം ക്ഷേത്രങ്ങളിൽ നൂറ് വർഷങ്ങൾക്ക് മുമ്പ് വെടിക്കെട്ട് നടത്തി ശ്രദ്ധേയനായ വ്യക്തിയായിരുന്നു വൈക്കം രാമൻനായർ. കരയിൽ നിന്ന് കരകളിലേക്ക് ജലമാർഗ്ഗം വള്ളത്തിൽ സഞ്ചരിച്ച് ആകർഷകമായ വെടിക്കെട്ട് നടത്തിയിരുന്നു. അദ്ദേഹത്തിന്റെ ദേഹവിയോഗത്തിനു ശേഷം ഭാര്യ വൈക്കം കുട്ടിയമ്മ കുറച്ചുകാലം ഇത് നോക്കി നടത്തിക്കൊണ്ടുപോയിരുന്നു. ഈ ദമ്പതികളുടെ മകൻ വൈക്കം ഗോപാലപിള്ള അക്കാലത്ത് 225 പൗണ്ട് കരിമരുന്ന് ശേഖരിച്ച് നിർമ്മാണം നടത്താനുള്ള ലൈസൻസ് മദ്രാസ് ഗവൺമെന്റിൽനിന്ന് സമ്പാദിച്ചിരുന്നു. അന്ന് ഇത്തരം ലൈസൻസ് ഉള്ള മറ്റൊരാൾ കേരളത്തിലില്ലായിരുന്നു. ഏകദേശം 28 അടിയോളം നീളം വരുന്ന "അനന്തശയനം" രൂപം നിർമ്മിച്ച് കായാമ്പൂ വർണ്ണത്തിൽ ലാത്തിരി കത്തിച്ച് വിസ്മയം തീർത്തതിന് അക്കാലത്തെ വൈസ്രോയിയിൽ നിന്നും ഗോപാലപിള്ളയ്ക്ക് സ്വർണ്ണ വീരശൃംഖല ലഭിച്ചിരുന്നുവെന്ന് 60 പിന്നിട്ട മകൻ കൃഷ്ണൻകുട്ടി ആഹ്ലാദപൂർവ്വം ഓർമ്മിച്ചു.

ഗോപാലപിള്ളയുടെയും ഭാർഗ്ഗവിയമ്മയുടെയും മക്കളായ വൈക്കം ബാലൻപിള്ള, വൈക്കം കൃഷ്ണൻ കുട്ടി, വൈക്കം മണിയൻ പിള്ള എന്നിവർ ഈ കലയുടെ മൂന്നാം തലമുറയിലെ വാഹകരായി. കേരളത്തിലെ ഒട്ടുമിക്ക ക്ഷേത്രങ്ങളിലും അവർ മികച്ച വെടിക്കെട്ടുകൾ കാഴ്ചവെച്ചു. അതിലേറെയും മത്സരക്കമ്പങ്ങളായിരുന്നു. വെടിക്കെട്ടിലെ നൂതനരൂപഭാവങ്ങൾ ഉൾക്കൊണ്ട് ആവിഷ്കരിക്കുന്നതിൽ ഇവർ ശ്രദ്ധേയരായിരുന്നു. കണ്ടൻകാളി, കോട്ടുക്കൽ ദേവദാസ്, പൂഴിക്കുന്ന് ആശാന്മാർ, മുട്ടം രാജൻ എന്നിവരുമായി ഏറ്റുമുട്ടിയിട്ടുണ്ട്.

കേരളക്കര കണ്ട ഏറ്റവും വലിയ വെടിക്കെട്ട് ദുരന്തമായ മലനട അപകടത്തിൽ വൈക്കം മണിയൻ പിള്ളയുടെയും സഹായികളായ ഒട്ടേ

റെപ്പേരുടെയും ജീവൻ നഷ്ടപ്പെടുകയുണ്ടായി. വൈക്കം ബാലൻപിള്ള ആശാൻ പരിക്കുമൂലം ഈ മേഖലയിൽ തുടർന്നില്ല. കൃഷ്ണൻകുട്ടിയെ നേരിൽ കണ്ട് തലമുറ നീണ്ട കരിമരുന്ന് മേഖലയിൽ സമർപ്പിക്കപ്പെട്ട ജീവിതങ്ങളെക്കുറിച്ച് ആഹ്ലാദത്തിന്റെയും വേദനയുടെയും നിമിഷങ്ങൾ പങ്കിട്ടു. ഇവരുടെ സാന്നിദ്ധ്യം ഈ മേഖലയിൽ തുടരുന്നു.

മുട്ടത്തുനിന്ന്

മൂന്ന് തലമുറ നീണ്ടുനില്ക്കുന്ന പാരമ്പര്യം അവകാശപ്പെടാവുന്നതാണ് മുട്ടം കുഞ്ഞു ബാവയുടെ കുടുംബത്തിന്റേത്. 80 വർഷങ്ങൾക്ക് മുമ്പ് ആരംഭിച്ച കരിമരുന്ന് പ്രയോഗത്തിന്റെ നീണ്ടകാലത്തെ അനുഭവപാഠങ്ങൾ എൻ സി സിയിൽനിന്ന് വിട്ടുമാറി ഈ രംഗത്തേക്ക് കടന്നുവന്ന മകൻ മുട്ടം രാജന് കൈമാറി. സഹോദരങ്ങളായ ഷംസുദ്ദീനും മജീദും രംഗത്തുണ്ടായിരുന്നു. മത്സരക്കമ്പവേദികളായ പരവൂർ പുറ്റിങ്ങൽ, തലവൂർ, പേരൂർക്കാവ്, കൊല്ലം പൂരം എന്നിവിടങ്ങളിൽ കഴിവ് തെളിയിച്ചു. ഒപ്പം മൂന്നാം തലമുറയിൽപ്പെട്ട മകൻ മുട്ടം മുജീബും കൂട്ടിനുണ്ടായിരുന്നു. കണ്ടൻ കാളി, കോട്ടുക്കൽ ദേവദാസ്, തങ്കരാജ് എന്നിവരുമായി മുട്ടം രാജൻ ഏറ്റുമുട്ടിയിട്ടുണ്ട്. 2003 ൽ ഉണ്ടായ അപകടത്തിൽ മുട്ടം രാജൻ ആശാന്റെ ജീവൻ നഷ്ടപ്പെടുകയുണ്ടായി. മുട്ടം മുജീബിന്റെ മക്കൾ ഈ രംഗത്ത് ഇല്ല. എല്ലാ മേഖലയിലും അപകടങ്ങൾ പതിയിരിക്കുന്നുവെന്നും ഏറെ ശ്രദ്ധ ചെലുത്തിയാൽ ഈ രംഗത്തെ അപകടങ്ങൾ തീരെ ഇല്ലാതാക്കുവാൻ കഴിയുമെന്ന് മുട്ടം മുജീബ് ആശാൻ പ്രത്യാശ പ്രകടിപ്പിച്ചു.

എത്ര തവണ കാണുകയും കേൾക്കുകയും ചെയ്താലും വീണ്ടും വീണ്ടും കാണാൻ തോന്നുന്ന കലാരൂപമാണ് വെടിക്കെട്ട്. ഈ കലാരൂപം സംരക്ഷിച്ചേ തീരു എന്നും അനുഭവക്കൂടുതൽ ഒരു കാരണവശാലും അശ്രദ്ധമായി മാറരുതെന്നും മുട്ടം മുജീബ് ആശാൻ എടുത്തുപറഞ്ഞു.

അനശ്വരതയിലേക്ക്...

സമർത്ഥനായ വെടിക്കെട്ട് കലാകാരനായിരുന്നു വള്ളിക്കുന്ന് കേശവൻ. കേരളക്കരയിലെ ഒട്ടുമിക്ക ആശാന്മാരോടും സഹകരിച്ച് പ്രവർത്തിക്കുകയും വെടിക്കെട്ടിലെ ഒട്ടേറെ ഇനങ്ങൾ കരവിരുതോടെ നിർമ്മിക്കുകയും ചെയ്തിരുന്നു. കേശവൻ ആശാന് 2013 ൽ മാലൂരിൽ ഉണ്ടായ അപകടത്തിൽ ജീവഹാനിയുണ്ടായി. ആശാന് ഏറെ ശിഷ്യസമ്പത്ത് ഉണ്ടായിരുന്നു.

കമ്പരാജ്...

ഒറീസയിലെ മലയാളി അസോസിയേഷന്റെ മേൽനോട്ടത്തിലുള്ള അയ്യപ്പക്ഷേത്രം വരെ നീളുന്ന വെടിക്കെട്ട് ചരിത്രമുള്ള ആശാനായിരുന്നു

കമ്പരാജ് കുടശനാട് കമലൻ. കമലൻ ആശാൻ ഒട്ടേറെ വെടിക്കെട്ട് മത്സരവേദികളിൽ സാമർത്ഥ്യം തെളിയിച്ചിട്ടുണ്ട്. വെടിക്കെട്ട് നിർമ്മാണത്തിനിടെയുണ്ടായ അപകടത്തിൽ കുടശനാട് കമലൻ ആശാൻ മരണമടഞ്ഞു.

ബന്ധുവായ കുടശനാട് കാർത്തികേയൻ ഈ രംഗത്ത് കടന്നുവന്നത് മികച്ച വെടിക്കെട്ടുകാരനായിട്ടായിരുന്നു. കുടശനാട് കാർത്തികേയൻ ഒട്ടേറെ ആശാന്മാരുമായി മത്സരക്കമ്പത്തിൽ ഏർപ്പെട്ട് വിജയം വരിച്ചിട്ടുണ്ട്. പടക്കശാലയ്ക്ക് സ്ഫോടനമുണ്ടായി രണ്ട് കുട്ടികൾക്കും മരുമകൾക്കും ജീവഹാനിയുണ്ടായി. ആശാൻ ഈ രംഗത്ത് ഇപ്പോൾ സജീവമല്ല.

തലപ്പത്തുനിന്ന്...

വെടിക്കെട്ടു രംഗത്ത് ഒരു നൂറ്റാണ്ടിന്റെ പഴക്കവും അനുഭവത്തിന്റെ തഴക്കവും അവകാശപ്പെടാവുന്ന കുടുംബമാണ് പൂഴിക്കുന്ന് ഗോവിന്ദൻ ആശാന്റേത്. പൂഴിക്കുന്ന് എന്നു മാത്രം പറഞ്ഞാൽ ഉള്ളിൽ തട്ടുന്ന വെടിക്കെട്ട് ദൃശ്യങ്ങളുടെ കൂമ്പാരം ഇതിലെ കലാസ്നേഹികളുടെ മനസ്സിൽ നിറയും. കേരളത്തിലുടനീളവും മറ്റു സംസ്ഥാനങ്ങളിലും വെടിക്കെട്ടിന്റെ നവംനവങ്ങളായ ഇനങ്ങൾ അവതരിപ്പിക്കുന്നതിൽ അദ്ദേഹം കരവിരുത് തെളിയിച്ചിട്ടുണ്ട്. ഒട്ടനേകം ശിഷ്യന്മാരിലേക്ക് വിദ്യ പകരുന്നതിലും ശ്രദ്ധേയമാണ് പൂഴിക്കുന്നുകാർക്കുള്ളത്.

ചാലയിൽ കൊച്ചുരാമൻ ആശാന്റെ പ്രമുഖ ശിഷ്യനായിരുന്ന പൂഴിക്കുന്ന് ഗോവിന്ദൻ ആശാൻ ഏതാണ്ട് അരനൂറ്റാണ്ടോളം കേരളത്തിലുടനീളം കരിമരുന്ന് വിദ്യയുടെ ഇന്ദ്രജാലം ലക്ഷോപലക്ഷം വെടിക്കെട്ട് പ്രേമികൾക്ക് പകർന്നു നല്കി. ഒന്നും രണ്ടുമല്ല, 37 നില അമിട്ടുകൾ വരെ 1, 2, 3,...37 കൃത്യമായി പൊട്ടിച്ച് കൈയടി വാങ്ങിയിരുന്നു. പൊട്ടാസ്യം നൈട്രേറ്റ് അടിസ്ഥാനമാക്കി അമിട്ടുകളും മറ്റും നിർമ്മിക്കുന്നതിലെ സാങ്കേതിക വൈഷമ്യം അകറ്റി പകരം ബേരിയം നൈട്രേറ്റും ഗന്ധകവും കരിപ്പൊടിയും ചേർന്ന വെടിമരുന്നിന്റെ വ്യാപകമായ പ്രയോഗം പ്രായോഗികമാക്കിയത് ഗോവിന്ദൻ ആശാനും കൂട്ടരുമാണ്. ഈ മരുന്നുകൂട്ടിന് വെള്ളപ്പൊട്ട് എന്നു പറയുന്നു. കറുത്ത പൊട്ടിൽ പൊട്ടാസ്യം നൈട്രേറ്റായിരുന്നു ഉപയോഗിച്ചിരുന്നത്. വെടിക്കെട്ടുകലയെ നെഞ്ചോട് ചേർത്ത് ജീവിച്ച വ്യക്തിയായിരുന്നു പൂഴിക്കുന്ന് ഗോവിന്ദൻ ആശാനെന്ന് മകൻ പൂഴിക്കുന്ന് ശശി മനസ്സുതുറന്ന് പറഞ്ഞു. 1978 ൽ നിര്യാതനായ ഗോവിന്ദനാശാന്റെ നാല് ആൺമക്കളും പൈതൃകം നിലനിർത്തി. വാർദ്ധക്യ സഹജമായ അസുഖത്താൽ മക്കളായ സദാശിവൻ ആശാനും മണിയൻ ആശാനും നിര്യാതരായി. പൂഴിക്കുന്ന് ശശി (62) ആശാനും പൂഴിക്കുന്ന് ചന്ദ്രൻ (60) ആശാനും ഈ രംഗത്ത് സജീവമായി തുടരുന്നു. തിരുവനന്തപുരത്തിനടുത്തുള്ള പൂഴിക്കുന്ന് വെടിക്കെട്ടുകലയിലെ അറിവിന്റെ കുന്നാണ്.

വെടിക്കെട്ട് കലയിലെ സാങ്കേതിക മികവിന്റെ ഉറവിടങ്ങളിൽ ഒന്നായ പൂഴിക്കുന്ന് അതിന്റെ പ്രശസ്തി രാജ്യത്ത് അങ്ങോളമിങ്ങോളം എത്തിക്കുന്നതിൽ ശ്രദ്ധിക്കുന്നു. രണ്ടാം തലമുറയിൽപ്പെട്ട പൂഴിക്കുന്ന് ശശി ആശാൻ ശ്രദ്ധേയനാണ്. ബോംബെയിൽ അംബാനിയുടെ മകന്റെ വിവാഹത്തോടനുബന്ധിച്ചും തമിഴ്നാട്ടിലും മറ്റു സംസ്ഥാനങ്ങളിലും മികച്ച വെടിക്കെട്ട് അദ്ദേഹം കാഴ്ചവെച്ചിട്ടുണ്ട്. ഈ രംഗത്ത് നേരിടുന്ന ഒട്ടേറെ പ്രശ്നങ്ങളെക്കുറിച്ച് ആശാന് വ്യക്തമായ കാഴ്ചപ്പാടുണ്ട്. പുതിയ തലമുറ ഈ രംഗത്തേക്ക് കടന്നുവരുന്നില്ല. എല്ലാ രംഗങ്ങളിലും അപകടങ്ങൾ ഉണ്ടാകാറുണ്ട്, ദുരന്തങ്ങൾ ഉണ്ടാകാറുണ്ട്. വിഷമദ്യം, റോഡപകടം, തീപിടിത്തം... എന്നിങ്ങനെ. പക്ഷേ, വെടിക്കെട്ടപകടത്തിൽ ബന്ധപ്പെട്ടവരെ എല്ലാ രീതിയിലും തകർക്കുന്ന സാഹചര്യങ്ങൾ നിലവിലുണ്ട്. അതുവരെ ഉണ്ടായിരുന്ന ആദരവ് ശത്രുതയിൽ കലാശിക്കുന്നതുപോലെ തോന്നും. നിയമത്തിന്റെ വെളിച്ചത്തിലാണെങ്കിലും മനഷ്യപ്പറ്റ് എന്നൊന്ന് പലപ്പോഴും ഒരു വറ്റിന് പോലും കാണാറില്ല. വെടിക്കെട്ടിൽ പണിയെടുക്കുന്ന ഒട്ടേറെപ്പേരും ആർക്കും ഒന്നും സംഭവിക്കരുതേ എന്നു നെഞ്ചുരുകിയ പ്രാർത്ഥനയോടെ പടക്കങ്ങൾ ഉണ്ടാക്കുകയും വെടിക്കെട്ടിന് തീ കൊടുക്കുകയും ചെയ്യുന്നവരാണ്. ആശാൻ വിഷാദപൂർവ്വം പങ്കിട്ടു. "തൊഴിൽ സംരക്ഷണം ആവശ്യമാണ്. കേസുകൾ നടത്തുന്നതിന് സംഘടനയുടെ പങ്കാളിത്തം ആവശ്യമാണ്. അപകടങ്ങൾ തരണം ചെയ്യാൻ ശിവകാശിക്കാർ നമ്മളെ അപേക്ഷിച്ച് ഒട്ടേറെ മുന്നിലാണ്. അവിടെ ഇത് ചെറുകിട വ്യവസായമായി കണക്കാക്കുകയും സംരക്ഷണം നല്കുകയും ചെയ്യുന്നു." പോരായ്മകൾ ഉണ്ടെങ്കിലും പതിനായിരങ്ങളുടെ ജീവനോപാധിയാണിത്. ഇന്ത്യയുടെ പടക്കനിർമ്മാണത്തിന്റെ 80 ശതമാനവും ശിവകാശി കേന്ദ്രമായിട്ടാണ്.

കേരളത്തിൽ ഈ കല അന്യംനിന്നു പോകാതിരിക്കാൻ മുൻകരുതലെടുക്കണം. അനുകൂലമായ സാഹചര്യങ്ങൾ ഉരുത്തിരിഞ്ഞ് വരുമെന്ന് ഈ രംഗത്ത് ജീവിതം സമർപ്പിച്ച പൂഴിക്കുന്ന് ആശാന്മാരായ ശശിയും ചന്ദ്രനും പ്രത്യാശിച്ചു.

എൻ ആർ പണിക്കരുടെ പുന്നാരക്കമ്പവും കണ്ടൻകാളിയുടെ കെണ്ടൻക്കമ്പവും

കേരളത്തിലെ വെടിക്കെട്ട് ചരിത്രത്തിന്റെ നാഴികക്കല്ല് കാർത്തികപള്ളിയിലെ എരിക്കാവ് ദേശമാണ്. ഒരു നൂറ്റാണ്ട് നീണ്ട വെടിക്കെട്ട് ചരിതമാണ് കണ്ടൻകാളി ആശാനിൽനിന്ന് തുടങ്ങുന്നത്. വലിയകുളങ്ങര ഭദ്രകാളി ക്ഷേത്രത്തിലെ വെടിക്കെട്ട് നടത്തിയാണ് കണ്ടൻ ആശാൻ കണ്ടൻകാളി ആശാനായത്. നാട്ടിൽനിന്ന് തുടങ്ങി കേരളത്തിലുടനീളം വെടിക്കെട്ട് നടത്തി പഴയ തലമുറയുടെ കണ്ണിലുണ്ണിയായി മാറിയ വെടിക്കെട്ട് കലാകാരനായിരുന്നു കണ്ടൻകാളി ആശാൻ. ആശാന്റെ ആറ് ആൺമക്കളും ഈ രംഗത്ത് വൈദഗ്ദ്ധ്യം തെളിയിച്ചവരായിരുന്നു. വേലാ

യുധൻ, മാധവൻ (കോഴിക്കോട്), വേലു, ഭരതൻ, ദിവാകരൻ, രാഘവൻ എന്നിവരായിരുന്നു രണ്ടാം തലമുറക്കാർ. ഇവർ കണ്ടൻകാളി സൺസ് എന്ന പേരിലായിരുന്നു കേരളത്തിലെ ഉത്സവപ്പറമ്പുകളിലും പൂരപ്പറമ്പു കളിലും അറിയപ്പെട്ടിരുന്നത്. ഒട്ടേറെ മത്സരക്കമ്പങ്ങളിൽ വിജയികളായി ട്രോഫി നേടിയിട്ടുണ്ട് ഈ സഹോദരങ്ങൾ. ഇവരാരും തന്നെ ഇപ്പോൾ ജീവിച്ചിരിപ്പില്ല.

മൂന്നാം തലമുറയിൽപ്പെട്ട, രാഘവൻ ആശാന്റെ മക്കളായ വിമൽ കുമാർ ആശാനും (62) റൂബി (47) ആശാനും പൈതൃകം കാത്ത് സൂക്ഷിച്ച് ഈ രംഗത്ത് തുടരുന്നു. അവരുമായി പങ്കിട്ട നിമിഷങ്ങളിൽ നിന്ന് ലഭിച്ച വിവരങ്ങൾ പങ്കിടാം.

മലയാളികളുടെ ലെയ്ക

സ്പുട്നിക് I ൽ ലെയ്ക എന്ന ശ്വാനനെ റഷ്യക്കാർ 1957 ൽ സ്പേസിൽ കൊണ്ടുപോയ വാർത്തയ്ക്ക് തൊട്ടുപിന്നാലെ കണ്ടൻകാളി വേലായുധൻ ആശാൻ ഒരു പട്ടിക്കുട്ടിയെ തോട്ടപ്പള്ളി സ്പിൽവേയ്ക്ക് സമീപമുള്ള ഉടുമ്പിക്കാട് ക്ഷേത്രമൈതാനത്ത് നിന്ന് വിജയകരമായി അമിട്ടിൽ ആകാശത്തേക്ക് ഉയർത്തി പാരച്യൂട്ടിൽ താഴോട്ട് ഇറക്കിയത് വെടിക്കെട്ട് ചരിത്രത്തിൽ വിസ്മയകരമായ ഒരനുഭവമായിരുന്നു എന്ന് വേലായുധൻ ആശാന്റെ സഹോദരനായ രാഘവന്റെ പുത്രന്മാരായ വിമൽകുമാറും റൂബിയും പറയുകയുണ്ടായി. ഇവരാണ് ഈ പരമ്പരാഗത കല തുടർന്ന് കൊണ്ടുപോകുന്നത്. അനന്തപുരം കൊട്ടാരത്തിലെ രാജാവിൽ നിന്ന് വേലായുധൻ ആശാന് സമ്മാനം ലഭിച്ചിട്ടുണ്ട്. ഒപ്പം അന്ന് ഗവർണർ ആയിരുന്ന വി വി ഗിരിയിൽനിന്നും സമ്മാനം വാങ്ങാൻ വേലായുധൻ ആശാന് കഴിഞ്ഞിട്ടുണ്ട്. ഓർമ്മയിൽ തങ്ങി നില്ക്കുന്ന മറ്റൊരനുഭവം കൂടി സൂചിപ്പിച്ചു. കൊച്ചിയിലെ എ ഐ സി സി സമ്മേ ളനത്തിൽ അമിട്ടിൽനിന്ന് പൊട്ടി വിടർന്നിറങ്ങിയ 101 പതാകകളിൽ ഒരെണ്ണം വേദിയിൽ ഇരുന്ന ഇന്ദിരാഗാന്ധി കൈ എത്തി പിടിച്ചുവെന്നും വേലായുധൻ ആശാനെ അഭിനന്ദിക്കുകയും ചെയ്തുവെന്ന് ആഹ്ലാദ പൂർവ്വം അവർ ഓർമച്ചെപ്പ് തുറന്നു.

ആറാട്ട് സിനിമയിലെ വെടിക്കെട്ട് രംഗങ്ങൾ ഒരുക്കിയത് കണ്ടൻ കാളി വേലു ആശാൻ ആണ്. ഒപ്പം *കുഞ്ഞാലിമരയ്ക്കാർ* എന്ന സിനിമ യിലെ പീരങ്കിപ്രയോഗത്തിന്റെ പിന്നിലും ഇദ്ദേഹത്തിന്റെ കരവിരുത് ശ്രദ്ധേയമാണ്.

നാലാം തലമുറയിൽ ആരും തന്നെ ഇപ്പോൾ രംഗത്തില്ലെന്നും അപ കടങ്ങൾക്ക് കാരണം മത്സരങ്ങളും ശുദ്ധിയില്ലാത്ത രാസപദാർത്ഥങ്ങളും ചില അപകടം പിടിച്ച ചേരുവകളുമാണെന്ന് എടുത്തുപറഞ്ഞു. നാട്ടു കാരും സർക്കാരും വേണ്ടവിധം പ്രോത്സാഹനവും സംരക്ഷണവും നല്കിയില്ലെങ്കിൽ പരമ്പരാഗതകല അന്യം നിന്നുപോകുമെന്ന് ആശ ങ്കയോടെ സൂചിപ്പിച്ചു. ഈ തലമുറ കൊണ്ട് വിദ്യ നിലയ്ക്കാതിരിക്കാൻ

പ്രത്യാശിക്കുന്നുവെന്നും കൂട്ടിച്ചേർത്തു.

കലവൂരിൽനിന്ന്

ആലപ്പുഴ ജില്ലയിൽ ശ്രദ്ധേയരായ ആശാന്മാരായിരുന്നു സഹോദരങ്ങളായ കരിങ്ങാട്ടക്കുഴി മാധവനും കരുണാകരനും കൃഷ്ണനനും. ദശാബ്ദങ്ങൾക്ക് മുമ്പു തന്നെ കേന്ദ്രഗവൺമെന്റ് ലൈസൻസ് സമ്പാദിച്ച ഇവർ കേരളക്കരയിൽ അങ്ങോളമിങ്ങോളം വെടിക്കെട്ട് നടത്തി പ്രശംസ നേടിയിട്ടുണ്ട്. അവരുടെ ശിഷ്യരിൽ മുഖ്യരായിരുന്നു കലവൂർ തങ്കപ്പനും 70 കഴിഞ്ഞ പാതിരപ്പള്ളി പുരുഷനും. ഇവർ രണ്ടുപേരും ഒന്നിച്ച് വെടിക്കെട്ടിന് തയ്യാറെടുത്തു പോകുന്നു. ഒട്ടേറെ വെടിക്കെട്ടുകൾ നടത്തിയ കലവൂർ തങ്കപ്പനും സഹോദരൻ വിജയപ്പനും കൂട്ടരും രണ്ടു തവണ കൊല്ലം പുറ്റിങ്ങൽ ക്ഷേത്രത്തിലെ മത്സരക്കമ്പത്തിൽ പങ്കെടുത്തിട്ടുണ്ട്. ആലപ്പുഴ ജില്ലയിലെ ഒട്ടേറെ വെടിക്കെട്ടുകൾ നടത്തിയിട്ടുള്ള കലാകാരനാണ് കൃഷ്ണൻകുട്ടി ആശാൻ.

അലിയാർ ആശാൻ

കേരളത്തിലെ വെടിക്കെട്ട് പ്രേമികൾക്ക് ഏറ്റവും പഴക്കവും സുപരിചിതവുമായ പേരാണ് ചവറ അലിയാർ ആശാൻ. ഏതൊരു കരിമരുന്ന് ആശാനും മത്സരങ്ങളിൽ ഉൾക്കിടിലത്തോടെമാത്രം നേരിട്ടിരുന്ന ആശാനാണിദ്ദേഹം. അരനൂറ്റാണ്ടിന് മുമ്പ് ഏറ്റവും മികച്ച വെടിക്കെട്ടുകളിൽ ഒന്ന് അരങ്ങേറിയിരുന്നത് തിരുവനന്തപുരത്തെ ബീമാപള്ളിയിലായിരുന്നു. അലിയാരും സംഘവും പതിനഞ്ച് ദിവസത്തോളം അവിടെ താമസിച്ചാണ് വെടിക്കെട്ടിന് തയ്യാറെടുപ്പ് നടത്തിയിരുന്നതെന്ന് ആശാന്റെ 70 പിന്നിട്ട ഇളയ മകൻ ഷൗക്കത്ത് ആശാൻ പറഞ്ഞു. കേരളത്തിലെ ഒട്ടുമിക്ക ക്ഷേത്രങ്ങളിലും ക്രിസ്ത്യൻ പള്ളികളിലും തമിഴ്നാട്ടിലും ആന്ധ്രയിലും വെടിക്കെട്ടുകൾ നടത്തി ചവറ അലിയാർ ആശാൻ ജനങ്ങളുടെ ആരാദ്ധ്യപുരുഷനായി. കൊല്ലം തോടിന്റെ ചവറ കടവിൽ നിന്ന് വെടിക്കെട്ട് സാമഗ്രികളുമായി വള്ളം തുഴഞ്ഞ് പോകാത്ത ഇടങ്ങളില്ലായിരുന്നുവെന്ന് മകൻ ഷൗക്കത്ത് ആശാനും ചെറുമകനായ ബാബു ഇബ്രാഹിമും (65) പറഞ്ഞു. വെടിക്കെട്ടിൽ ഗവേഷണങ്ങൾ നടത്തി കിട്ടിയ ഫലങ്ങൾ അലിയാരെ ഏല്പിച്ചിരുന്ന തട്ടാശേരി പുളിമാന ചെല്ലപ്പൻ പിള്ള ആശാനെയും അവർ ആദരപൂർവ്വം അനുസ്മരിച്ചു.

വെടിക്കെട്ടിൽ മാന്ത്രിക വിദ്യകൾ പ്രയോഗിച്ച് ആസ്വാദകരെ അത്ഭുതസ്തബ്ധരാക്കിയ മന്ത്രകാസിം ആശാന്റെ സഹോദരിയായ ഖദീജ ബീവിയെയാണ് ചവറ അലിയാർ ആശാൻ വിവാഹം ചെയ്തത്.

അലിയാർ ആശാന്റെ ആൺമക്കളായ കോയാക്കുട്ടി, പൂക്കുഞ്ഞ്, ഷംസുദ്ദീൻ, ഷൗക്കത്ത് എന്നിവർ ഈ രംഗത്ത് തുടർന്നവരാണ്. കോയാക്കുട്ടി ആശാന് 2006 ൽ ഉണ്ടായ ചവറ പടക്കനിർമ്മാണശാലയിലെ അപകടത്തിൽ ജീവഹാനിയുണ്ടായി. മകൻ സുധീർ മൂന്നാം തലമുറയെ

പ്രതിനിധീകരിച്ച് പാരമ്പര്യം തുടരുന്നു. രാജസന്നിധിയിൽ മാന്ത്രികസ്പർശമുള്ള വാണപ്രയോഗങ്ങളും മറ്റും നടത്തി പ്രശംസ പിടിച്ചുപറ്റിയിട്ടുള്ള ആളാണ് മന്ത്രകാസിം ആശാൻ എന്ന് മകൻ അഭിപ്രായപ്പെട്ടു. മന്ത്രകാസിം, മഹാരാജാവിൽ നിന്നും സ്വർണ്ണമെഡലും വീരശൃംഖലയും കരസ്ഥമാക്കിയിട്ടുണ്ട്.

അഗ്നികലാവിദ്യയിൽ തീപാറുന്ന മത്സരങ്ങളിൽ അലിയാർ ആശാൻ പ്രതിയോഗികളായ കണ്ടൻ കാളി ആശാൻ, പൂഴിക്കുന്ന് ഗോവിന്ദൻ ആശാൻ, എൻ ആർ പണിക്കർ ആശാൻ, പരവൂർ ബാലൻപിള്ള ആശാൻ എന്നിവരുമായി നേർക്കുനേർ കൊമ്പുകോർത്തിട്ടുണ്ട്. കാണികൾക്ക് ഹരം പകർന്നിട്ടുള്ള മത്സരക്കമ്പങ്ങൾ ആയിരുന്നു അവയൊക്കെ. അലിയാർ ആശാന്റെ ബന്ധുവായിരുന്നു ചവറ മീരാൻ ആശാൻ. ഇദ്ദേഹം ഒട്ടേറെ വെടിക്കെട്ടുകൾ നടത്തിയിട്ടുണ്ട്. മുട്ടം കുഞ്ഞുബാവ ആശാനും ബന്ധുവായിരുന്നു.

അന്നത്തെ കാലത്തെ കലായക്കൊട്ടയുടെ ഏഴ് അയലത്ത് എത്തുകയില്ല ഇന്നത്തേത് എന്ന് ഷൗക്കത്ത് ആശാൻ നിരാശയോടെ പറഞ്ഞു. അക്കാലത്തെ കഠിനാദ്ധ്വാനവും സമർപ്പണവും ഇന്നില്ലെന്നും എടുത്തു പറഞ്ഞു. അന്ന് ആശാന്മാർക്ക് എവിടെയും കിട്ടിയിരുന്ന സ്വീകരണവും അംഗീകാരവും ഇന്ന് ഓർമ്മകൾ മാത്രമാണ്.

ചെന്നിത്തലയിൽ നിന്ന്...

ഒരു ശതാബ്ദത്തിലേറെ നീണ്ട പാരമ്പര്യത്തിന്റെ തുടർച്ചയാണ് കല്ലുഴത്തിൽ പവിത്രൻ കുട്ടപ്പൻ ആശാൻ. നാലാം തലമുറയിൽ എത്തിയ പരമ്പരാഗത കൈത്തൊഴിൽ ഉത്സാഹപൂർവ്വം കൊണ്ടുപോവുകയാണ് പവിത്രൻ ആശാൻ. ഭക്തി, ഗുരുത്വം, ശുദ്ധി, അനുസരണ, സമാധാനം ഇവ കൈമുതലായി ഉണ്ടായാൽ മുന്നോട്ടുപോകാൻ ഒരു തടസ്സവുമില്ലെന്ന് വിശ്വസിക്കുന്നു. ഇതിൽ ഏതെങ്കിലും വീഴ്ച ഉണ്ടായാൽ കണക്ക് പറയേണ്ടിവരുമെന്നും അദ്ദേഹം സൂചിപ്പിച്ചു.

അയ്യപ്പൻ ആശാനിൽനിന്നും മകൻ വള്ളംകുളം കൊച്ച് ആശാനിൽ നിന്നും അദ്ദേഹത്തിന്റെ മകളുടെ ഭർത്താവായ അരീക്കര കുട്ടപ്പൻ ആശാനിൽ എത്തിയപ്പോൾ തലമുറ മൂന്നായി. നാലാം തലമുറയിൽ അദ്ദേഹത്തിന്റെ മകൻ പവിത്രൻ കുട്ടപ്പൻ ആശാൻ പൈതൃകം കാത്തുസൂക്ഷിച്ചു.

ക്ഷേത്രങ്ങളിലും പള്ളികളിലും കത്തിച്ചിരുന്ന കതിനാവെടികളെക്കുറിച്ചും ദശാബ്ദങ്ങൾക്ക് മുമ്പ് വ്യാപകമായിരുന്ന കലാവിരുന്ന് എന്ന് പറയാവുന്ന കലായക്കോട്ടയെക്കുറിച്ചും കായബലത്തിന്റെ തിളപ്പിൽ ഉത്സവപ്പറമ്പിൽ കൊണ്ടു നടക്കാവുന്ന കമ്പച്ചക്രങ്ങളെക്കുറിച്ചും അദ്ദേഹം വിവരിച്ചു തന്നു. മുണ്ടും നേര്യതും ചില്ലറ ചക്രങ്ങളും മാത്രം പ്രതിഫലമായിരുന്നെങ്കിലും പഴയ വെടിക്കെട്ടുകാർ സംതൃപ്തരും ഉത്സാഹഭരിതരുമായിരുന്നെന്ന് ആശാൻ പറഞ്ഞു. വെടിക്കെട്ട് ലോകത്തെ

ഒട്ടേറെ അനുഭവങ്ങൾ പങ്കുവച്ചു. വെടിക്കെട്ടിനങ്ങളുടെ സാങ്കേതികവശങ്ങൾ പവിത്രൻ ആശാൻ മറയില്ലാതെ പകർന്നു തന്നു.

മറക്കാനാവാത്തത്

ഒട്ടേറെ വെടിക്കെട്ടുകൾ കണ്ട് ആസ്വദിക്കാൻ കഴിഞ്ഞു. ഏതാണ് മികച്ചതെന്ന് പറയുക പലപ്പോഴും പ്രയാസമാണ്. നിലവാരത്തിൽ വ്യത്യാസമുണ്ടെങ്കിലും ചില ഇനങ്ങൾ കൺമുന്നിലെന്നപോലെ നില നില്ക്കുന്നു. ചില മികച്ച ഇനങ്ങൾ എന്ന് തോന്നിയവ ഇവിടെ കുറിച്ചിടുന്നു. പൂഴിക്കുന്ന് ശശി ആശാനും ചന്ദ്രൻ ആശാനും അവതരിപ്പിച്ച 21 നില അമിട്ട്. എണ്ണി എണ്ണി കൗതുകപൂർവ്വം കണ്ടും കേട്ടും ആഹ്ലാദിച്ചു. നന്ദിയോട് രാമചന്ദ്രൻ ആശാന്റെ ഗോൾഡൻ മഞ്ഞ അമിട്ടിന് സ്വർണ്ണത്തിളക്കമാണ് മനസ്സിൽ. ഉയരങ്ങളിൽ വച്ച് ഉയരത്തിൽ അമിട്ടുപൊട്ടിക്കാൻ അജയ്യൻ പട്ടാഴി അജയൻ ആശാനാണെന്ന് തെളിയിച്ചു. ഏറ്റവും കൂടിയ ഉയരത്തിൽ സൂര്യകാന്തി വിരിയിച്ചത് ഇന്നും കണ്ണിൽ തെളിയുന്നു. കലായം കത്തിച്ച് ആകാശത്ത് വർണ്ണ ചിത്രങ്ങൾ രചിക്കുവാൻ ചിത്രകാരനെ വെല്ലുന്ന നിറക്കൂട്ട് ബോധം തെളിയിച്ചത് നെയ്യാറ്റിൻകര അജി ആശാനാണ്.

അടുക്കിക്കെട്ടിലെ ഇന്ദ്രജാലം കാഴ്ചവെച്ചത് ശ്രീമതി എൽ സുനിതയാണ്. അഞ്ചു കിഴങ്ങിൽ ഓരോന്നിലും 10 കിണ്ണിയും ഒരു വെടിയും ഒരുക്കി ചിട്ടയോടെ ആകാശമുറ്റത്ത് ശബ്ദവും വെളിച്ചവും കൊണ്ട് പൂരമൊരുക്കി. പ്ലസ് ടു വിദ്യാർത്ഥിയായ മകനും ഭർത്താവും (നന്ദിയോട് രാമചന്ദ്രൻ) ചേർന്ന കർമ്മനിരതമായ കുടുംബ സാന്നിദ്ധ്യമാണ് ഇന്ദ്രജാലത്തിലൂടെ പ്രകടമായത്. വെടിക്കെട്ടിൽ വിടർന്നിറങ്ങുന്ന കുടകളിൽ ഏറെയും പായിപ്പാട് അബ്ബാസിന്റെ കര സ്പർശമുണ്ട്.

ആറാൾ പൊക്കത്തിൽ തിളങ്ങുന്ന കതിർമണികൾ പൊഴിച്ച് ചാരുതയുണ്ടാക്കാൻ ഒരു കരിക്കും ഒരു നാഴിക നേരവും മതി മാലൂർ പ്രസേനൻ ആശാന്. ഒപ്പം വൈവിദ്ധ്യമാർന്ന സൂര്യകാന്തി വിരിയിക്കാനും ആശാന് കഴിഞ്ഞു. മഞ്ഞ മിന്നൽ, പച്ച മിന്നൽ, വെള്ള മിന്നൽ, മഗ്നീഷ്യം സൂര്യകാന്തി, സാദാസൂര്യകാന്തി, ചിക്-പൊട്ട് സൂര്യകാന്തി എന്നിങ്ങനെ. കാന്തി പരത്തുന്ന ആകാശപ്പൂക്കൾ പ്രസേനൻ ആശാന്റെ കരവിരുതിന് ഉത്തമോദാഹരണമാണ്.

8

കരിമരുന്നിന്റെ കലിതുള്ളൽ

കഴിഞ്ഞ 50 വർഷങ്ങളിൽ കേരളത്തിലുണ്ടായ വെടിക്കെട്ട് അപകടങ്ങളും മരണസംഖ്യയും (ബ്രായ്ക്കറ്റിൽ) കൊടുത്തിരിക്കുന്നു. 1978 ൽ തൃശൂർ പൂരത്തോടനുബന്ധിച്ച് കുഴിവെടി ലക്ഷ്യം തെറ്റി ആൾക്കൂട്ടത്തിലേക്ക് പതിച്ച് അപകടം(8). 1984 ൽ തൃശൂർ ജില്ലയിലെ കണ്ടശ്ശാംകടവ് പള്ളിയിലെ പിണ്ടിപെരുന്നാളിനോടനുബന്ധിച്ച് വെടിക്കെട്ടപകടം (15). 1987 ൽ തൃശൂർ ജില്ലയിലെ വേലൂരിൽ വെള്ളാട്ടഞ്ചൂർ-കൂട്ടമൂച്ചി ക്ഷേത്രോത്സവത്തോടനുബന്ധിച്ച് നടന്ന വെടിക്കെട്ടപകടം (15). 1987 ൽ തലശ്ശേരി ജഗന്നാഥ ക്ഷേത്രോത്സവത്തോടനുബന്ധിച്ചുള്ള വെടിക്കെട്ടു കാണാൻ റെയിൽവേ പാളത്തിൽ ഇരുന്നവർ ട്രെയിനിടിച്ച് മരിച്ചു (27). 1989 ൽ കണ്ടശ്ശാംകടവ് പള്ളിയിൽ വെടിക്കെട്ടപകടം (12). 1990 മാർച്ച് 23 ന് കൊല്ലം മലനടയിൽ ദുര്യോധന ക്ഷേത്രോത്സവത്തോടനുബന്ധിച്ച് വെടിക്കെട്ട് ശാലയ്ക്ക് തീ പിടിച്ചു (33). 1997 നവംബർ 16 ൽ തൃശൂർ കൊക്കാലയിൽ വെടിമരുന്നുശാലയിൽ സ്ഫോടനം (4). 1998 ഏപ്രിൽ 16 ൽ കഞ്ചിക്കോട് വെടിക്കോപ്പ് ഫാക്ടറിയിൽ തീപിടിത്തം(8). 1999 ൽ പാലക്കാട് ആളൂരിൽ ചാമുണ്ഡിക്കാവ് താലപ്പൊലി ഉത്സവദിനത്തിൽ വെടിക്കെട്ട് ദുരന്തം (8). 2004 ജനുവരി 27 ന് മലപ്പുറം എടപ്പാൾ വട്ടക്കളം ചേകന്നൂരിൽ വെടിമരുന്ന് ശാലയിൽ സ്ഫോടനം (3). 2006 മേയിൽ തൃശൂർ പാറമേക്കാവ് ദേവസ്വത്തിന്റെ വെടിമരുന്ന് പുര കത്തി (7). 2007 മാർച്ച് 31 ൽ മലപ്പുറം പാങ്ങിൽ പടക്കനിർമ്മാണശാലയിൽ സ്ഫോടനം (5). 2007 ഏപ്രിലിൽ കോഴിക്കോട് മിഠായിത്തെരുവ് പടക്കക്കട കത്തി (8). 2009 ഫെബ്രുവരി 6 ൽ തൃത്താല മുടവന്നൂർ കുന്ന് പണ്ടാരക്കുന്നിൽ പടക്കശാല കത്തി(7). 2009 മാർച്ചിൽ കാസർഗോഡ് ചെറുവത്തൂർ പടക്കശാല തീ പിടിച്ചു(3). 2009 ഫെബ്രു 26 ൽ പട്ടാമ്പിക്കടുത്ത് മേഴത്തൂർ മുടവന്നൂർ ചെങ്കൽ ക്വാറിയിൽ പ്രവർത്തിക്കുന്ന

പടക്കനിർമ്മാണശാലയിൽ പൊട്ടിത്തെറി (7). 2009 ജൂലൈ 18 ൽ തൃപ്പൂണിത്തുറ മരടിൽ വെടിമരുന്ന് അപകടം(2). 2009 നവംബർ 11 ൽ നെന്മാറ ഇടപ്പാടത്ത് പടക്കനിർമ്മാണ ശാല കത്തി(3). 2010 ആഗസ്ത് 4 ൽ ഹരിപ്പാട് അനധികൃതമായി പടക്കം ഉണ്ടാക്കിയ വീട്ടിൽ പൊട്ടിത്തെറി (4). 2011 ഫെബ്രുവരി 1 ൽ ഷൊർണൂർ താങ്ങാലയിലെ പടക്കനിർമ്മാണശാലയിൽ സ്ഫോടനം (13). 2011 ഡിസംബർ 28 ൽ അത്താണിക്ക് സമീപം പടക്കനിർമ്മാണശാലയിൽ സ്ഫോടനം (5). 2013 ജനുവരി 20 ൽ പത്തനാപുരം മാലൂരിൽ പടക്കശാലയിൽ സ്ഫോടനം (3). 2013 മാർച്ച് 2 ൽ പാലക്കാട് പന്നിയാംകുറിശ്ശിയിൽ പടക്കനിർമ്മാണ ശാലയിൽ തീപിടിത്തം (7). ഇത് കൂടാതെ അങ്ങിങ്ങായി ചെറിയ തോതിലുള്ള അപകടങ്ങൾ ഉണ്ടായിട്ടുണ്ട്.

തമിഴ്നാട്ടിൽ വെടിക്കെട്ടപകടങ്ങൾ എല്ലാം തന്നെ പടക്കനിർമ്മാണ ഫാക്ടറികളോടനുബന്ധിച്ചാണ്. പടക്കവ്യവസായം കേന്ദ്രീകരിച്ചിരിക്കുന്നത് മുഖ്യമായും ശിവകാശി, മധുര, വിരുതുനഗർ, ഡിണ്ടിക്കൽ, മദാലിപ്പെട്ടി എന്നിവിടങ്ങളിലാണ്. ഏതാനും ചില വർഷങ്ങളിലെ മരണസംഖ്യ ബ്രായ്ക്കറ്റിൽ കൊടുത്തിരിക്കുന്നു: 2005(20), 2006(4), 2009(40), 2010(3), 2011(19), 2012(42).

ഒരു താരതമ്യ പഠനം

2013 മെയ് 6 ന് *കേരളകൗമുദി* ദിനപ്പത്രത്തിൽ പ്രസിദ്ധീകരിച്ച പഠന റിപ്പോർട്ടിൽനിന്ന്....എം സി റോഡിൽ കഴക്കൂട്ടം വെട്ടുറോഡ് മുതൽ കൊട്ടാരക്കര വരെ 2012 ൽ ചെറുതും വലുതുമായ 247 വാഹനാപകടങ്ങളാണുണ്ടായിട്ടുള്ളത്. 222 ലും അപകടകാരണം അമിതവേഗതയും അശ്രദ്ധമായ ഡ്രൈവിങ്ങുമാണെന്നാണ് റിപ്പോർട്ട്. ഈ മരണപാച്ചിലിൽ 71 ഡ്രൈവർമാരുൾപ്പെടെ 141 പേർ മരിച്ചു. ഗുരുതരമായി പരിക്കേറ്റ് പിന്നീട് മരിച്ചവർ വേറെയും. പാഞ്ഞു വന്ന വാഹനം തട്ടി മരിച്ചത് 38 പേർ. 98 ഡ്രൈവർമാരടക്കം 477 പേർക്ക് ഗുരുതരമായി പരിക്കേറ്റു. ഇരുചക്ര വാഹനക്കാർ 110 അപകടങ്ങളുണ്ടാക്കി.

9

പ്രശ്നങ്ങളും പരിഹാരങ്ങളും

വെടിക്കെട്ട് കല ഒരു പരമ്പരാഗത തൊഴിലാണ്. ഇതുമായി ബന്ധപ്പെട്ട് വിവിധ തലങ്ങളിൽ പ്രവർത്തിക്കുന്നവരുമായി സംസാരിക്കുകയും ഒട്ടേറെ ആശാന്മാരുമായി ചർച്ച നടത്തുകയുമുണ്ടായി. ഈ തൊഴിലിൽ ഏർപ്പെട്ടിരിക്കുന്ന പതിനായിരങ്ങൾ ഉണ്ട്. ഇതൊരു പരമ്പരാഗത തൊഴിലാണ്. ആധുനിക ഫാക്ടറികളും അതിലെ ഉല്പന്നങ്ങളും ചെറിയ തോതിൽ ഉയർന്നുവരുന്നുണ്ട്. എന്നിരുന്നാലും വെടിക്കെട്ടുമായി ബന്ധപ്പെട്ട ഇനങ്ങളെല്ലാം തന്നെ കൈത്തൊഴിലായി നിർമ്മിക്കുന്നതാണ്. ഇതുമായി ബന്ധപ്പെട്ട കാര്യങ്ങളാണ് അന്വേഷണവിധേയമാക്കിയത്. അപകടങ്ങൾ ഒഴിവാക്കാൻ എന്തു ചെയ്യാമെന്നാണ് മുഖ്യമായും ചോദിച്ചറിഞ്ഞത്. വിവിധ ദേശങ്ങളിലെ ആശാന്മാരുമായി നടത്തിയ അഭിമുഖങ്ങളിൽ ഉരുത്തിരിഞ്ഞുവന്ന അഭിപ്രായങ്ങൾ സംഗ്രഹിച്ച് ഉൾപ്പെടുത്തിയിരിക്കുന്നു. ആശാന്മാരായ കുണ്ടന്നൂർ ജനാർദ്ദനൻ, വെടിക്കെട്ട് പ്രാഞ്ചി, വെന്നൂർ രാജൻ, വെന്നൂർ ശശി എന്നിവരെ 2013 തൃശൂർ പൂരം നാളിൽ പറമ്പിൽ കമ്പപ്പുരയ്ക്ക് അടുത്തുവച്ച് കണ്ടു. പൂരം വെടിക്കെട്ടിനെക്കുറിച്ചും മറ്റും ചോദിച്ചു.

“വെടിക്കെട്ട്, തൃശൂർ പൂരം വെടിക്കെട്ട് വേറെ എങ്ങും കിട്ടില്ല. അതിന്റെ പുതുമകളാണ്. അതിന്റെ റൗണ്ടും, വടക്കുംനാഥന്റെ റൗണ്ടും. പണ്ട് ഇതിലും കേമമായിരുന്നു. എല്ലാം നല്ല സഹകരണമായിട്ടാണ് പോകുന്നത്.” വെന്നൂർ രാജൻ ആശാൻ പറഞ്ഞു. “ഇവിടെ കളർഫുൾ ആണ്. ഒപ്പം ശബ്ദവും” വെന്നൂർ ശശി ആശാൻ പറഞ്ഞു.

ഇവിടത്തെ മികച്ച വെടിക്കെട്ടിന് 90 വർഷമെങ്കിലും പഴക്കമുണ്ട്. അച്ഛൻ (വെന്നൂർ മാധവൻ) കുറെ വർഷങ്ങൾ തൃശൂർ പൂരം വെടിക്കെട്ട് നടത്തിയിരുന്നു. ശേഷം മാധവൻ ആശാന്റെ മകൻ വെന്നൂർ രാജൻ ആശാൻ ഏറെ വർഷങ്ങൾ പൂരം വെടിക്കെട്ട് നടത്തി. വെന്നൂർ രാജന്റെ

മകൻ പ്രിജിൽ ആണ് ഇന്നത്തെ പൂരം വെടിക്കെട്ട് നടത്തുന്നത്.

90 വർഷത്തോളം നീണ്ട മൂന്ന് തലമുറയുടെ വെടിക്കെട്ട് യത്നം.

നെൻമാറ, ഉത്രാളിക്കാവ് ഇവിടെയൊക്കെ നല്ല ശബ്ദമാണ്. തൃശൂർ പൂരം വെടിക്കെട്ടിന് വർണ്ണങ്ങൾ വിരിയിക്കുന്ന ഒട്ടേറെ അമിട്ടുകൾ. കുടയും രൂപങ്ങളും ഹാരങ്ങളും ഉതിർത്തുവിടുന്ന അമിട്ടുകളും പ്രത്യേകതയാണ്. വർണ്ണവിസ്മയം പകരുന്ന അമിട്ടുകൾക്ക് മറ്റിടങ്ങളിൽ പൂരം മോഡൽ എന്ന പേര് തന്നെ വന്നിട്ടുണ്ട്.

പരമ്പരാഗതമായ കരകൗശലത്തിന്റെ ഈ കല അന്യം നിന്നു പോകുമെന്ന് ഏറെ ആശാന്മാരും ആശങ്കപ്പെട്ടു. പുതിയ തലമുറ ഈ രംഗത്തേക്ക് കടന്നുവരാൻ വൈമുഖ്യം കാണിക്കുന്നു. ഇൻഷുറൻസ് മുതലായ പരിരക്ഷയും മറ്റും ഇല്ലാത്തതുകൊണ്ടാകാം. ഒപ്പം കൂടുതൽ പരിശീലനവും സമർപ്പണവും ആവശ്യപ്പെടുന്ന മേഖലയാണത്. തികഞ്ഞ അച്ചടക്കത്തോടെ മാത്രം നിർവ്വഹിക്കാവുന്ന ഒന്നാണ് വെടിക്കെട്ട് മേഖലയിലെ തൊഴിൽ. ആശാന്മാരായ വെടിക്കെട്ട് പ്രാഞ്ചിയും വെന്നൂർ രാജനും ശശിയും ഒരേ സ്വരത്തിൽ അഭിപ്രായപ്പെട്ടു.

"വെടിക്കെട്ട് അപകടങ്ങളുടെ മുഖ്യകാരണം രാസവസ്തുക്കളുടെ ശുദ്ധിയില്ലായ്മയാണ്. മായം ഇതിലും കടന്നു കയറിയിരിക്കുന്നു. മരുന്നുകളുടെ ശുദ്ധത ശാസ്ത്രീയമായി പരിശോധിക്കാൻ കഴിയാറില്ല. മായം കലർന്ന പദാർത്ഥങ്ങൾ കൈകാര്യം ചെയ്യുമ്പോൾ അപകടം പതിയിരിക്കും."

ശുദ്ധതയും അനുസരണയും കൃത്യനിഷ്ഠയും ജോലിക്കാർക്ക് ഒഴിച്ചു കൂടാൻ പാടില്ലാത്തതാണ്. ചെയ്യുന്ന ജോലിയിൽ വൈദഗ്ദ്ധ്യം ഉണ്ടായിരിക്കണം. അപകടം പിടിച്ച കരിമരുന്നാണ് കൈകാര്യം ചെയ്യുന്നതെന്ന ബോധം ഉണ്ടായിരിക്കണം. പരിശീലനം കുറഞ്ഞവർ ഈ രംഗത്ത് ജോലി എടുക്കുന്ന സാഹചര്യം ഒഴിവാക്കണം, ആശാന്മാർ സൂചിപ്പിച്ചു.

ശാസ്ത്രീയമായ വിവരങ്ങളും നിർദ്ദേശങ്ങളും മുന്നറിയിപ്പുകളും യഥാസമയം കിട്ടാറില്ല. അപകടം പിണയുമ്പോൾ എല്ലാ തുറകളിൽ നിന്നും ഉദ്യോഗസ്ഥപ്പട ചാടി വീഴാറുണ്ട്. പലപ്പോഴും ദുരന്തം താങ്ങുന്നതിലും ഏറെയാണിതെന്ന് സങ്കടത്തോടെ ചില ആശാന്മാർ പറഞ്ഞു. വാഹന അപകടം ഉണ്ടാകുമ്പോൾ ഉടൻ തന്നെ ഡ്രൈവറുടെ ലൈസൻസ് റദ്ദ് ചെയ്ത് അയാൾക്കെതിരെ കേസ് എടുക്കില്ല. ഒരു രംഗത്തും അങ്ങനെ ചെയ്യാറില്ല, വെടിക്കെട്ട് അപകടത്തിൽ ഒഴികെ, ഒരാശാൻ കൂട്ടിച്ചേർത്തു. അന്വേഷണം ആവശ്യമാണ് പക്ഷേ,....

കുറ്റവാളികളെപ്പോലെ കൈകാര്യം ചെയ്യുന്ന സന്ദർഭങ്ങൾ, വല്ലാതെ തളർന്ന് പോകാറുണ്ട്. ജോലി ചെയ്യുമ്പോൾ മരുന്നിനെ ഭയക്കണം, അപകടം കഴിയുമ്പോൾ...അധികാരികളെ ഭയക്കണം... വല്ലാത്ത കൊലച്ചോറാണ് ഇതെന്ന് തോന്നിപ്പോകും...മകനെ നഷ്ടപ്പെട്ട ഒരാശാൻ വേദനയോടെ പറഞ്ഞു.

മത്സരക്കമ്പങ്ങൾ അപകട സാദ്ധ്യത കൂട്ടുമെന്ന് നന്ദിയോട് രാമചന്ദ്രൻ ആശാനും കഴക്കൂട്ടം രാജു ആശാനും സൂചിപ്പിച്ചു. ജയിക്കുവാൻ വേണ്ടി സുരക്ഷിതത്വം മറന്ന് ഓരോന്ന് ഉണ്ടാക്കി കത്തിക്കാൻ പ്രേരിപ്പിക്കും.

ശാസ്ത്രീയമായ പരിശീലനക്ലാസുകൾ പണിക്കാർക്കും ബന്ധപ്പെട്ടവർക്കും കൊടുക്കുകയാണെങ്കിൽ അപകടങ്ങൾ ഒരു പരിധിവരെ ഒഴിവാക്കാനാകും.

മായമില്ലാത്ത രാസപദാർത്ഥങ്ങൾ വിതരണം ചെയ്യാൻ സംവിധാനമുണ്ടായാൽ ഏറെ പ്രശ്നങ്ങൾ പരിഹരിക്കാമെന്ന് വീണ്ടും വീണ്ടും സൂചിപ്പിച്ചു. അപകടങ്ങൾ ഉണ്ടാകുമ്പോൾ മരുന്നു നിർമ്മാണ മേഖലയിൽ കൂടി അന്വേഷണം വ്യാപിപ്പിക്കണം. എല്ലാം ആശാന്റെ പിഴവാണ് എന്ന് വരില്ലല്ലോ?

ഏത് രംഗത്ത് പണി എടുക്കുന്നവർക്കും തൊഴിൽ പരിരക്ഷയുണ്ട്. ഇൻഷുറൻസ് ലഭ്യമാണ്. പെൻഷനുമുണ്ട്. ഈ രംഗത്ത് ഇങ്ങനെയൊന്നും കാണുന്നില്ല. കൊടിയേറ്റം മുതൽ കൊടിയിറക്കം വരെയും രാഷ്ട്രീയക്കാരെ സ്വീകരിക്കാനും, ഉദ്ഘാടനം ചെയ്യാനും ഇലക്ഷനിൽ ജയിച്ചാലും ക്രിക്കറ്റിൽ ജയിച്ചാലും പുതുവർഷം പിറക്കുമ്പോഴും എന്നുവേണ്ട മനുഷ്യന്റെ എല്ലാ കലാസാംസ്കാരിക മണ്ഡലത്തിലും വെടിയൊച്ച ഉണ്ട്. വെടിക്കെട്ടുക്കാരെക്കുറിച്ച് സാംസാരിക്കാൻ ആരുണ്ട്? ചില ആശാന്മാരുടെ ദുഃഖം അണപൊട്ടി.

അനധികൃത പടക്കശാലകൾ പലപ്പോഴും അപകട വിധേയമാകാറുണ്ട്. അത്തരം സ്ഥാപനങ്ങളെയും നിർമ്മാണ സ്ഥലങ്ങളെയും നിർത്തലാക്കാൻ അധികൃതർ ശ്രദ്ധിക്കണം. ചെറുകിട വ്യവസായമായി പ്രഖ്യാപിച്ച് മാനദണ്ഡങ്ങൾക്ക് വിധേയമായി അംഗീകാരം കൊടുക്കുക. ഈ പരമ്പരാഗത കലയെ പ്രോത്സാഹിപ്പിക്കാൻ നീക്കങ്ങൾ ഉണ്ടാകണം. ഇതൊരു കുടിൽ വ്യവസായമായി അംഗീകരിക്കണം. പതിനായിരങ്ങളുടെ ഉപജീവനമാർഗ്ഗമാണിത്. തമിഴ്നാട്ടിൽ ശിവകാശി എന്ന സ്ഥലത്തേക്ക് കരിമരുന്ന് വിദ്യയും സാമഗ്രികളും ആദ്യകാലത്ത് തൃശൂരിൽനിന്നും ഇരിങ്ങാലക്കുടയിൽനിന്നും കൊണ്ടുവന്നിരുന്നെന്ന് സ്റ്റാൻഡേർഡ് ഫയർവർക്സ് ജനറൽ മാനേജർ ആയിരുന്ന ചെല്ലാദുരൈ തന്റെ "ഇന്ത്യയിലെ ഫയർവർക്സിന്റെ ചരിത്രം" എന്ന ലേഖനത്തിൽ വെളിപ്പെടുത്തിയിരിക്കുന്നു. ലോകത്തെ പടക്ക ഉല്പാദനത്തിന്റെയും കയറ്റുമതിയുടെയും 90 ശതമാനവും ചൈനയുടേതാണ്. ഇന്ത്യയിലെ കരിമരുന്നുല്പാദനത്തിന്റെ 80 ശതമാനവും ശിവകാശിയിലാണ്. അവിടുത്തെ മഴക്കുറവും വരണ്ട കാലാവസ്ഥയും സർക്കാരും ഈ മേഖലയ്ക്ക് അനുകൂലമാണ്. ശിവകാശിയിൽ സർക്കാർ പ്രോത്സാഹനം ഏറെ നല്കിയിട്ടും നമ്മുടെ ഇന്ത്യക്ക് സാങ്കേതികമായി ലോകനിലവാരത്തിൽ എത്താൻ കഴിഞ്ഞില്ല, കേരളം എങ്ങും എങ്ങുമെത്തിയുമില്ല. പാരമ്പര്യം മാത്രം അവകാശപ്പെട്ട് എല്ലാം അന്യം നിലച്ചുപോകുന്ന അവസ്ഥ

യിലേക്ക് പോകുന്നുവോ എന്ന് ചില ആശാന്മാർ സംശയം പ്രകടിപ്പിച്ചു. സുരക്ഷാമാനദണ്ഡങ്ങൾ പാലിച്ചിട്ടുണ്ടോയെന്ന് അധികൃതർ കാലാകാല ങ്ങളിൽ പരിശോധിക്കേണ്ടതാണ്. വില്ക്കപ്പെടുന്ന മരുന്നിന്റെ സാമ്പിളും പരിശോധനയ്ക്ക് അയച്ച്, ഗുണമില്ലായെന്ന് കണ്ടാൽ അന്വേഷണവും നടപടി എടുക്കലും ആകാവുന്നതാണ്. -ആശാന്മാർ ചൂണ്ടിക്കാണിച്ചു. പൂരപ്പറമ്പിൽ ഉയർന്ന ചോദ്യങ്ങളും ചിന്തകളും മനസ്സിലൊരു ചെറു പൂരമായി മാറുകയായിരുന്നു.

10

വേണം സുരക്ഷ

കരിമരുന്ന് കൈകാര്യം ചെയ്യുന്നതിലെ പിഴവ്, പരിക്ക്, ജീവഹാനി, വസ്തുവകകളുടെ നാശനഷ്ടം എന്നിവയ്ക്ക് കാരണമാകുന്നു. സുരക്ഷയ്ക്ക് മുൻതൂക്കം നല്കിയുള്ള കരിമരുന്ന് പ്രയോഗത്തിന് പരിചയം മാത്രമല്ല ശ്രദ്ധയും മുൻകരുതലും രക്ഷാമാർഗ്ഗങ്ങളും അവലംബിച്ചേ മതിയാകൂ. സ്ഫോടനവസ്തുക്കളും പ്രൊപ്പലന്റും ഷോക്കും തട്ടലും മുട്ടലും അപകടമുണ്ടാക്കുമ്പോൾ പടക്കസാമഗ്രികൾ തീജ്ജ്വാലയ്ക്കും സ്പാർക്കിനും അപകടവിധേയമാകുന്നു.

മനുഷ്യജീവൻ അമൂല്യമാണ്

കരിമരുന്നും അതിന്റെ സാമഗ്രികളുമായി ബന്ധപ്പെട്ട് പ്രവർത്തിക്കുന്ന ഏതൊരാൾക്കും ബോദ്ധ്യമുണ്ടായിരിക്കേണ്ടത്, കൈകാര്യം ചെയ്യുന്ന വസ്തു ഏതു നിമിഷവും അശ്രദ്ധമൂലം അപകടം വിതയ്ക്കുന്ന ഒന്നാണെന്നതാണ്. ആഗോളതലത്തിൽ കാറോട്ടമത്സരത്തിലും ഫുട്ബോൾ കളി വീക്ഷിക്കുന്ന കാണികളുടെ അക്രമത്തിലും റോഡ് അപകടങ്ങളും ഒക്കെ പരിഗണിക്കുമ്പോൾ കരിമരുന്ന് മൂലമുള്ള പരിക്കും ജീവനാശവും എണ്ണത്തിൽ തീരെ കുറവാണ്.

കരിമരുന്ന് ഒരു സ്ഫോടകവസ്തുവാണ് എന്നുള്ളതാണ് ഏറ്റവും മുഖ്യമായിട്ടുള്ളത്. ഇനി പറയുന്ന കാര്യങ്ങൾ അപകടസാദ്ധ്യതയുള്ളതുകൊണ്ട് നിയമവിരുദ്ധമായി പ്രഖ്യാപിച്ചിട്ടുണ്ട്.

(1) കരിമരുന്ന് നിർമ്മാണം
(2) പടക്കനിർമ്മാണം
(3) പടക്കസാധനങ്ങൾ അഴിച്ചുപിരിക്കുന്നത്
(4) പടക്കസാധനങ്ങളുടെ കയറ്റുമതി

ഇത്തരം പ്രവർത്തനങ്ങൾക്ക് നിയമാനുസൃതമായ ലൈസൻസ് അധികാരികളിൽ നിന്ന് സമ്പാദിച്ചിരിക്കണം. അത് ലഭിക്കുന്നതിനുള്ള നിബന്ധനകൾ കൃത്യമായി പാലിച്ചിരിക്കണം. ഉദാഹരണമായി, വെടിക്കെട്ട് നിർമ്മാണകേന്ദ്രത്തിൽ ഫയർ എഞ്ചിൻ കടന്നുചെല്ലാനുള്ള സൗകര്യമുണ്ടായിരിക്കണം. സ്ഫോടനമുണ്ടായാൽ വേഗം വേർപെട്ടുപോകുന്ന തരത്തിലെ പുരകളായിരിക്കണം. വൈദ്യുത കണക്ഷൻ ഉണ്ടാകാതിരുന്നാൽ നന്ന്. നിർമ്മാണഷെഡ്ഡുകൾ തമ്മിൽ നിശ്ചിത അകലമുണ്ടായിരിക്കണം. ജനവാസം തീരെ കുറഞ്ഞ സ്ഥലം തെരഞ്ഞെടുത്തിരിക്കണം. ആകെ സ്ഥലം നിശ്ചിത വിസ്തീർണ്ണത്തിൽ കൂടുതലായിരിക്കണം.

വെടിക്കെട്ട് നിർമ്മാണയൂണിറ്റ് ആരംഭിക്കുവാൻ പെസോ (പെട്രോളിയം ആന്റ് എക്സ്പ്ലോസിവ്സ് സേഫ്റ്റ് ഓർഗനൈസേഷൻ) പരിഗണിക്കുന്ന വസ്തുതകൾ ഇവയാണ്. വീടുകളിൽനിന്ന് യൂണിറ്റിലേക്കുള്ള ദൂരം, യൂണിറ്റിലുള്ള സൗകര്യങ്ങൾ, നിർമ്മിച്ച വെടിക്കെട്ട് സാധനങ്ങൾ സൂക്ഷിക്കുവാനുള്ള സുരക്ഷിതമായ ഇടം. കൂടാതെ വെടിമരുന്ന് കൈകാര്യം ചെയ്യുന്നത് പ്രത്യേകം ഷെഡ്ഡുകളിലായിരിക്കണം. മിക്സിങ്ങിനും സംഭരണത്തിനും വെവ്വേറെ ഷെഡ്ഡുകൾ ഉണ്ടായിരിക്കണം. ഈ ഷെഡ്ഡുകൾ തമ്മിൽ നിശ്ചിത അകലം ഉണ്ടായിരിക്കണം. വെടിമരുന്ന് സംഭരണശാലയും മിക്സിങ് കേന്ദ്രവും തമ്മിൽ കുറഞ്ഞത് 18 മീറ്റർ അകലമുണ്ടായിരിക്കണം. കൂടാതെ മിക്സിങ് കേന്ദ്രത്തിൽനിന്ന് നാല്പത് മീറ്റർ അകലത്തിൽ വേലികെട്ടി തിരിക്കണം എന്ന് നിഷ്കർഷിച്ചിട്ടുണ്ട്.

കരിമരുന്ന് പ്രയോഗം സംഘടിപ്പിക്കുന്നവർ പാലിച്ചിരിക്കേണ്ട സുരക്ഷാമാനദണ്ഡങ്ങൾ ജില്ലാകളക്ടർ നല്കുന്ന ലൈസൻസിനോടൊപ്പം ഉണ്ട്. ആ വ്യവസ്ഥകൾ അതുപോലെ ഇവിടെ കൊടുത്തിട്ടില്ല. മറിച്ച് കാണികൾ നിർബ്ബന്ധമായും പാലിച്ചിരിക്കേണ്ട സുരക്ഷാമാർഗ്ഗങ്ങളെക്കുറിച്ച് മാത്രം സംഗ്രഹിച്ച് ചുവടെ കൊടുത്തിരിക്കുന്നു. പടക്കം പൊട്ടിക്കുമ്പോൾ പാലിച്ചിരിക്കേണ്ട സുരക്ഷാനിർദ്ദേശങ്ങളും ഉൾക്കൊള്ളിച്ചിട്ടുണ്ട്.

വെടിക്കെട്ട് വീക്ഷിക്കുമ്പോൾ

- സമീപത്തുള്ള ജീവജാലങ്ങൾക്കും വസ്തുക്കൾക്കും വാഹനങ്ങൾക്കും കാഴ്ചക്കാർക്കും സുരക്ഷ ഉറപ്പാക്കണം.
- ഗുണനിലവാരമുള്ള ഇനങ്ങൾ മാത്രം കത്തിക്കുക.
- കാലാവസ്ഥാവ്യതിയാനം കണക്കിലെടുക്കണം. കാറ്റുള്ളപ്പോൾ വാണം തുടങ്ങിയ ഇനങ്ങൾ ദിശമാറിപാഞ്ഞ് അപകടം വരുത്താൻ സാദ്ധ്യതയുണ്ട്.
- ജനക്കൂട്ടത്തെ നിയന്ത്രിക്കുക. ബാരിക്കേഡിന് അകത്തുകടക്കാൻ അനുവദിക്കരുത്.

- ആംബുലൻസും ഫയർഎഞ്ചിനും നിർബ്ബന്ധമായും സമീപത്ത് ഉണ്ടായിരിക്കണം. ഫയർഎഞ്ചിന് അപകടസ്ഥലത്തേക്ക് ഓടി എത്താനുള്ള സൗകര്യം ഉണ്ടാക്കുക.
- വെടിക്കെട്ട് നടക്കുന്ന സ്ഥലത്തിന്റെ അടുത്തുള്ള വൈദ്യുത ലൈനുകൾ, കെട്ടിടങ്ങൾ മുതലായവ പരിഗണിക്കുക.
- 100 മീറ്റർ ദൂരപരിധി പ്രേക്ഷകർ പാലിച്ചിരിക്കണം.
- ഒരു കാരണവശാലും വെടിക്കെട്ട് സ്ഥലത്തേക്ക് ആളുകൾ കടന്നു ചെല്ലാൻ പാടില്ല.
- കഴിയുന്നതും പുകയും മറ്റ് അവശിഷ്ടങ്ങളും പ്രേക്ഷകരുടെ ഇടയിലേക്ക് വീഴുകയില്ലെന്ന് ഉറപ്പാക്കുക.
- വെടിക്കെട്ട് സ്ഥലത്തിനടുത്ത് പുകവലിക്കാനോ വാർത്താവിനിമയ ഉപകരണങ്ങളോ ഉപയോഗിക്കാനോ പാടില്ല.
- അമിട്ടുകൾ കുറ്റിയിൽ ശ്രദ്ധയോടെ താഴ്ത്തുക. ബലം പ്രയോഗിക്കുന്നത് ഒഴിവാക്കുക.
- ഉപയോഗിച്ച കുറ്റിയിൽ ശ്രദ്ധയോടെ വൃത്തിയാക്കിയതിന് ശേഷം അമിട്ട് താഴ്ത്തുക.
- മുഖം കുറ്റിയുടെ മുകളിലേക്ക് വയ്ക്കരുത്.
- പൊട്ടാതിരുന്ന ഒരിനം, കുറഞ്ഞത് 20 മിനിട്ടിന് ശേഷമേ നിർവ്വീര്യമാക്കാവൂ.
- ആവേശത്തിര ഉയരുന്നതിനനുസരിച്ച് ധൃതിയിൽ പടക്കങ്ങൾ കത്തിക്കരുത്.
- ഒരു കാരണവശാലും വെടിക്കെട്ടിന്റെ പരിസരത്ത് കിടന്നുറങ്ങരുത്.
- ചാഞ്ഞും മലർന്നും കിടന്ന് വെടിക്കെട്ട് കാണരുത്.
- കഴിയാവുന്നതും ദൂരെ നിന്ന് കണ്ടാൽ ആസ്വാദ്യത കൂടും.
- അടുത്ത സ്ഥലത്ത് വീടുകളിലെ കണ്ണാടിജനലുകൾ തുറന്നിട്ടിരിക്കണം.

കേന്ദ്രഗവൺമെന്റ് സ്ഥാപനമായ പെട്രോളിയം ആന്റ് എക്സ്പ്ലോസിവ്സ് സേഫ്റ്റി ഓർഗനൈസേഷൻ (PESO) നല്കുന്ന സുരക്ഷ ചുവടെ ചേർക്കുന്നു.

- അംഗീകൃത വ്യാപാരികളിൽനിന്ന് മാത്രം പടക്കങ്ങൾ വാങ്ങുക.
- ഒരു സമയം ഒരാൾ ഒരു പടക്കം മാത്രം കത്തിക്കുകയും മറ്റുള്ളവർ സുരക്ഷിതമായ അകലങ്ങളിൽനിന്ന് വീക്ഷിക്കുകയും ചെയ്യുക.
- ഉപയോഗിക്കാനുള്ള പടക്കങ്ങൾ സുരക്ഷിതമായ സ്ഥലത്ത് വയ്ക്കുക.
- ഒറ്റയ്ക്കൊറ്റയ്ക്ക് ഉപയോഗിക്കുന്നതിന് പകരം ഒരു കൂട്ടർക്കായി കരിമരുന്ന് പ്രയോഗം പ്രദർശിപ്പിക്കുക.
- നീളമുള്ള തിരി ഉപയോഗിക്കുക. കത്തിക്കുമ്പോൾ കൈമുട്ട് മടക്കരുത്.

- രണ്ട് തൊട്ടി നിറയെ വെള്ളം കരുതിവച്ചിട്ടു മാത്രമേ പടക്കം കത്തിച്ചു തുടങ്ങാവൂ.
- തീപിടിത്തം വെള്ളം ഒഴിച്ച് കെടുത്തുക. ഏതു വൻ തീപിടിത്തവും തുടക്കത്തിൽ ചെറുതാണെന്ന് ഓർക്കുക.
- പൊള്ളലുണ്ടായാൽ ആ ഭാഗത്ത് ധാരയായി വെള്ളം ഒഴിക്കുക.
- സാരമായ പൊള്ളലാണെങ്കിൽ തീ കെടുത്തിയ ശേഷം വസ്ത്രങ്ങൾ നീക്കി വൃത്തിയുള്ള പുതപ്പ് കൊണ്ട് പൊതിയുക. വേഗത്തിൽ ആശുപത്രിയിൽ എത്തിക്കുക.
- കണ്ണിന് പൊള്ളലേറ്റാൽ 10 മിനിട്ടോളം വെള്ളം ധാരയായി ഒഴിക്കുക. ആശുപത്രിയിൽ എത്തിക്കുക.

അരുത്

- കൈയിൽ വച്ച് പടക്കം പൊട്ടിക്കരുത്.
- പടക്കത്തിന്റെ മുകളിലേക്ക് കുനിഞ്ഞു നിന്ന് കത്തിക്കരുത്.
- പടക്കങ്ങൾ പാത്രത്തിൽ വച്ച് കത്തിക്കരുത്.
- കത്തിപ്പിടിക്കാത്ത പടക്കത്തിന് അരികെ പോകരുത്.
- പൊട്ടാത്ത പടക്കമെടുത്ത് തിരിച്ചും മറിച്ചും നോക്കരുത്.
- വീട്ടിൽ പടക്കം ഉണ്ടാക്കാൻ ശ്രമിക്കരുത്.
- ഒരു കാരണവശാലും കൊച്ചുകുട്ടികൾക്ക് പടക്കം കൊടുക്കരുത്.
- പടക്കം കത്തിച്ച് മറ്റുള്ളവരുടെ നേരെ നീക്കുകയോ എറിയുകയോ ചെയ്യരുത്.
- കമ്പിത്തിരികൾ കത്തിക്കുമ്പോൾ കുട്ടികൾ അത് രുചിച്ചുനോക്കാൻ ഇടയാകരുത്.
- അതിന്റെ കമ്പി കണ്ണിൽ കൊള്ളാതെ സൂക്ഷിക്കണം. മുഖത്തുനിന്ന് ദൂരേക്ക് മാറ്റി കത്തിക്കുക. മറ്റു പടക്കങ്ങളുടെ അടുത്തുവെച്ച് കമ്പിത്തിരി കത്തിക്കരുത്.
- പടക്കം പോക്കറ്റിൽ കൊണ്ടുനടക്കരുത്.
- കത്തുന്ന മെഴുകുതിരിയുടെയും വിളക്കിന്റെയും അരികെ പടക്കങ്ങൾ വയ്ക്കരുത്.
- ഇടുങ്ങിയ സ്ഥലങ്ങളിൽ പടക്കം പൊട്ടിക്കരുത്. കഴിവതും തുറസായ സ്ഥലങ്ങൾ തെരഞ്ഞെടുക്കുക.
- പോളിസ്റ്റർ, നൈലോൺ തുടങ്ങിയ കൃത്രിമ വസ്ത്രങ്ങൾ ധരിക്കരുത്. കട്ടിയുള്ള പരുത്തി വസ്ത്രങ്ങൾ ധരിക്കുക.
- ഞൊന്നുകിടക്കുന്ന വസ്ത്രങ്ങൾ ഉപയോഗിക്കരുത്.
- പൊള്ളിയ ഭാഗത്ത് കുഴമ്പുകൾ ഒന്നും പുരട്ടരുത്.
- പൊള്ളലേറ്റവരെ ആശുപത്രിയിലേക്ക് അമിതവേഗത്തിൽ കൊണ്ടുപോകരുത്.

- നല്ല കാറ്റ് ഉള്ളപ്പോൾ പറക്കുന്ന ഇനത്തിലുള്ള പടക്കങ്ങൾ കത്തിക്കരുത്.

സംഘടന

ഫയർ വർക്സ് മാനുഫാക്ചേഴ്സ് അസോസിയേഷന്റെ (FiMA) സെക്രട്ടറിയാണ് (2013) വെന്നൂർ സുന്ദരാക്ഷൻ ആശാൻ. 2008 ൽ ആരംഭിച്ച സംഘടനയുടെ ആദ്യകാലപ്രസിഡന്റ് സുരേഷ് ചേലക്കര ആയിരുന്നു. 2012 മുതൽ ഈ സ്ഥാനം വഹിക്കുന്ന ക്രിസ്റ്റഫർ ടി പിയെയും കണ്ടു. ഒരു പ്രത്യേക രാഷ്ട്രീയ പാർട്ടിയോട് ആഭിമുഖ്യം കാണിക്കാതെ ഈ രംഗത്തുള്ളവർ ഒത്തൊരുമിച്ച് യോജിപ്പോടെ മുന്നോട്ട് പോകാൻ മുൻകൈ എടുക്കുക, വെടിക്കെട്ട് കല നിലനിർത്തുക, അപകടത്തിൽപ്പെടുന്നവരുടെ അംഗങ്ങൾക്കും ആശ്രിതർക്കും സാമ്പത്തിക സഹായം ഉൾപ്പെടെയുള്ള സേവനങ്ങൾ നല്കുക തുടങ്ങിയവയാണ് സംഘടനയുടെ ലക്ഷ്യങ്ങൾ എന്ന് ക്രിസ്റ്റഫർ വിശദീകരിച്ചു. സംഘടനയുടെ വൈസ് പ്രസിഡന്റ് വെന്നൂർ ശശിയും രക്ഷാധികാരികൾ ഒലവക്കോട് രാജകുമാരൻ, ചേലക്കര സുരേഷ് നായർ, വെന്നൂർ രാജൻ എന്നിവരുമാണ്.

മറ്റൊരു ശ്രദ്ധേയ സാന്നിദ്ധ്യം പരേതനായ ജോസിന്റെ സഹോദരനായ വെടിക്കെട്ട് പ്രാഞ്ചി എന്നറിയപ്പെടുന്ന കെ എ ഫ്രാൻസിസ്(68) ആയിരുന്നു. പൂരപ്പറമ്പിലിരുന്ന് വെടിക്കെട്ട് മേഖലയിലെ ഉത്സാഹപൂർവ്വമുള്ള പ്രയത്നത്തെയും പ്രശ്നങ്ങളെയുംകുറിച്ച് സംസാരിച്ചു. സംഘടനയുടെ വൈസ് പ്രസിഡന്റ് കൂടിയായ വെന്നൂർ ശശി ആശാൻ വെടിക്കെട്ട് മേഖലയിൽ നേരിടുന്ന പ്രശ്നങ്ങളെക്കുറിച്ചും സൂചിപ്പിച്ചു.

മറ്റ് സംഘടനകൾ

കേരള ഫയർ വർക്സ് ലൈസൻസീസ് ആന്റ് ഡീലേഴ്സ് ലേബർ യൂണിയൻ

പ്രസിഡന്റ് : കെ മുരളീധരൻ

സെക്രട്ടറി : നൗഷാദ് കൈപ്പാടി

കേരള ഫയർ വർക്സ് ലൈസൻസീസ് ആന്റ് എംപ്ലോയീസ് അസോസിയേഷൻ

പ്രസിഡന്റ് : സുബോദൻ ജി.

സെക്രട്ടറി : പുലിയൂർ ജി പ്രകാശ്

11

പൈറോ ഒളിമ്പിക്സ്

ഗിന്നസ് ബുക്കിലേക്ക്

കുവൈറ്റിലെ ജനത അവരുടെ ഭരണഘടന നിലവിൽ വന്നതിന്റെ സുവർണ്ണ ജൂബിലി ആഘോഷങ്ങൾ 2012 നവംബർ 10 ന് അതിഗംഭീര മായി ആഘോഷിച്ചു. ഇതിന്റെ ഭാഗമായി 10 മില്യൺ കുവൈറ്റ് ദിനാർ (192 കോടി രൂപ) മുടക്കി 5 കിലോമീറ്റർ നീളത്തിൽ അഴിമുഖത്ത് സംഗീ തവും ദൃശ്യമാസ്മരികത സൃഷ്ടിക്കുന്ന ലേസർ ലൈറ്റും ഉപയോഗിച്ച് ഇലക്ട്രോണികനിയന്ത്രണത്തിൽ ഒരു മണിക്കൂർ വേളയിൽ 77282 അമിട്ടുകൾ നിരയായി കത്തിച്ച് ഒറ്റ രാത്രികൊണ്ട് ഗിന്നസ് ബുക്കിൽ കടന്നു കൂടി. ഇതാണ് കരിമരുന്ന് പ്രയോഗത്തിന്റെ ഗിന്നസ് റെക്കോർഡ്!

വിണ്ണിലൊരു മത്സരം

മത്സരങ്ങളെല്ലാം മണ്ണിലാണ്. എന്നാൽ വിണ്ണിലിതാ ഒരു അന്താ രാഷ്ട്രമത്സരം. അതാണ് മോൺട്രീൽ അന്താരാഷ്ട്ര ഫയർവർക്സ് മത്സരം. കരിമരുന്ന് പ്രയോഗത്തിന്റെ രാജ്യാന്തര മത്സരം അതിന്റെ രജത ജൂബിലി 2009 ൽ ആഘോഷിച്ചു. 1985 ൽ കാനഡയിലെ മോൺട്രീലിൽ ആരംഭിച്ച അഗ്നിവിദ്യാ പ്രയോഗത്തിൽ 8 രാജ്യങ്ങൾ പങ്കെടുത്തു. ഇതിന് മുൻകൈ എടുത്തത് ക്രിസ്റ്റ്യൻ ഔലെറ്റ് ആണ്. ഒന്നാം സ്ഥാനത്ത് എത്തുന്നവർക്ക് 'സ്വർണ്ണജൂപ്പിറ്റർ' ട്രോഫിയും രണ്ടാം സ്ഥാനത്തിന് വെള്ളിയും മൂന്നാം സ്ഥാനത്തിന് വെങ്കല ജൂപ്പിറ്റർ ട്രോഫിയും സമ്മാ നിക്കുന്നു. മികച്ച സംഗീതം നല്കുന്നവർക്ക് സൗണ്ട് ട്രാക്ക് ജൂപ്പിറ്ററും നല്കുന്നു. ഗ്രീൻ അച്ചീവ്മെന്റ് എന്നൊരു സമ്മാനവും കൂടിയുണ്ട്.

2009 ലെ രജതജൂബിലി ആഘോഷത്തിൽ 6 ഭൂഖണ്ഡങ്ങളിലെ 24 രാജ്യങ്ങളിൽനിന്ന് 70 ഫയർവർക്സ് സ്ഥാപനങ്ങൾ പങ്കെടുത്തു. വിണ്ണ്

കളിക്കളമായി അരങ്ങേറിയ മത്സരത്തിൽ അവസാന റൗണ്ട് എത്തിയവർ കാനഡ, സ്പെയിൻ, ഇംഗ്ലണ്ട്, ചൈന, ആസ്ട്രേലിയ, അർജന്റീന, അമേരിക്ക, ദക്ഷിണാഫ്രിക്ക എന്നീ രാജ്യങ്ങളാണ്.

കാനഡയിലെ ക്യൂബെക്കിലുള്ള ലാറോണ്ടേ എന്ന വിനോദ പാർക്കിലാണ് മത്സരം. ഈ മാറ്റുരയ്ക്കൽ പരിപാടിയുടെ ഔദ്യോഗിക നാമം:

L'International des Feux Loto-Que'bec

എന്നാണ്. സംഗീതത്തിന്റെയും അഗ്നി ജാലവിദ്യയുടെയും അനിതരസാധാരണമായ ഇഴചേരലാണ് അത്യാകർഷകമായിട്ടുള്ളത്. വിണ്ണിലേക്ക് തൊടുത്തു വിട്ട് സൃഷ്ടിക്കുന്ന അഗ്നിപ്പൂക്കൾക്കും വിരിയുന്ന ജ്വാലരൂപങ്ങൾക്കും ഇണങ്ങുന്ന സംഗീതം കൊടുക്കുക എന്നതാണ് ഈ മത്സരത്തെ വ്യത്യസ്തമാക്കുന്നത്.

ജലാശയത്തിൽ നിന്ന് തൊടുത്തുവിടുന്ന അമിട്ടുകൾ തീർക്കുന്ന ആകാശപ്പൂക്കളങ്ങൾ, ജ്വലിക്കുന്ന സൂര്യൻ, ഭീമാകാരമായ പ്രകാശഗോപുരങ്ങൾ എന്നിവ ചിലതുമാത്രം. കുറ്റിയിൽ നിന്ന് തൊടുത്തുവിടുന്ന 24 ഇഞ്ച് അമിട്ടുകൾ ശ്രദ്ധേയമാണ്. എല്ലാം കണ്ണഞ്ചിപ്പിക്കന്ന ലേസർ ലൈറ്റിൽ വിസ്മയങ്ങൾ തീർക്കുന്നു. ആധുനിക കമ്പ്യൂട്ടർ ഫയറിങ് സിസ്റ്റം ഉപയോഗിച്ചാണ് താളാത്മകമായി തിരികൊളുത്തുന്നത്. 6 ലക്ഷം പ്രേക്ഷകർ ഒരുമിച്ച് ആസ്വദിക്കുന്ന കലാമേളയാണിത്.

രജത ജൂബിലി ആഘോഷത്തിൽ സ്വർണ്ണജൂപ്പിറ്റർ ട്രോഫി കരസ്ഥമാക്കിയത് കാനഡയിലെ റോയൽ പൈറോ-ടെക്നിക്കാണ്. 2012 ലെ ഒന്നാം സ്ഥാനം നേടിയത് അറ്റ്ലസ് പൈറോവിഷൻ പ്രൊഡക്ഷനാണ്.

മൈക്കൾ ജാക്സണ് അഗ്നി പുഷ്പങ്ങൾ!

പോപ്പ് സംഗീതരാജാവ് മൈക്കൾ ജാക്സൺ ശാശ്വതമായ സംഗീതവും നൃത്തവും നല്കി 2009 ജൂൺ 5 ന് കടന്നുപോയി. രണ്ടു മാസങ്ങൾക്ക് ശേഷം അരങ്ങേറിയ മോൺട്രീൽ മത്സരത്തിന്റെ അവാർഡ് ദാന ചടങ്ങിൽ 12 മിനിട്ട് നേരം മൺമറഞ്ഞ സംഗീത പ്രതിഭയ്ക്ക്, അദ്ദേഹത്തിന്റെ തന്നെ പ്രശസ്ത ഗാനങ്ങൾക്ക് അഗ്നിവിദ്യയുടെ ദൃശ്യശ്രാവ്യ സൃഷ്ടികൊണ്ട് ആദരാഞ്ജലികൾ അർപ്പിച്ചു. ജൂപ്പിറ്റർ അവാർഡ് ദാനത്തിന് ശേഷം ജാക്സന്റെ ബീറ്റ് അപ്...

They Told Him Don't You Ever Come Around Here
Don't Wanna See Your Face, You Better Disappear
The Fire's In Their Eyes And Their Words Are Really Clear
So Beat It, Just Beat It

Just Beat It, Beat It, Beat It, Beat It
No One Wants To Be Defeated
Show in How Funky Strong Is Your Fight

It Doesn't Matter Who's Wrong Or Right
Just Beat It, Beat It
Just Beat It, Beat It
Just Beat It, Beat It
Just Beat It, Beat It

അനുയോജ്യമായ അത്‌ലറ്റിക് നൃത്തവും അഗ്നിവിദ്യയുടെ ശബ്ദ താളങ്ങളും ഒത്തിണങ്ങിയ വർണ്ണ വിസ്മയങ്ങൾ ഉണർത്തിയ അഗ്നി പുഷ്പങ്ങൾ വാനിൽ താളലയത്തിൽ വാരി വിതറി. മൈക്കൾ ജാക്സന്റെ സംഗീതത്തിന്, ലക്ഷങ്ങൾ വരുന്ന പ്രേക്ഷകർക്ക് പുതിയ ആസ്വാദന തലങ്ങൾ അഗ്നിവിദ്യയിലൂടെ ഉൾപ്പുളകത്തോടെ അനുഭവവേദ്യമായി.

വിണ്ണിലൊരു ഒളിമ്പിക്സ്

വിണ്ണിൽ അരങ്ങേറുന്ന കരിമരുന്ന് പ്രയോഗത്തിന്റെ ഒളിമ്പിക്സ് ഫിലിപ്പൈനിലെ മനിലയിൽ 2005 ൽ ആരംഭിച്ചു. ചൈന, ആസ്ട്രേലിയ, ജർമ്മനി, റിപ്പബ്ലിക് ഓഫ് കൊറിയ, റഷ്യൻ ഫെഡറേഷൻ, യു കെ, യൂണൈറ്റഡ് സ്റ്റേറ്റ്സ്, റിപ്പബ്ലിക് ഓഫ് സൗത്ത് ആഫ്രിക്ക, യുണൈറ്റഡ് അറബ് എമിറേറ്റ്സ്, ഫിലിപ്പൈൻസ് എന്നീങ്ങനെ 10 രാജ്യങ്ങൾ അവരുടെ കരിമരുന്നിലെ കരവിരുതിന് മാറ്റുരച്ചു. ആസ്ട്രേലിയ ഒന്നാമതെത്തി. 2007 ലെ രണ്ടാം ഒളിമ്പിക്സിൽ 12 രാജ്യങ്ങൾ പങ്കെടുക്കുകയും ചൈന ഒന്നാമതെത്തുകയും ചെയ്തു. 2008 ൽ ഇറ്റലി ഒന്നാമതായി. 2013 ൽ അരങ്ങേറിയ 4-ാം ഫിലിപ്പൈൻ ഇന്റർനാഷണൽ പൈറോ-മ്യൂസിക്കൽ മത്സരത്തിൽ 12 രാജ്യങ്ങളിൽനിന്ന് യു കെയിലെ ജൂബിലി ഫയർവർക്സ് ഒന്നാം സ്ഥാനത്ത് എത്തി. ഇന്ത്യ ഇതുവരെയും പങ്കെടുത്തിട്ടില്ല. നമുക്ക് പ്രത്യാശയോടെ കാത്തിരിക്കാം.

www.ingramcontent.com/pod-product-compliance
Lightning Source LLC
LaVergne TN
LVHW040801051026
849519LV00007BA/2583
9789386112446